சேதுக் கால்வாய்
– ஒரு பார்வை

சேதுக் கால்வாய்
- ஒரு பார்வை

கே. எஸ். இராதாகிருஷ்ணன்

Pustaka
EBooks | Audiobooks | Paperback

சேதுக் கால்வாய் - ஒரு பார்வை

Sethu Kaalvai – Oru Paarvai

கே. எஸ். இராதாகிருஷ்ணன்

K.S. Radhakrishnan

முதற்பதிப்பு: 2024

First Edition: 2024

காப்புரிமை @ ஆசிரியர்

இந்தப் புத்தகத்தின் எந்த ஒரு பகுதியையும் பதிப்பாளரின் எழுத்துபூர்வமான முன் அனுமதி பெறாமல் மறுபிரசுரம் செய்வதோ, அச்சு மற்றும் மின்னணு ஊடகங்களில் மறுபதிப்பு செய்வதோ காப்புரிமை சட்டப்படி தடை செய்யப்பட்டதாகும். புத்தக விமர்சனத்திற்கு மட்டுமே இந்தப் புத்தகத்திலிருந்து மேற்கோள் காட்ட அனுமதிக்கப்படுகிறது.

Pustaka

EBooks | Audiobooks | Paperback

Pustaka Digital Media Pvt. Ltd.
#7-002, Mantri Residency,
Bannerghatta Main Road,
Bengaluru - 560 076
Karnataka, India
+91 7418555884

ISBN: 978-93-5942-238-1

விலை: ₹280.00

பொருளடக்கம்

சேதுக் கால்வாய்க்கு விடிவுகாலம் வந்தாச்சு?....................11
சேதுக் கால்வாய்த் திட்டம் வரலாறு...............................25
செல்வம் குவிக்கும் சேதுக் கால்வாய்..............................41
பல தடைகளை மீறிய சேதுக் கால்வாய் திட்டம்....................52
சேதுக் கால்வாய் திட்டம்: நிதி அம்சங்கள்.........................68
சேதுக் கால்வாய் திட்டத்திற்கு மூலதனப் பங்குகள் வாயிலாகத் திரட்டப்படும் நிதி:..69
கால்வாய் அமைப்பும், தூர்வாரும் பணிகளும்......................71
சேதுக்கால்வாயும் சுற்றுச்சூழலும்.................................77
Sethusamudram..83
அறிஞர் அண்ணா அறிவித்த எழுச்சி நாள் அன்று நிறைவேற்றிய தீர்மானம்...84
மீன் வளம் குறையாது; ஏற்றுமதியாளருக்கு ரூ. 700 கோடி மிச்சம்...96
தமிழக மக்கள் உண்மைகளை புரிந்துகொள்ள வேண்டும்.........98
எதுதான் நிஜம்?..101
Explore alternative alignment: court.............................103
'Convert Sethu into tourism centre'..............................106
சேதுக் கால்வாய் பற்றிய தகவல் தர தயக்கம் ஏன்?..............107
சேது சமுத்திர திட்ட ஆய்வு பணி முடிந்தது?....................115
"Alternative alignment for Sethu project not feasible".......117

சேது சமுத்திரத் திட்ட வழக்கு: பிப்ரவரி 25-ல் இறுதி விசாரணை 120
சேது சமுத்திரத் திட்டத்தைத் தொடருவோம் 122
'ராமர் பாலத்தை இடிக்க அனுமதிக்க மாட்டோம்' 124
TURNING OVER A NEW REEF 125
சேது சமுத்திரத் திட்டம் வர தடையாக சொல்லும் காரணங்களும் அதற்கான விளக்கங்களும் 131
Bridge this deficit between India and Sri lanka 136
சேதுக் கால்வாய் திட்டம் - முழு விவரம் தூத்துக்குடி புதிய துறைமுகம் வந்தது எப்படி? பிரதமர் நேரு அவர்களை நேரில் சந்தித்த வரலாறு! 140
SETHU CANAL PROJECT 144
பன்னாட்டுக் கால்வாய்கள் 146
எம்.ஜி.ஆர் கால நூற்றாண்டு திட்டங்கள் 157
நிலப்பாலங்கள் என்றால் என்ன? 158
சிவில் என்ஜினியர்கள் புவியியலாளர் கருத்து 160
SETHUSAMUDRAM SHIP CHANNEL PROJECT (SSCP) 165
சேது சமுத்திரத் திட்டம் - ஏன்? எதற்காக? 223
சேது சமுத்திரத் திட்டம் 225
சேதுவில் கப்பல் விடுவோம் 227
சேதுக் கால்வாய் திட்டம் தோன்றிய நிகழ்வுகள் 233
உச்ச நீதிமன்றம் - எதிராணை உறுதிமொழி ஏ.பி.வி.என். ஷர்மா. 243
சேதுக் கால்வாய் திட்டமும் இராமேஸ்வர தீவு மக்களும் 251

தமிழன் கால்வாய்: நீண்டகாலக் கனவு நிறைவேறுகிறது...

பழ. நெடுமாறன்

தமிழன் கால்வாய்த் திட்டம் 1860-ஆம் ஆண்டில் வகுக்கப்பட்டது. அப்போது அதற்கு 2 கோடி ரூபாய் செலவாகும் என மதிப்பிடப்பட்டது. இந்தத் தொகையைச் செலவழிக்க ஆங்கிலேய அரசுக்கு மனமில்லை.

இந்தியா விடுதலை பெற்ற பிறகு 1956-ஆம் ஆண்டில், 8 கோடி ரூபாய் செலவில் இத்திட்டத்தை நிறைவேற்ற முடிவெடுக்கப்பட்டது. ஆனாலும் அப்போதும் எதுவும் நடக்கவில்லை.

1963-ஆம் ஆண்டில் 21 கோடி ரூபாய் செலவில் மறுமதிப்பீடு தயார் செய்யப்பட்டது. திட்டக்குழு ஒப்புதல் அளித்தது. இந்திய அரசு அனுமதி அளித்தது. ஆனால் இலங்கையின் பிரதமராக இருந்த சிறிமாவோ பண்டாரநாயகா அப்போதைய இந்தியப் பிரதமர் நேருவுக்கு எழுதிய கடிதத்தில் இத்திட்டத்திற்கு எதிர்ப்புத் தெரிவித்தார். இலங்கையின் ஒரே சர்வதேச துறைமுகமான கொழும்பு துறைமுகம் தனது முக்கியத்துவத்தை இழந்துவிடும் என்று கூறினார். இலங்கையைத் திருப்திபடுத்துவதற்காகப் பிரதமர் நேரு இத்திட்டத்தை மூட்டை கட்டி வைத்தார்.

ஏறத்தாழ 150 ஆண்டுகளுக்குப் பிறகு, இத்திட்டம் இப்போது எடுத்துக்கொள்ளப்பட்டு ஏறத்தாழ 2,500 கோடி ரூபாய் செலவில் நிறைவேற்றப்பட உள்ளது. தமிழ் மக்களின் நீண்ட காலக் கனவு நிறைவேற வழி பிறந்துள்ளது.

1981-ஆம் ஆண்டில் இத்திட்டம் பற்றிய சாத்திய கூறுகளைக் கண்டறிய இந்திய அரசால் நியமிக்கப்பட்ட இலட்சுமி நாராயணன் குழுவினரிடம் எங்கள் இயக்கத்தின் சார்பாக விண்ணப்பம் ஒன்று அளிக்கப்பட்டது.

1982-ஆம் ஆண்டு ஏப்ரல் 5-ஆம் தேதி, தமிழகச் சட்டமன்றத்தில் தமிழன் கால்வாய்த் திட்டம் குறித்து ஒருமணி நேர விவாதத்திற்கான தீர்மானம் கொடுத்தேன். அத்தீர்மானம் விவாதத்திற்கு எடுத்துக் கொள்ளப்பட நானும் மற்றக் கட்சித் தலைவர்களும் பேசினோம். அதே மாதம் ஏப்ரல் 15 முதல் மே 15 வரை தமிழன் கால்வாய் உள்ளிட்ட திட்டங்களை உடனடியாக நிறைவேற்ற வற்புறுத்தித் தமிழகம் முழுவதிலும் கூட்டங்களை நடத்தினோம்.

1982-ஆம் ஆண்டு மே மாதம் 25-ஆம் தேதி இதற்காக மத்திய அரசு அலுவலகங்களுக்கு முன்னால் ஆர்ப்பாட்டம் நடத்தினோம்.

மதுரை உட்பட பல முக்கிய நகரங்களில் தமிழன் கால்வாய் குறித்துப் பல கருத்தரங்குகளை நடத்தினோம்.

இந்தப் பணிகள் யாவற்றிலும் எனக்குத் துணையாக நின்றவர் வழக்கறிஞர் கே.எஸ். இராதாகிருஷ்ணன் ஆவார். இத்திட்டம் குறித்து விவரமாகவும் விளக்கமாவும் அவர் எழுதி உள்ள இந்த நூல் மக்களுக்கு நன்கு பயன்படும். குறிப்பாக இத்திட்டம் பற்றிப் பல்வேறு தரப்பினர் எழுப்பி உள்ள ஐயங்களைத் தெளிவிக்கும் வகையில் ஏராளமான விவரங்களைக் கொடுத்துள்ளார்.

தமிழ்நாட்டின் தலையாய தேசியப் பிரச்சனைகள், திட்டங்கள் ஆகியவை குறித்து இதுபோன்ற நூல்களை எழுதித் தொண்டாற்ற வேண்டுமென அவரை வேண்டிக்கொள்கிறேன். தமிழ் கூறும் நல்லுலகம் இந்நூலினை வரவேற்கும் என நம்புகிறேன்.

பழ. நெடுமாறன்

8-8-05,

சென்னை.

பாரதியின் கனவு இன்று நனவாகிறது.

தி.க.சி.

'நிமிர வைக்கும் நெல்லை' முதலான நூல்களை எழுதிய வழக்கறிஞர் கே.எஸ்.இராதாகிருஷ்ணன் அவர்களின், 'சேதுக் கால்வாய் - ஒரு பார்வை' என்ற நூலைப் படித்தேன்.

'சேதுக் கால்வாய்க்கு விடிவுகாலம் வந்தாச்சு' என்னும் கும்மாளத்துடன் இந்நூல் தொடங்குகிறது. கிட்டத்தட்ட 150 ஆண்டுகள் கிடப்பில் போடப்பட்டிருந்த கால்வாய்த் திட்டம், நடைமுறைக்கு வந்துவிட்டது. இத்திட்டம் வரக்கூடாது என்று உள்ளேயும் வெளியேயும் இருந்து சில சக்திகள் தொடர்ந்து தடுத்து வந்தன என்பதை நாம் அறிவோம்.

அத்தடைகள் எவ்வாறு முறியடிக்கப்பட்டன என்பதையும் இத்திட்டத்திற்கு விடிவு காலம் வந்ததில், தமிழக அரசியல் கட்சிகள், இடதுசாரி ஜனநாய சக்திகள், தகவல் தொடர்பு சாதனங்கள், மற்றும் பொது மக்களின் பங்களிப்பையும், மாநில, மைய அரசுகளின் நடைமுறையினையும், நடுநிலையில் நின்று, நேர்மையாகவும், திறமையாகவும், ஆணித்தரமான சான்றாதாரங்களுடன் சுருக்கமாக, ஆனால் செறிவாக விளக்குகிறது இந்நூல்.

தமிழகம் மட்டுமல்லாமல் இந்தியாவே வளம் பெறும். இத்திட்டம் பற்றிய இந்நூலைத் தமிழ் மக்கள் அனைவரும் படித்துப்பயன் பெற வேண்டும் என்பது என் ஆசை.

'சிங்களத் தீவினுக்கோர்
பாலம் அமைப்போம்
சேதுவை மேடுறுத்தி
வீதி சமைப்போம்!'

என்று 'பாரத தேசம்' என்ற கவிதையில் பாடுகிறார் மகாகவி பாரதி.

பாரதியின் கனவு இன்று நனவாகிறது. சேதுக் கால்வாய் ஒரு பார்வை - என்ற நூலைப் படைத்த வழக்கறிஞர் கே.எஸ். இராதாகிருஷ்ணன் அவர்களின் நாட்டுப்பற்றும், மொழிப்பற்றும், இனப்பற்றும் பாராட்டத்தக்கன.

இந்நூலை எழுதிய ஆசிரியரின் கடின உழைப்பு குறிப்பிடத்தக்கது. பிற நாடுகள் தமது கால்வாய்த்திட்டப் பிரச்சனைக்கு எவ்வாறு தீர்வு கண்டன என்பதையும், சுற்றுச்சூழல் பிரச்சனைக்கு உதவும் வகையில் சேதுக் கால்வாய்த் திட்டம் எவ்வாறு பயன்படும் என்பதையும் இந்நூலாசிரியர் ஆங்கிலச் சான்றாதாரங்களுடன் விளக்கியுள்ளார்.

நெல்லை மாவட்டத்தில் பிறந்த கே.எஸ்.ஆர். நதிநீர் இணைப்பு, சுற்றுச்சூழல், விவசாயிகள் நலன், மனித உரிமைகள் போன்ற பிரச்சனைகளில் நாட்டம் கொண்டு அரசியல் களத்திலும் இருபத்தைந்தாண்டுகளுக்கும் மேலாக பணியை மேற்கொண்டு வருகின்றார். அவர் பணி சிறக்க வாழ்த்துகிறேன்.

சேது சமுத்திரக் கால்வாய் பாதை, சேது சமுத்திர திட்டம் பற்றிய வரைபடங்கள் இந்நூலைப் புரிந்து கொள்வதற்கு உதவுகின்றன. தக்க தருணத்தில் ஒரு நல்ல நூலைத் தமிழ்ச் சமூகத்திற்கு வழங்கியுள்ள ஆசிரியர் வழக்கறிஞர் கே.எஸ். இராதாகிருஷ்ணன் அவர்களுக்கு என் மனமார்ந்த பாராட்டுக்கள் நல்வாழ்த்துக்கள்!

13-06-2005
நெல்லை-6

தி.க. சிவசங்கரன்

சேதுக் கால்வாய்க்கு விடிவுகாலம் வந்தாச்சு?

சேதுட் திட்டம் நிறைவேற ஓரணியில் திரள்வோம்!

தமிழக முதல்வர் கலைஞர் அவர்கள் தனது பிறந்த நாள் குறித்து வெளியிட்ட உருக்கமிகு அறிக்கையில், "பெரியார், அண்ணா, காமராஜர் போன்ற தமிழ் மக்களின் நம்பிக்கைக்குரிய தலைவர்களால் வலியுறுத்தப் பெற்றதும், எதிர்காலத் தமிழகம் ஏற்றம் கண்டிட வாணிபப் பெருக்கும், வளங்கள் குவிப்பும் வழங்கிடும் வற்றாப் பெருங்கொடையாக விளங்கக் கூடியதும், எல்லாக் கட்சியினராலும் ஏற்றுக்கொள்ளப்பட்டு அறிவிக்கப்பட்டதுமான, 'சேது சமுத்திரத் திட்டம்' தொங்கலிலே விடப்பட்டுக் கிடக்கிறது" என்ற தனது உள்ளக் குமுறலை ஆதங்கத்தை ஏக்கப் பெருமூச்சினை மிகுந்த வருத்தத்தோடு வெளியிட்டு தனக்கு பிறந்த நாள் கொண்டாட வேண்டாம்!' என்று வேண்டுகோள் விடுத்துள்ளார்.

150 ஆண்டுகால கனவுத் திட்டம் நிறைவேறுவதற்கு ரூ. 1,427 கோடி நிதியும் ஒதுக்கப்பட்டு திட்டம் நிறைவேறிக் கொண்டிருக்கும் நிலையில், மதவெறிச் சக்திகளும் ஊழல் சக்திகளும் கைகோர்த்துக்கொண்டு சதித்திட்டம் தீட்டி, இன்றைக்கு சேது சமுத்திரத் திட்டம் உச்சநீதிமன்றம் பிறப்பித்த இடைக்கால தடை உத்தரவின் காரணமாக நிறுத்தி வைக்கப்பட்டுள்ளது. தமிழர்களின் வாழ்வாதாரமாகக் கருதப்பட்ட சேது சமுத்திரத் திட்டத்தை நிறைவேற்றாமல் தடுப்பதற்கு உச்சநீதிமன்றத்தில் வழக்காடுவதற்கு பராசரண், சி.எஸ். வைத்தியநாதன், எம்.என். கிருஷ்ணமணி போன்ற ஜாம்பவான்கள் கூட்டணி அமைத்து செயல்பட்டு வருகிறார்கள். அன்று 1950-இல் அரசமைப்புச் சட்டம் அமலுக்கு

வந்த உடனே பின்தங்கிய சமுதாய மக்கள் அனுபவித்து வந்த இட ஒதுக்கீடு திட்டத்தை ரத்து செய்யும் வழக்கில் அல்லாடி கிருஷ்ணசாமி ஐயர் வாதாடினார். அதே வழியில் தமிழர்களின் கனவுத் திட்டமான சேது சமுத்திரத் திட்டத்தை எதிர்த்து இவர்கள் இன்று வாதாடுகிறார்கள். இவர்களை பின்னாலே இருந்து மதவெறிச் சக்திகள் இயக்கி வருகிறார்கள்.

உச்சநீதிமன்றத்திலே நடைபெறுகிற விவாதத்தை நாளேடுகளில் படிக்கிற தமிழர்கள் எந்த உணர்வும் பெறாமல் அமைதியோடு இருக்கிற காரணத்தில்தான் இத்தகைய தீயசக்திகள் பகிரங்கமாக இயங்கி வருகிறார்கள். தமிழர்கள் விழிப்புணர்வு பெறுவதன் மூலமாகவே இத்தகைய தமிழர் விரோத சக்திகளை எதிர்த்துப் போராடி வெற்றிபெற முடியும்.

சேது சமுத்திரத் திட்டம் என்பது இன்று நேற்று ஏற்பட்டதல்ல. அந்தத் திட்டத்திற்கு நீண்ட நெடிய வரலாறு உண்டு. இந்தத் திட்டம் குறித்து தீர்மானம் நிறைவேற்றாத அரசியல் கட்சிகளே தமிழகத்தில் இல்லை என்று கூறுகிற அளவுக்கு அனைத்து கட்சியினரும் இரண்டறக் கலந்த திட்டம்தான் சேது சமுத்திரக் கால்வாய்த் திட்டம். அந்தத் திட்டத்திற்கு இன்று சோதனை ஏற்பட்டுள்ளதைக் குறித்துதான் தமிழக முதல்வர் கலைஞர் அவர்கள் தமது மன வருத்தத்தை அறிக்கையின் மூலமாக வெளிப்படுத்தியுள்ளார்.

சேது சமுத்திரத் திட்டத்திற்கான முயற்சிகள் 1860-இல் தொடங்கி 2005-இல் திட்டத்திற்கான அடிக்கல் நாட்டப்பட்ட வரலாற்றை தமிழக மக்களுக்கு மீண்டும் நினைவு கூரவே, அந்தத் திட்ட நிகழ்வுகளின் கால வரிசை இங்கே பட்டியலிடப்பட்டுள்ளன.

1860: கமாண்டர் டெய்லரின் செயற்குறிப்பு.

1861: டவுன்செண்டின் செயற்குறிப்பு.

1862: பிரிட்டன் நாடாளுமன்றக் குழுவின் செயற்குறிப்பு.

1863: ஆளுநர் சர். வில்லியம் டென்னிசனின் செயற்குறிப்பு.

1871: ஸ்டோடார்ட்டின் செயற்குறிப்பு.

1872: ராபர்ட்ஸனின் செயற்குறிப்பு.

1884: சர். ஜான்கோட் அளித்த செயற்குறிப்பு.

1903: தென்னிந்திய ரயில்வே நிறுவனத்தின் செயற்குறிப்பு.

1922: சர். இராபர்ட் பிரிஸ்டோவின் செயற்குறிப்பு.

01.11.1955: டாக்டர் ஏ. ராமசாமி முதலியார் தலைமையில் சேது சமுத்திரத் திட்டக் குழுவை மத்திய அரசு நியமித்தது.

1956: சேது சமுத்திரத் திட்டக் குழு மற்றும் சென்னை மாகாண அரசு முன்வைத்த செயற்குறிப்புகள்.

08.04.1958: தூத்துக்குடி பி.எஸ்.டி.எஸ். திரவியரத்தின நாடார் தலைமையிலான குழு, புதுடெல்லி சென்று பிரதமர் ஜவஹர்லால் நேரு அவர்களை சந்தித்து சேது சமுத்திரத் திட்டத்தை நிறைவேற்ற வலியுறுத்தல்.

02.04.1959: தூத்துக்குடி வ.உ.சி. கல்லூரி மைதானத்தில் நடைபெற்ற விழாவில் பங்குகொண்ட பிரதமர் ஜவஹர்லால் நேரு அவர்களிடம் முதலமைச்சர் காமராஜர் முன்னிலையில் ஏ.பி.சி. வீரபாகு, பி.எஸ். பொன்னுச்சாமி ராஜா, பி.எஸ்.டி.எஸ். திரவியரத்தின நாடார் ஆகியோர் சேது சமுத்திரத் திட்டத்தை நிறைவேற்ற மனு வழங்கினர்.

12.09.1963: முதலமைச்சர் காமராஜர் அவர்கள் சேது சமுத்திரத் திட்டத்தை மத்திய அரசு நிறைவேற்ற வேண்டும் என்று வலியுறுத்தியதன் விளைவாக பிரதமர் ஜவஹர்லால் நேரு தலைமையில் புதுடெல்லியில் நடைபெற்ற அமைச்சரவைக் கூட்டத்தில், இத்திட்டத்தை 4-வது ஐந்தாண்டுத் திட்டத்தில் சேர்க்க முடிவு செய்யப்பட்டது. இத்திட்டத்தை நிறைவேற்ற நாடாளுமன்ற காங்கிரஸ் உறுப்பினராக இருந்த டி.டி. கிருஷ்ணமாச்சாரி, கே.டி. கோசல்ராம் ஆகியோர் முயற்சி எடுத்தனர்.

1967: டாக்டர் நாகேந்திர சிங் குழு அறிக்கை.

23.07.1967: சேது சமுத்திரத் திட்டத்தின் ஒரு பிரிவாக உள்ள தூத்துக்குடித் துறைமுகத் திட்டம், சேலம் இரும்பாலைத் திட்டம் ஆகிய திட்டங்களை நிறைவேற்றக் கோரி முதல்வர் அண்ணா அவர்கள் திராவிட முன்னேற்றக் கழகத்தின் சார்பாக 1967-ஆம் ஆண்டு ஜூலை 23-ஆம் நாளை 'எழுச்சி நாளாக' அறிவித்தார்.

1980: ஜேம்ஸ் ஐசக் கோவில் பிள்ளை அறிக்கை.

1981: எச்.ஆர். லட்சுமி நாராயணன் குழு அறிக்கை.

10.05.1986: சட்டப் பேரவையில் எம்.ஜி.ஆர். ஆட்சிக் காலத்தில், சேது சமுத்திரத் திட்டத்தை விரைவாக நிறைவேற்ற வலியுறுத்தி தீர்மானம் நிறைவேற்றப்பட்டது.

17.04.1989: தமிழக முதலமைச்சர் கலைஞர் அவர்கள் பிரதமர் ராஜீவ்காந்தி அவர்களுக்கு சேது சமுத்திரத் திட்டத்தை வலியுறுத்திக் கடிதம் எழுதினார்.

22.08.1991: பிரதமர் பி.வி. நரசிம்மராவ் அவர்களுக்கு, முதலமைச்சர் ஜெயலலிதா சேதுத் திட்டத்தை வலியுறுத்தி கடிதம் எழுதினார்.

09.09.1991: பிரதமர் பி.வி. நரசிம்மராவ், முதலமைச்சர் ஜெயலலிதாவிற்கு பதில் கடிதம் எழுதினார்.

1996: பல்லவன் ஆலோசனை பணிகள் நிறுவன அறிக்கை.

04.11.1996: ஐக்கிய முன்னணி ஆட்சி நடைபெற்றபோது சேது சமுத்திரத் திட்டம் குறித்து மத்திய தரைவழிப் போக்குவரத்து அமைச்சகத்தில் அமைச்சகங்களுக்கிடையிலான முதற்கூட்டம் நடந்தது.

03.02.1997: சேது சமுத்திரத் திட்டத்தை நிறைவேற்ற தூத்துக்குடித் துறைமுகப் பொறுப்புக் கழகத்தை இணைப்பு முகவராக (Nodal Agency) நியமனம்.

08.10.1997: மத்திய தரைவழிப் போக்குவரத்து அமைச்சகத்தில் நடந்த கூட்டத்தில் இத்திட்டத்தினால் ஏற்படும் சுற்றுச்சூழல் பாதிப்புகள் குறித்து ஆய்வுசெய்ய தேசிய சுற்றுச்சூழல்

பொறியியல் நிறுவனம் (NEERI) கேட்டுக்கொள்ளப்பட்டது. இதே கூட்டத்தில் இத்திட்டத்தை ஒருங்கிணைக்க 'வழிகாட்டும் குழு' (Steering Group) அமைக்கப்பட்டது.

22.06.1998: சேது சமுத்திரத் திட்டத்திற்கான 'வழிகாட்டும் குழு' பலமுறை கூடி விவாதித்தது. இதில், 'நீரி'யின் துணை இயக்குநர் கலந்துகொண்டார்.

15.09.1998: சென்னைக் கடற்கரையில் நடைபெற்ற ம.தி.மு.க. பொதுக் கூட்டத்தில் பிரதமர் வாஜ்பாய் 'சேது சமுத்திரத் திட்டத்தை நிறைவேற்றுவோம்' என அறிவித்தார்.

டி.ச. 1998: 'நீரி'யின் சுற்றுச்சூழல் குறித்து அறிக்கை சமர்ப்பிப்பு. இதில் 4-வது கடல் வழிப்பாதை பரிந்துரை செய்யப்பட்டது.

1999: மத்திய அரசின் நிதிநிலை அறிக்கையில் இத்திட்டத்தின் தொடக்க ஆய்வு பணிகளுக்காக 4.20 கோடி ரூபாய் ஒதுக்கப்பட்டது.

09.03.2001: சுற்றுச்சூழல் விளைவு குறித்த ஆய்வறிக்கைகளின் அடிப்படையில் பணியை தொடங்குவது குறித்து பா.ஜ.க.வைச் சேர்ந்த மத்திய தரைவழிப் போக்குவரத்துத்துறை அமைச்சர் அருண் ஜெட்லி ஒப்புதல் வழங்குதல்.

மே. 2001: அ.தி.மு.க. வெளியிட்ட தேர்தல் அறிக்கையில், 'மத்திய அரசு உடனடியாக சேது சமுத்திரத் திட்டத்தை நிறைவேற்ற வலியுறுத்துவோம்' எனக் கூறியது.

20.12.2001: கப்பல் போக்குவரத்துத்துறை அமைச்சர் வி.பி. கோயல் இத்திட்டம் குறித்து உரிய ஆய்வுகளை பன்னிரண்டு மாத கால அளவில் செய்து முடிக்குமாறு 'நீரி'யிடம் ஒப்படைத்தல்.

2002: அமெரிக்க நாட்டைச் சேர்ந்த 'நாசா' விண்வெளி ஆராய்ச்சி நிறுவனம் புகைப்படங்களை வெளியிட்டது.

மே. 2002: தூத்துக்குடித் துறைமுகப் பொறுப்புக் கழகத்திற்கும், தேசிய சுற்றுச்சூழல் பொறியியல் ஆராய்ச்சி நிறுவனத்திற்கும் ஒப்பந்தம் ஏற்பட்டது.

08.05.2002: சேது சமுத்திரத் திட்டத்தை வலியுறுத்தி தி.மு. கழகத் தலைவர் கலைஞர் அவர்கள், பிரதமர் ஏ.பி. வாஜ்பாய் அவர்களுக்கு கடிதம் எழுதினார்.

17.06.2002: மத்திய கப்பல் போக்குவரத்துத்துறை அமைச்சர் வி.பி. கோயல் மற்றும் சில மத்திய அமைச்சர்கள், நாடாளுமன்ற உறுப்பினர்கள், துறை அதிகாரிகள் ஆகியோர் தூத்துக்குடித் துறைமுகத்தில் கூடி இத்திட்டம் குறித்து விவாதித்தனர். அப்போது, 'நீரி' நடத்திய ஆய்வுகள் குறித்த குறும்படம் திரையிட்டுக் காட்டப்பட்டது. இதில் குறிப்பாக, 6-வது கடல் வழிப்பாதை குறித்து விளக்கமாகக் கூறப்பட்டு விவாதிக்கப்பட்டது.

செப். 2002: இத்திட்டத்திற்கான சுற்றுச்சூழல் பாதிப்பு மதிப்பீடு அறிக்கை மற்றும் தொழில்நுட்ப, பொருளாதார சாத்தியக்கூறு பற்றிய அறிக்கையை 'நீரி' தூத்துக்குடித் துறைமுகப் பொறுப்புக் கழகத்திடம் சமர்ப்பித்தது.

15.10.2002: சேது சமுத்திரத் திட்டத்தை நிறைவேற்றக் கோரி தி.மு.கழகத் தலைவர் கலைஞர் அவர்கள், பிரதமர் ஏ.பி. வாஜ்பாய் அவர்களுக்கு மீண்டும் நினைவூட்டல் கடிதம் எழுதினார்.

23.10.2002: மத்திய அரசின் அன்றைய கப்பல் போக்குவரத்துத் துறை இணை அமைச்சர் சு. திருநாவுக்கரசர் இத்திட்டத்தின் முன்னேற்றம் குறித்து பரிசீலனை செய்தார்.

25.10.2002: மத்திய இணையமைச்சர் சு. திருநாவுக்கரசர், "தனுஷ்கோடி தீவிலிருந்து தொலைவில் விலகிச் செல்கின்ற, குறிப்பாக ஆதாம் பாலம் வழியாக செல்கின்ற இணைப்புப் பாதைதான் சிறப்பான தேர்வாக இருக்கும்" என்று முடிவுசெய்து, அதுபற்றிய குறிப்பை மத்திய அரசின் கப்பல் போக்குவரத்துத்துறை அமைச்சர் வி.பி. கோயலுக்கு அனுப்பி வைத்தார்.

29.10.2002: மத்திய அமைச்சர் சு. திருநாவுக்கரசர் அவர்களின் பரிந்துரைக்கு, மத்திய அமைச்சர் வி.பி. கோயல் தமது ஒப்புதலை அளித்தார்.

23.09.2003: நாடாளுமன்ற உறுப்பினர் பேராசிரியர் சங்கரலிங்கத்திற்கு, அன்றைய மத்திய கப்பல் போக்குவரத்துத் துறை அமைச்சர் சத்ருக்கன் சின்ஹா எழுதிய கடிதத்தில், "பாம்பன் தீவிற்கு கிழக்கே ஆதாம் பாலம் வழியாகச் செல்கின்ற புதிய கடல் வழிப் பாதையில் திட்டம் மேற்கொள்ளப்படும். இத்திட்டத்திற்கான சுற்றுச்சூழல் பாதிப்பு 'ஆய்வு விரைவு அறிக்கை' ஒன்றை, தேசிய சுற்றுச்சூழல் பொறியியல் ஆராய்ச்சி நிறுவனம் அனுப்பியுள்ளது" எனவும் தெரிவித்தார்.

செப் 2003: 'நீரி', சுற்றுச்சூழல் பாதிப்பு மதிப்பீட்டு ஆய்வு விரைவு அறிக்கையை அனுப்பி வைத்தது. அந்த அறிக்கையின் இறுதியில் 6-வது கடல் வழிப் பாதையை ஏற்றுக்கொள்வதே சிறந்தது என்றும் பரிந்துரை செய்தது.

31.03.2004: பல்வேறு சாதகமான அம்சங்களை ஆய்வுசெய்து (தற்போது சர்ச்சைக்கு உள்ளாக்கப்பட்டுள்ள) 6-வது கடல் வழிப்பாதைக்கு சுற்றுச்சூழல் இசைவு வழங்கப்பட்டது. அப்போது பா.ஜ.க. தலைமையிலான தேசிய ஜனநாயக முன்னணி ஆட்சி நடைபெற்றது குறிப்பிடத்தக்கது.

22.05.2004: மத்தியில் ஐக்கிய முற்போக்குக் கூட்டணி ஆட்சி டாக்டர் மன்மோகன் சிங் அவர்கள் தலைமையில் அமைந்தது.

02.09.2004: சேதுத் திட்டத்திற்காக 2,427 கோடி ரூபாய் நிதியை ஐக்கிய முற்போக்குக் கூட்டணி அரசு ஒதுக்கியது.

07.09.2004: தமிழகத்தில் 14 இடங்களில் தமிழ்நாடு மாசுக் கட்டுப்பாட்டு வாரியம் இத்திட்டம் குறித்து பொது விசாரணை நடத்தியது. அப்போது, பொதுமக்கள் யாரும் இந்தத் திட்டத்தை எதிர்த்து எந்தக் கருத்தும் கூறவில்லை. 07.09.2004 முதல் 16.09.2004 வரை, 19.11.2004 முதல் 30.11.2004 வரை, 28.01.2005, 02.02.2005 ஆகிய நாட்களில் பொது விசாரணை தமிழகம் முழுவதும் நடைபெற்றது.

08.09.2004: சேது சமுத்திரத் திட்டத்தை முடக்கி வைக்க அன்றைய முதலமைச்சர் ஜெயலலிதா எடுத்த நடவடிக்கைகளை

கண்டித்து, தமிழ்நாடு காங்கிரஸ் கமிட்டித் தலைவர் ஜி.கே. வாசன் கண்டன அறிக்கை வெளியிட்டார்.

06.12.2004: சேது சமுத்திரக் கழகம் பதிவு செய்யப்பட்டது.

17.12.2004: ஒ. பெர்னாண்டஸ் என்பவர் மீனவர்கள் பாதிக்கப்படுவதாகக் கூறி தொடுத்த வழக்கில் தடையாணை வழங்க சென்னை உயர்நீதிமன்றம் மறுப்பு.

2002–2005: இந்திய மண்ணியல் ஆய்வுத்துறை சேது சமுத்திரத் திட்டத்திற்கான ஆய்வுகளை நிகழ்த்தியது.

30.06.2005: ஒ. பெர்னாண்டஸ் என்பவர் சேது திட்டத்திற்கான மத்திய சுற்றுச்சூழல் வனத்துறை அமைச்சகத்தின் ஆணையை எதிர்த்து சென்னை உயர்நீதி மன்றத்தில் தொடரப்பட்ட வழக்கு தள்ளுபடி செய்யப்பட்டது. (W.P. No. 21532 of 2005)

02.07.2005: சேது சமுத்திரத் திட்டத் துவக்க விழா மதுரை வண்டியூரில் நடைபெற்றது. இத்திட்டத்தை பிரதமர் டாக்டர் மன்மோகன் சிங் துவக்கி வைத்தார். இதில், ஐக்கிய முற்போக்குக் கூட்டணியின் தலைவர் திருமதி. சோனியா காந்தி அவர்களும் தி.மு.கழகத் தலைவர் கலைஞர் அவர்களும் மற்றும் அனைத்து கட்சித் தலைவர்களும் பங்கேற்றனர்.

26.09.2005: சென்னை உயர்நீதிமன்றத்தின் ஆணையை எதிர்த்து உச்சநீதிமன்றத்தில் தாக்கல் செய்யப்பட்ட சிறப்பு அனுமதி மனு (Special Leave Petition - Civil - 19176 of 2005 & 20758 of 2005) மீதான விசாரணையில் சேது சமுத்திரத் திட்டத்திற்குத் தடை வழங்க மறுத்துவிட்டது.

17.12.2005: சூயஸ் கால்வாய் நிறுவனத்துடன் தூத்துக்குடித் துறைமுகப் பொறுப்புக் கழகம் புரிந்துணர்வு ஒப்பந்தத்தில் கையெழுத்திட்டது.

12.12.2006: மத்திய அமைச்சர் டி.ஆர். பாலு, சேது சமுத்திரத் திட்டத்திற்கான அகழ்வுப் பணிகளைத் துவக்கி வைத்தார்.

13.05.2007: சென்னை உயர்நீதிமன்றத்தில் சுப்பிரமணிய சுவாமி இத்திட்டத்தை எதிர்த்து தொடுத்த வழக்கில் தடையாணை வழங்க மறுப்பு.

31.08.2007: சேது சமுத்திரத் திட்டத்திற்கு உச்ச நீதிமன்றம் இடைக்கால தடை வழங்கியது. இத்திட்டத்தின் கீழ் வரும் ஆதாம் பாலம் பகுதியில் மட்டும் அகழ்வுப் பணியை நிறுத்தி வைக்குமாறு உச்சநீதிமன்றம் தடையாணை பிறப்பித்தது.

11.09.2007: இந்தியத் தொல்பொருள் ஆய்வுத்துறை, உச்சநீதிமன்றத்தில் மனுவை சமர்ப்பித்தது.

12.09.2007: இந்தியத் தொல்பொருள் ஆய்வுத்துறை, உச்சநீதி மன்றத்தில் சமர்ப்பித்த மனுவைத் திரும்பப் பெற்றுக்கொண்டது.

14.09.2007: உச்சநீதிமன்றத்தில் சேது திட்டத்தை எதிர்த்து ஜெயலலிதா வழக்குத் தொடுத்தார். உச்சநீதிமன்றம் பிறப்பித்த ஆணையின் பேரில் 'அறிஞர் குழு' (Committee of Eminent Persons) அமைக்கப்பட்டது.

20.09.2007: நெல்லையில் நடைபெற்ற பா.ஜ.க. கூட்டத்தில், 'சேது சமுத்திரத் திட்டத்தை நிறைவேற்ற அனுமதிக்க மாட்டோம்' என எல்.கே. அத்வானி பேசினார்.

23.09.2007: சேது சமுத்திரத் திட்டத்தை கடுமையாக எதிர்த்து அ.தி.மு.க. பொதுச்செயலாளர் ஜெயலலிதா அறிக்கை.

05.10.2007: 'நாசா' உயர் அதிகாரி மார்க்ஹெஸ் அளித்த பேட்டியில், 'படங்களை நாங்கள் வெளியிட்டோம். ஆனால், அதற்கான விளங்கங்கள் எங்களுடையதல்ல' என மறுத்தார்.

05.03.2008: உச்சநீதிமன்றத்தில் மத்திய கப்பல் தரைவழிப் போக்குவரத்து அமைச்சகச் செயலர் ஏ.பி.வி.என். ஷர்மா, எதிராணை உறுதிமொழியை தாக்கல் செய்தார்.

தற்போது, சேது சமுத்திரத் திட்டத்திற்கு எதிரான வழக்கு உச்சநீதிமன்ற விசாரணையில் உள்ளது. விசாரணையின்போது உச்சநீதிமன்ற நீதிபதிகள் இரண்டு ஆலோசனைகளை

வழங்கியுள்ளனர். ஒன்று, இந்திய தொல்பொருள் ஆய்வுத்துறையின் மூலம் ராமர் பாலம் இருந்ததா என்று ஆய்வுசெய்ய வேண்டும். மற்றொன்று, சேது சமுத்திரத் திட்டத்தை நிறைவேற்ற ஆறாவது வழித்தடத்தை தவிர்த்து வேறு வழித்தடம் மூலம் நிறைவேற்ற முயலவேண்டும்.

சேது சமுத்திரத் திட்டம் குறித்த இந்திய தொல்பொருள் ஆய்வுத்துறை ஏற்கனவே உச்சநீதிமன்றத்தில் தாக்கல் செய்து திரும்பப் பெறப்பட்ட எதிராணை உறுதிமொழி ஆவணத்தில், "ஆதாம் பாலம்" என்று குறிப்பிடப்படுகின்ற மணற்திட்டு அமைப்புகள், மனிதனால் கட்டப்பட்டவை அல்ல. பெரும்பாலும் அவை மணற்திடர்களாலும் மண் குவியலாலும் இயற்கையாக ஏற்பட்டிருக்கக் கூடும்.

"வரலாற்றுத் தன்மையைப் பொறுத்தவரையில், 'ராமர், பாலத்தைக் கட்டினார்' என்ற கூற்றுக்கு எவ்விதச் சான்றும் இல்லை" என்று தெளிவாக குறிப்பிடப்பட்டிருந்தது. இதற்குப் பிறகு, மீண்டும் இந்திய தொல்பொருள் ஆய்வுத்துறைக்கு இதில் என்ன பணியிருக்கிறது என்று தெரியவில்லை.

அதேபோல, ஆறாவது வழித்தடம் என்பது பாரதிய ஜனதா கட்சியின் ஆட்சிக் காலத்தில்தான் தேர்வு செய்யப்பட்டது. மற்ற ஐந்து வழித்தடங்களையும் நிராகரித்ததும் பாரதிய ஜனதா கட்சி ஆட்சிதான். மற்ற வழித்தடங்களின் மூலமாக இந்தத் திட்டத்தை நிறைவேற்றுவதற்கு வாய்ப்பு இல்லாத நிலையில்தான் ஆறாவது வழித்தடம் தேர்வுசெய்யப்பட்டது. இது பாரதிய ஜனதா கட்சி ஆட்சிக் காலத்தில் தேர்வு செய்யப்பட்டிருந்தாலும், இதைத் தேர்வு செய்து அன்றைய ஆட்சிக்கு பரிந்துரை செய்தது தேசிய சுற்றுச்சூழல் பொறியியல் ஆராய்ச்சி நிறுவனம்தான் (NEERI, Nagpur). இந்த நிறுவனம் தன்னாட்சி அதிகாரம் கொண்ட சுயேட்சையான அமைப்பாகும். இந்த அமைப்பு தொழில்நுட்ப ரீதியாகவும் சுற்றுச்சூழல் தன்மையைப் பொறுத்தும் ஆறாவது வழித்தடத்தை தேர்வு செய்தது.

கடந்த 15-08-1998 அன்று தமிழகத்தில் அ.தி.மு.க - ம.தி.மு.க- பா.ஜ.க கூட்டணியில் வெற்றி பெற்று பிரதமராகிய வாஜ்பாய்

சேதுகால்வாய் நிறைவேற்றப்படும் என்று ம.தி.மு.க அண்ணா பிறந்தநாள் பேரணியில் சென்னை மெரினா கடற்கரையில் என் ஏற்பாட்டில் வைகோ தலைமையில் நடந்த இந்த நிகழ்வில் அறிவித்தார்.

அன்றைக்கு கூட்டணிக்கட்சி தலைவராக இருந்த ஜெயலலிதா இந்நிகழ்ச்சியில் கலந்துகொள்ளாமல் தனியாக திண்டுக்கல்லில் அ.தி.மு.க. சார்பில் அண்ணா பிறந்தநாளை அதேநாளில் நடத்தினார்.

ம.தி.மு.க.வில் பிரிந்த நாங்கள் குறிப்பாக வைகோ வாஜ்பாயை வரவேற்க சென்னை விமான நிலையத்திற்கு சென்றபோது, 6 ஆண்டுகளுக்குபின் கலைஞரை 15.8.1988-ல் சந்தித்தோம் என்பது குறிப்பிடத்தக்கது.

வாஜ்பாய் சேது கால்வாய் திட்டத்தை அறிவித்தபின், மத்திய பட்ஜெட்டில் நிதி அமைச்சர் எஸ்.என். யஷ்வந்த் சின்ஹா சேது சமுத்திர திட்டத்திற்கு நிதி ஒதுக்கினார்.

சுப்பிரமணிய சுவாமி போன்றவர்களுடைய வழக்கினால் மன்மோகன் சிங் ஆட்சி காலத்திலும் இதில் சரியாக ஏதோவொரு காரணத்தினால் ஆர்வம் காட்டாமல், மத்திய கலாச்சார துறை அமைச்சகம் முறையாக வழக்கில் கவனம் செலுத்தி இருந்தால் இதில் சுணக்கம் இருக்காது.

எனவே, தமிழக மக்களின் 150 ஆண்டுகால கனவுத் திட்டமான சேது சமுத்திரத் திட்டத்தை நிறைவேற்றாமல் தடுக்க மதவாத சக்திகளின் சதித்திட்டத்தை முறியடிப்பதற்குத் தமிழக மக்கள், கட்சி எல்லைகளைக் கடந்து ஓரணியில் திரள வேண்டிய காலக்கட்டம் நெருங்கிவிட்டது.

கால்வாய் வெட்ட செலவு எவ்வளவு?

* சர்வதேச கடல்வழி வர்த்தகத்தின் முக்கிய பாதையாக விளங்கும் பனாமா கால்வாய் 170 நாடுகளையும், 2,000 துறைமுகங்களையும் இணைக்கிறது.

* இந்த கால்வாய் கட்டப்படுவதற்கு முன் அமெரிக்காவின் கிழக்கு கடற்கரை பகுதியில் உள்ள நியூயார்க்கில் இருந்து மேற்கு கடற்கரை பகுதியில் உள்ள சான்பிரான்சிஸ்கோவுக்கு கப்பல்கள் போகவேண்டுமானால், தென் அமெரிக்க கண்டத்தை சுற்றி சுமார் 19,400 கி.மீ. பயணம் செய்துதான் செல்ல வேண்டும். இந்த கால்வாய் வெட்டப்பட்டதன் மூலம் இந்த பயண தூரம் 6,500 கி.மீட்டராக குறைந்துவிட்டது. எனவே புனாமா கால்வாயால் அதிக பயனடையும் நாடு அமெரிக்காதான். அதனால்தான் கால்வாய் வெட்டுவதில் அமெரிக்கா அதிக அக்கறை காட்டியது.

* கால்வாய் வெட்டுவதற்காக அமெரிக்கா செலவிட்ட தொகை 37 கோடியே 50 லட்சம் டாலர். முதலில் கால்வாயை வெட்ட தொடங்கிய பிரான்சு நிறுவனம், சிறிதளவு பணியை செய்து இருந்ததால், அதற்காக மட்டும் அந்த நிறுவனத்துக்கு அமெரிக்கா 4 கோடி டாலர் கொடுத்தது. மேலும் பனாமாவின் நிலத்தை பயன்படுத்திக் கொள்வதற்காக அந்த நாட்டு அரசுக்கு 32 கோடியே 52 லட்சம் டாலர் வழங்கியது.

* உலகில் கடல் வழியாக நடைபெறும் சரக்கு போக்குவரத்தில் 6 சதவீதம் பனாமா கால்வாய் வழியாக நடைபெறுகிறது.

* ஒரு நாளைக்கு 35 முதல் 40 கப்பல்கள் பனாமா கால்வாயை கடந்து செல்கின்றன. ஒரு கப்பல் கால்வாயை கடக்க 8 முதல் 10 மணி நேரம் ஆகிறது.

இதுக்கு கீழே இது ஆடு

பேராசிரியர் அ. சீநிவாசராகவன் முதல்வராக இருந்த தூத்துக்குடி வ.உ.சி. கல்லூரியின் வெள்ளி விழாவை 1972-இல் அக்கல்லூரியின் அன்றைய தாளாளரும், காங்கிரஸ் தலைவர்களில் ஒருவருமான மறைந்த ஏ.பி.சி. வீரபாகு சிறப்பாக நடத்தினார். இந்நிகழ்ச்சியில் அன்றைய பிரதமர் இந்திரா காந்தி, அன்றைய

தமிழக முதல்வர் கலைஞர் ஆகியோர் கலந்துகொண்டனர். அவ்விழாவையொட்டி, தூத்துக்குடி பிரமுகர்கள் பிரதமரின் பார்வைக்குச் சேதுக் கால்வாய்த் திட்டத்தைப் பற்றி ஆங்கிலத் துண்டறிக்கையை வெளியிட்டிருந்தனர். அதைப் பார்த்தபொழுது அதைப் பற்றி அறிய வேண்டும் என்ற அவா எனக்கு ஏற்பட்டது.

1980–ஆம் ஆண்டு தமிழ்நாடு காங்கிரஸ் (கா) சார்பில் பழ. நெடுமாறன் அவர்கள் சேது சமுத்திரக் கால்வாய்க்காகக் கருத்தரங்கங்களும், போராட்டங்களும் நடத்தியபொழுது இத்திட்டம் பற்றிய விவரங்கள் அதிகம் கிடைத்தன. திருச்சி தேவர் அரங்கத்தில் நெடுமாறன் அமரகவி பாரதி நூற்றாண்டு விழா நடத்தினார். அந்நிகழ்ச்சிக்கு 'தீபம்' ஆசிரியர் நா. பார்த்தசாரதி அவர்களைத் திருச்சிக்கு அழைத்துக்கொண்டு சென்ற பொழுது இத்திட்டம் பற்றி அவர் விரிவாகச் சொல்லி 'மகாகவி பாரதியின் கனவு நனவாக வேண்டும்' என்று இரயில் வண்டியில் என்னிடம் சொல்லிக் கொண்டே வந்தார். இது குறித்து 'தினமணி'யில் விரிவான கட்டுரையை நான் 80களின் தொடக்கத்தில் எழுதினேன். அம்மாதிரி இத்திட்டம் குறித்த கட்டுரைகளை Sunday Observer, சங்கொலி, புதிய பார்வை போன்ற பல ஏடுகளில் தொடர்ந்து எழுதினேன். இப்பிரச்சனையில் வைகோவின் பங்களிப்பு முக்கியமானதாகும், இத்திட்டம் நிறைவேற்றப்பட வேண்டுமென்று தமிழகத்தில் அனைத்துக் கட்சிகளும் விரும்பியபொழுதும் காலந்தாழ்த்தித் தற்பொழுது நடைமுறைக்கு வந்துள்ளது மகிழ்ச்சியான செய்தியாகும். மும்பையை நாவா துறைமுகத்துடன், 22.5 கிலோமீட்டர் நீளமுள்ள கடலை இணைக்கும் திட்டம், மகாராஷ்டிராவில் குரல் கொடுத்தவுடன் இன்றைக்கு நடைமுறைப்படுத்தப்பட்டுள்ளது. சுவீடனையும், டென்மார்க்கையும் கடல் வழியே இணைக்கும் பாலம்தான் உலகின் முதல் நீண்ட பாலமாகும். அதற்கு அடுத்தபடியாக மும்பையில் அமைக்கப்படுகின்ற இந்தப் பாலம் இரண்டாவது பாலமாகும். மகாராஷ்டிராவில் கேட்டவுடன் திட்டத்திற்கு அனுமதி கிடைத்துவிட்டது. தமிழகத்தில் சேதுக்

கால்வாய்த் திட்டம் நிறைவேறக் கிட்டத்தட்ட 150 ஆண்டுகள் காத்திருக்க வேண்டிய நிலைமை வேதனை தரும் செய்தியாகும். தென் தமிழ்நாடு மட்டுமல்லாமல் இத்திட்டத்தால் இந்திய துணைக்கண்டமே வளம்பெறும்.

அணிந்துரை வழங்கிய பெருந்தகைகள் திரு.பழ. நெடுமாறன், திரு.தி.க. சிவசங்கரன், திரு.டி.கே. ரெங்கராஜன் ஆகியோருக்கு எனது நெஞ்சார்ந்த நன்றிகள்.

இந்த முயற்சிக்கு ஆலோசனைகள் வழங்கி உதவிய காந்தளகம் நிறுவனர் மறவன்புலவு திரு.க. சச்சிதானந்தம் அவர்களுக்கு நன்றி.

இத்திட்டம் குறித்து இச்சிறு வெளியீட்டை வெளியிடுவதில் மகிழ்ச்சி அடைகின்றேன். மெய்ப்புத் திருத்திய திரு. பல்லவன். இம்முயற்சிக்குத் துணையாக இருந்த பாரதி புத்தகாலயம், திரு. நாகராஜன் அவர்களுக்கு நன்றி.

இந்திய விடுதலை நாள் - 2005,
சென்னை -600 041

கே.எஸ். இராதாகிருஷ்ணன்
வழக்கறிஞர்,
தலைவர், பொதிகை – பொருநை – கரிசல்

சேதுக் கால்வாய்த் திட்டம் வரலாறு

கிட்டத்தட்ட 150 ஆண்டுகள் கிடப்பில் போடப்பட்ட சேதுக் கால்வாய்த் திட்டம் நடைமுறைக்கு வந்துவிட்டது. இத்திட்டம் வரக்கூடாது என்று உள்ளேயும் வெளியேயும் இருந்து சில சக்திகள் தொடர்ந்து தடுத்து வந்தன. சேதுக் கால்வாய் என்பது, மணல் சேர்ந்து சேர்வையானது. சேர்வை என்று அழைக்கப்பட்ட மன்னர்கள் ஆண்டனர். சேர்வை மருவி சேதுபதிகள், சேது நாடு ஆனது என்று பலர் குறிப்பிடுகின்றனர். எனவே அப்பகுதியில் உள்ள கோதண்டராமர் கோவில் அருகே இக்கால்வாய்க்குப் பிரதான பணிகள் நடைபெற இருப்பதால் சேதுக் கால்வாய் என்று அழைக்கப்படுகின்றது.

சேதுக் கால்வாய்த் திட்டத்தை ரூ.2470.40 கோடி மதிப்பீட்டில் நிறைவேற்ற மத்திய அமைச்சரவை ஒப்புதல் அளித்தது மகிழ்ச்சியான செய்தியாகும். இந்த மதிப்பீட்டுக்குத் தேவையான செலவுத் தொகையை மத்திய அரசு துறைமுகப் பொறுப்புக் கழகங்கள், இந்தியக் கப்பல் கழகம், தனியார் பங்குகளின் மூலம் திரட்டப்படும் என்று அறிவிக்கப்பட்டுள்ளது.

சேது சமுத்திரத் திட்டம் நிறைவேற்றப்பட்ட வேண்டும் என அனைத்துத் தமிழகக் கட்சிகளும் தங்களது தேர்தல் அறிக்கை மற்றும் மாநாட்டுத் தீர்மானங்கள் மூலம் தொடர்ந்து நீண்ட காலமாக வலியுறுத்தி வந்தன. பிரதமர் மன்மோகன் சிங் தலைமையில் உள்ள ஐக்கிய முற்போக்குக் கூட்டணி அரசின் அமைச்சரவை இத்திட்டத்தை நிறைவேற்ற உத்தரவு அளித்து உரிய ஆணைகள் பிறப்பிக்கப்பட்டுள்ளன. வாஜ்பாய் பிரதமராக இருந்தபொழுது 1998-இல் இத்திட்டம் நிறைவேற்றப்படும் எனச் சென்னையில் நடைபெற்ற

மறுமலர்ச்சி தி.மு.க.வின் அண்ணா பிறந்தநாள் மாநாட்டில் அறிவித்தார். பா.ஜ.க. அரசு தனது நிதிநிலை அறிக்கையில் இத்திட்டத்தைப் பற்றி ஆய்வு செய்ய நிதியை ஒதுக்கியது.

மத்திய அமைச்சரவையின் ஒப்புதலுக்குப் பின்பு மத்திய தரைவழிப் போக்குவரத்துத் துறை அமைச்சர் டி.ஆர். பாலு இதற்கான ஆய்வுப் பணிகளை மேற்கொண்டார்.

89 கி.மீ. தூர அளவுக்கு 82.5 மில்லியன் கியூபிக் மீட்டர் அளவு தூர்வாரப்படும் என்று தெரிவிக்கப்பட்டுள்ளது. இரண்டு கப்பல்கள் செல்லக் கூடிய அளவில் 300 மீட்டர் அளவான ஆழம் இருக்குமென்று உத்தேசிக்கப்பட்டுள்ளது. இக்கால்வாய் இரண்டு வழி போக்குவரத்தாக அமையும்.

இக்கால்வாய் வெட்டும்போது இத்திட்டத்தின் சுற்றுச் சூழலை நான்கு மணி நேரத்திற்கு ஒருமுறை நீர் சோதனை செய்ய 24 கோடி ரூபாய் ஒதுக்கீடு செய்யப்பட்டுள்ளது. கொச்சி கடல் மீன்வள ஆய்வுக் கழகம், மண்டபம் மத்திய கால மின் வேதியியல் ஆய்வுக் கழகம், காரைக்குடி அழகப்பா தொழில் நுட்பக் கழகம், பறங்கிப்பேட்டை கடல்கள் உயிரியல் உயர்நிலை ஆய்வு மய்யம், கன்னியாகுமரி சுகந்தி தேவதாசன் கடல் சார் ஆய்வுக் கழகம் ஆகிய இந்த ஐந்து அமைப்புகளும் சுற்றுச்சூழல் குறித்தும், மன்னார் வளைகுடாவில் உள்ள உயிரினப் பாதுகாப்புக் குறித்தும், நீர்ப் படிம நிலை குறித்தும் சோதனைகளை மேற்கொள்ளுகிறார்கள்.

இத்திட்டத்திற்கான அகழ்வுப் பணி ஒப்பந்தம் 25-6-2005-இல் மதுரையில் சேது சமுத்திரத் திட்ட நிறுவனத்தின் தலைவர் ரகுபதியும், இந்திய அகழ்வு நிறுவனத் தலைவர் என்.கே. குப்தாவும் மத்திய அமைச்சர் டி..ஆர். பாலு முன்னிலையில் ஒப்பந்தத்தில் கையொப்பமிட்டனர். இந்த ஒப்பந்தத்தில் சேது சமுத்திரத் திட்டத்திற்கான கடலில் மொத்தம் 82.5 மில்லியன் கன மீட்டர் தூரம் தூர்வார வேண்டுமென்றும், இதில் 12.56 மில்லியன் கன மீட்டர் தூர்வாரும் ஒப்பந்தப் பணிக்கு உலக அளவில் ஒப்பந்தப் புள்ளி கோரப்பட உள்ளது.

சூயஸ் கால்வாய் நிர்வாகத்துடன் கலந்து ஆலோசனையைப் பெற்றுப் பணிகள் மேற்கொள்ளப்படும். இத்திட்டத்திற்கான செலவுத் தொகையைச் சேகரித்து ஒழுங்குப்படுத்தும் பொறுப்பு யு.டி.ஐ. வங்கியிடம் வழங்கப்பட்டுள்ளது.

இத்திட்ட அடிக்கல் நாட்டு விழா மதுரை வண்டியூரில் 2-7-2005-இல் நடைபெற்றது. இத்திட்டத் தொடக்கப் பணிகளைப் பிரதமர் மன்மோகன் சிங் தொடக்கி வைத்தார். இந்நிகழ்ச்சிக்குச் சோனியா காந்தி, கலைஞர் முன்னிலை வகித்தனர். இந்த விழாவிற்கு மத்திய அமைச்சர் டி.ஆர். பாலு தலைமை தாங்க, ஜி.கே. வாசன், வைகோ, என். வரதராஜன், தா. பாண்டியன் மற்றும் மத்திய அமைச்சர்கள் பங்கேற்றனர்.

அடிக்கல் நாட்டு விழா நாளில் இத்திட்டத்திற்கு எதிர்ப்பாகத் தேவையற்ற ஆர்ப்பாட்டங்கள் நடைபெற்றன. மதுரை வடக்கு மேற்கு மாசிவீதி சந்திப்பில் இந்த ஆர்ப்பாட்டக்காரர்கள் காவல்துறையால் கைது செய்யப்பட்டனர்.

இந்த விழா நாளன்று வேதாரண்யம் அருகிலுள்ள கோடியக்கரையில் தூர்வாரும் பணி உடனே தொடங்கப்பட்டது. ஒரு தடவை மண் அள்ள சுமார் ஐந்து மணிநேரம் என்ற கணக்கில் ஒருநாளைக்கு நான்கு தடவை மண் எடுக்கப்பட்டு முப்பது கிலோமீட்டருக்கு அப்பால் கொண்டு சென்று கொட்டப்படும்.

சேதுக் கால்வாய்த் திட்டம் என்பது, பாக் ஜலசந்தியையும் மன்னார் வளைகுடாவையும் இணைக்கும் ஆடம்ஸ் பாலத்தின் குறுக்கே வெட்டப்பட வேண்டிய கால்வாயின் பெயராகும். இப்பகுதியை ஆழப்படுத்தி மணலை எடுத்துச் சரிசெய்வதுதான் பிரதானப் பணியாகும்.

சேதுக் கால்வாய்த் திட்ட வரலாறும் பல்வேறு குழுக்களும்

சேது சமுத்திரக் கால்வாய் அமைப்பதற்காக 1860-ஆம் ஆண்டில் இருந்து பல்வேறு திட்டங்கள் வடிவமைக்கப்பட்டன. விடுதலைக்கு முந்தைய ஆண்டுகளில் ஒன்பது திட்டங்கள்

உருவாக்கப்பட்டன. நாடு சுதந்திரம் பெற்றபின் சேது சமுத்திரத் திட்டத்தை நிறைவேற்றத் தொடர்ந்து முயற்சிகள் மேற்கொள்ளப்பட்டு வந்தன.

விடுதலைக்கு முந்தைய திட்டங்கள்:

கமாண்டர் டெய்லர் திட்டம் (1860): ஆங்கிலேய இந்திய கடற்படையைச் சேர்ந்த கமாண்டர் டெய்லர் 1860-ஆம் ஆண்டு முதலாவது சேது சமுத்திரத் திட்டத்தை உருவாக்கினார். பாம்பனுக்கு 12 மைல் மேற்கில் கால்வாய் அமைக்கும் இத்திட்டத்திற்கு 15 இலட்சம் பிரிட்டிஷ் பவுண்ட் செலவாகும் என மதிப்பிடப்பட்டு இருந்தது.

டவுன்ஸ்டன் திட்டம் (1861): பாம்பன் நீர்வழியை ஆழப்படுத்திக் கால்வாய் அமைக்கும் திட்டத்தை 1861-ஆம் ஆண்டு டவுன்ஸ்டன் என்பவர் சமர்ப்பித்தார். நடைமுறை சாத்தியக்கூறு இல்லை என்பதால் இத்திட்டம் கைவிடப்பட்டது.

நாடாளுமன்றக் குழு திட்டம் (1862): ஆங்கிலேய அரசால் நியமிக்கப்பட்ட நாடாளுமன்றக் குழு இராமேஸ்வர தீவின் குறுக்கே கால்வாய் அமைக்கும் திட்டத்தை 1862-ஆம் ஆண்டு வடிவமைத்தது. பாம்பனுக்கு இரண்டு மைல் கிழக்கே இந்தக் கால்வாய்ப் பாதை அமைய இத்திட்டம் பரிந்துரை செய்திருந்தது.

சர் வில்லியம் டென்னிசன் திட்டம் (1863): சென்னை மாகாணத்தின் ஆளுநர் பொறுப்பு வகித்த சர் வில்லியம் டென்னிசன் 1863-ஆம் ஆண்டு மற்றும் ஒரு திட்டத்தை உருவாக்கினார். முந்தைய நாடாளுமன்றக் குழு திட்டத்தில் பரிந்துரைக்கப்பட்டு இருந்த பாதைக்கு மேலும் ஒரு மைல் கிழக்கே கால்வாய் அமைக்க இவர் யோசனை தெரிவித்தார்.

ஸ்டோர்டர்ட் திட்டம் (1871): 1872-ஆம் ஆண்டு நாடாளுமன்றக் குழு பரிந்துரைத்த திட்டத்தைப் போன்ற புதிய திட்டத்தை ஸ்டோர்டர்ட் என்பவர் 1871-ஆம் ஆண்டு வடிவமைத்தார்.

ராபர்ட்சன் திட்டம் (1872): 1872-ஆம் ஆண்டு அப்போதைய இந்தியாவிற்கான துறைமுகப் பொறியாளர் ராபர்ட்சன் என்பவர் பாம்பனில் இருந்து ஒரு மைல் தொலைவில் கால்வாய் அமைக்கும் திட்டத்தை உருவாக்கினார்.

சர் ஜான் கோடே திட்டம் (1884): இங்கிலாந்து நாட்டின் தென் இந்திய கப்பல் கால்வாய் துறைமுக நிறுவனம் தமது ஆலோசனைப் பொறியாளர் சர் ஜான் கோடே மூலம் புதிய திட்டமொன்றை 1884-ஆம் ஆண்டு உருவாக்கியது.

இரயில்வே பொறியாளர் திட்டம் (1903): தென்னிந்திய இரயில்வே நிறுவனம் தமது பொறியாளர்களைக் கொண்டு 1903-ஆம் ஆண்டு புதிய சேது சமுத்திரத் திட்டத்தை உருவாக்கியது.

சர் ராபர்ட் பிரிஸ்டோ திட்டம் (1922): இருபது ஆண்டுகளுக்குப் பிறகு சென்னை மாகாணத்தின் துறைமுகப் பொறியாளரான சர் ராபர்ட் பிரிஸ்டோ என்பவர் சேது சமுத்திரம் குறித்த முந்தைய திட்டங்களை விரிவாக ஆராய்ந்து 1922-ஆம் ஆண்டு புதிய திட்டமொன்றைச் சமர்ப்பித்தார்.

விடுதலைக்குப் பிந்தைய திட்டங்கள்:

சேது சமுத்திர திட்டக்குழு (1956): சர்.ஏ. இராமசாமி முதலியார் தலைமையிலான சேது சமுத்திரத் திட்டக்குழு 1956-ஆம் ஆண்டு ரூ.8.18 கோடி மதிப்பீட்டிலான புதிய திட்டமொன்றை உருவாக்கியது. இக்குழுவில் ஆர்.ஏ. கோபாலசாமி ஐ.சி.எஸ். செயலாளராகவும், முகர்ஜி, சட்டர்ஜி ஆகியோர் உறுப்பினர்களாகப் பணியாற்றினர். மண்டபத்தில் நிலம் வழியாக 26 அடி கால்வாய் அமைக்க இக்குழு பரிந்துரை செய்திருந்தது.

தூத்துக்குடியில் ஆழ்கடல் துறைமுகத்தை அமைப்பது மற்றும் சேது சமுத்திரக் கால்வாய் உருவாக்குவது ஆகிய பணிகளை ஒரே திட்டமாக மேற்கொள்ள இக்குழு பரிந்துரை செய்திருந்தது.

கேப்டன் எச். ஆர். டேவிஸ் என்பவர் 1959-ஆம் ஆண்டு இத்திட்டத்தில் சில மாற்றங்கள் செய்தார். 1963-ஆம் ஆண்டு சென்னை மாகாண அரசு தமது துறைமுக அதிகாரி மூலம் 21 கோடி ரூபாய் மதிப்பீட்டிலான திட்டத்தை வடிவமைத்தது.

1963-ஆம் ஆண்டு தூத்துக்குடி துறைமுகத் திட்டத்திற்கு அனுமதி வழங்கிய இந்திய அரசு சேது சமுத்திரத் திட்டத்தை நான்காவது ஐந்தாண்டு திட்டத்தின் கீழ் முன்னுரிமை நடவடிக்கையாக மேற்கொள்ளத் தீர்மானித்தது. ஆனால், இத்திட்டத்தைக் கிடப்பில் போடப்பட்டு, தூத்துக்குடி துறைமுகத் திட்டத்தை மட்டும் மத்திய அரசு செயல்படுத்தியது.

வி.சி.வெங்கடேஸ்வரன் குழு (1965): வி.சி.வெங்கடேஸ்வரன் தலைமையில் அமைந்த குழு இத்திட்டத்தின் செலவு 37 கோடி ரூபாய் என மதிப்பிட்டது. வருட வருமானம் ஒன்றரைக்கோடி ரூபாய் எனத் தெரிவித்தது.

நாகேந்திர சிங் குழு (1968): 1968ஆம் ஆண்டு மத்திய கப்பல் மற்றும் போக்குவரத்துத் துறைச் செயலர் டாக்டர் நாகேந்திர சிங் தலைமையில் குழு ஒன்று அமைக்கப்பட்டது.

இக்குழு ரூ.37.46 கோடி செலவில் 30 அடி ஆழக் கால்வாயை அமைக்க 1968-ஆம் ஆண்டு பரிந்துரைத்தது. 1971-ஆம் ஆண்டு இத்திட்டம் மறுபரிசீலனை செய்யப்பட்டு, திட்ட மதிப்பீடு ரூ.53 கோடியாக உயர்த்தப்பட்டது. 1974-ஆம் ஆண்டு இம்மதிப்பீடு ரூ.72 கோடியாக மாற்றியமைக்கப்பட்டது.

The High Level Committee submitted their Detailed Project Report and Estimate to the Government of India in 1968 for the proposed sethusamudram Ship Canal Project, the Canal passing through the Rameswaram Island with a draft of 30ft. The Cost was estimated at Rs.37.46 crores

The typical measurements of the Sethusamudrom Canal are as follows:

	South Chennel	Land Chennel	North Chennel	Bay of Bengal Chennel
Draft	30 ft.	30 ft.	30 ft.	30 ft.
Bed Width	450 ft.	210 ft.	450 ft.	750 ft.
Length	11,800 ft.	12,454 ft.	10,227 ft.	143,107 ft.

(கோயில் பிள்ளை அறிக்கை)

ஜேம்ஸ் ஐசக் கோயில் பிள்ளை அறிக்கை (1980): தூத்துக்குடி துறைமுகக் கழகத்தின் தலைவராக இருந்தவரும், நாசரேத்தைச் சார்ந்த பொறியாளர் கோயில் பிள்ளை இத்திட்டத்தைப் பற்றி 12-12-80-இல் விரிவான அறிக்கையை வழங்கினார். இத்திட்டம் ஆக்கப்பூர்வமான சாத்தியத் திட்டம் என்று தெளிவுபடுத்தினார்.

இலட்சுமிநாராயணன் குழு (1983): துறைமுகங்களுக்கான வளர்ச்சி ஆலோசகர் எச்.ஆர். இலட்சுமி நாராயணன் தலைமையில் சேது சமுத்திரத் திட்டத்தை உருவாக்குவதற்காக 1981ஆம் ஆண்டு புதிய குழு அமைக்கப்பட்டது. கோதண்டராமர் கோவிலுக்கு ஒரு கிலோமீட்டர் மேற்கே தனுஷ்கோடிக்குக் குறுக்கே செல்லுமாறு கால்வாய் அமைக்க 1983-ஆம் ஆண்டு சமர்ப்பித்த தனது அறிக்கையில் இக்குழு பரிந்துரை செய்தது. ரூ.282 கோடி செலவில் இத்திட்டத்தை மேற்கொள்ள யோசனை தெரிவிக்கப்பட்டு இருந்தது.

பல்லவன் போக்குவரத்து ஆலோசனை சேவை திட்டம் (1996): 1996-ஆம் ஆண்டு தமிழக அரசு முந்தைய இலட்சுமி நாராயணன் குழு திட்டத்தை மறுபரிசீலனை செய்யுமாறு பல்லவன் போக்குவரத்து ஆலோசனை சேவை நிறுவனத்தைக் கேட்டுக் கொண்டது. இந்த நிறுவனம் 1996-ஆம் ஆண்டு ரூ.760 கோடி மதிப்பீட்டிலான தனது விரிவான திட்டத்தைச் சமர்ப்பித்தது.

நீரி நிறுவனத் திட்டம் (1998): கடந்த 1998-ஆம் ஆண்டு தூத்துக்குடி துறைமுகப் பொறுப்புக் கழகம் சேது சமுத்திரத் திட்டத்தைச் செயல்படுத்தும் முகமையாக மத்திய அரசால் அறிவிக்கப்பட்டது. அதே ஆண்டு இத்திட்டம் குறித்த முதல்

நிலை சுற்றுச்சூழல் ஆய்வை மேற்கொள்ளுமாறு நாக்பூரில் உள்ள தேசிய சுற்றுச்சூழல் பொறியியல் ஆய்வுக் கழகம் (நீரி) கேட்டுக்கொள்ளப்பட்டது. இந்த நிறுவனம் தனது அறிக்கையை 1998 டிசம்பரில் சமர்ப்பித்தது.

கோதண்டராமர் கோவிலுக்குக் கிழக்கே பாம்பன் தீவிற்குக் குறுக்காகக் கால்வாய் அமைக்க இத்திட்டம் பரிந்துரை செய்திருந்தது.

2002ஆம் ஆண்டு இத்திட்டம் குறித்த தொழில்நுட்ப பொருளாதார சாத்தியக்கூறு ஆய்வையும் சுற்றுச்சூழல் தாக்க ஆய்வையும் மேற்கொள்ளும் பணி நீரி நிறுவனத்திடம் வழங்கப்பட்டது. இந்த நிறுவனம் தனது அறிக்கையைக் கடந்த ஆண்டு ஜூலை மாதம் சமர்ப்பித்தது.

சேதுக் கால்வாயின் பயன்கள்

இத்திட்டத்தின் பயனைப் பற்றி 1981-82-ஆம் ஆண்டு மத்திய அரசின் குழு ஆராய்ந்து மதிப்புக்குட்பட்டது.

1. இந்தியாவின் கிழக்குக் கடற்கரையோரத்தில் தொடர்ச்சியான கடல்வழிப் போக்குவரத்திற்கு வழியில்லை. இத்திட்டத்தைச் செயல்படுத்தினால் இந்திய மகா சமுத்திரமும் வங்கக் கடலும் இணைய வாய்ப்புள்ளது. பாறைகளால் அமைந்த ஆடம்ஸ் பாலத்தை வெட்டி இணைத்தால் கடல் வழிப் போக்குவரத்திற்கு வசதியாக இருக்கும்.

2. சேதுக் கால்வாய்த் திட்டமும், தூத்துக்குடித் துறைமுகத் திட்டமும் ஒருங்கிணைந்தவையாகும். சேது சமுத்திரத் திட்டத்தைச் செயல்படுத்தினால் தூத்துக்குடித் துறைமுக வளர்ச்சியும் முழு அளவு அதிகரிக்கும். தூத்துக்குடியிலிருந்து கீழ்க்கண்ட துறைமுகங்களுக்குப் பயணம் செய்யும் நேரமும் குறையும்.

அ. தூத்துக்குடியிலிருந்து சென்னை - 434 மைல் (மிச்சப்படும் நேரம்).

ஆ. தூத்துக்குடியிலிருந்து விசாகப்பட்டினம் - 376 மைல் (மிச்சப்படும் நேரம்)

இ. தூத்துக்குடியிலிருந்து கொல்கத்தா - 340 மைல் (மிச்சப்படும் நேரம்)

3. இக்கால்வாயினால் பயணம் செய்யும் நேரம் குறைவதால் கப்பலின் எரிபொருள் மிச்சப்படும். இதனால் இந்தியாவின் அன்னியச் செலாவணி செலவில் சுமார் 130 கோடி ரூபாய் ஒவ்வொரு ஆண்டும் மிச்சப்படும்.

4. இந்தியாவிற்கு அன்னியச் செலாவணி கணிசமான அளவு உயரும். இந்தக் கால்வாயின் மூலம் தமிழகத்தின் குளச்சல், முட்டம், தூத்துக்குடி, இராமேசுவரம், நாகபட்டினம், காரைக்கால், கடலூர், பாண்டிச்சேரி, சென்னை மற்றும் விசாகப்பட்டினம், கொல்கத்தா வரையுள்ள கிழக்குக் கடற்கரைத் துறைமுகங்கள் வளர்ச்சி அடையும்.

5. இக்கால்வாய் வெட்டப்பட்டால் தூத்துக்குடி துறைமுகத்தில் வளர்ச்சி ஏற்பட்டு அதன் மூலம் பொருளாதார ரீதியாக நெல்லை, தூத்துக்குடி, நாகர்கோவில், விருதுநகர், மதுரை, திருப்பத்தூர், காரைக்குடி, புதுக்கோட்டை ஆகிய பகுதிகள் முழுவதும் தொழில்ரீதியாக வளர்ச்சி பெறும்.

6. இந்தக் கால்வாய் வெட்டப்பட்டால், இந்தியாவின் தென் பகுதியில் அன்னியச் சக்திகள் ஊடுருவாமல் அது ஓர் அரணாக விளங்கும்.

7. இக்கால்வாயின் மூலம் மீன்பிடித் தொழில் தென்னிந்தியாவில் வளர்ச்சி பெறும். மீன் பிடிக்கச் செல்லும் மீனவர்களுக்கு இது ஒரு பாதுகாப்பு வளையமாகத் திகழும்.

8. நிலம் வழியாகச் செல்லும் நிலக்கரி, சிமெண்ட், உப்பு, உரங்கள், கடல் உணவு வகைகள், பருப்பு வகைகள், வற்றல், பருத்தி போன்ற பொருட்களைக் கிழக்குக் கடற்கரை மார்க்கமாக இந்தியாவின் பிற பகுதிகளுக்குக் கொண்டு செல்ல இக்கால்வாய் மிகவும் உதவியாக இருக்கும்.

9. தற்பொழுது கப்பல்கள் யாவும் இலங்கையைச் சுற்றிச் செல்கின்றன. இதனால் புயல் அபாயங்களில் சிக்கிக்கொள்ள நேர்கிறது. சேதுக் கால்வாய் மூலமாகக் கப்பல்கள் சென்றால், புயல் அபாயம் ஏதும் ஏற்பட வாய்ப்பில்லை.

10. இக்கால்வாய் ஒரு சுற்றுலா மையமாக அமைந்து, உலகின் பல பகுதிகளிலிருந்து பயணிகள் வர வாய்ப்புள்ளது.

11. ஏற்றுமதி, இறக்குமதித் தொழில்கள் இக்கால்வாயினால் ஏற்பட்டால் இந்தியாவின் வளர்ச்சி அதிகரிக்கும்.

12. இக்கால்வாய்த் திட்டத்தை நிறைவேற்றினால் ஏற்படும் செலவைச் சுமார் பத்து அல்லது பன்னிரண்டு ஆண்டுகளில் ஈடு செய்துவிடலாம்.

13. சேதுக் கால்வாய் வெட்டப்படுவதனால் எடுக்கப்படுகின்ற மணலைக் கரையில் ஏற்றும்பொழுது, கரையோரங்களின் நிலப்பரப்பு அதிகரித்தும், கடல் அரிப்பைத் தடுத்தும், மீனவர்கள் குடியிருப்புகளைப் பாதுகாக்கக்கூடிய வகையிலும் அமையும்.

14. அழிந்த தனுஷ்கோடி மீண்டும் உதயமாகும்.

15. இத்திட்டம் பொருளாதார ரீதியாகவும், தொழில்நுட்ப ரீதியாகவும் சாதகமானதாகும். இந்தியாவின் நலன் கருதி உடனடியாக இத்திட்டம் நிறைவேற்றப்பட வேண்டும் என்று இந்திய அரசாங்கத்தின் கப்பல் மற்றும் கடல்வழிப் போக்குவரத்து அமைச்சகத்தின் 1981-82ஆம் ஆண்டின் மதிப்பீட்டுக் குழுவின் அறிக்கை தெளிவாகக் கூறுகிறது.

சேதுக் கால்வாயும், தமிழக அரசியல் கட்சிகளும்

பல்வேறு குழுக்களின் அறிக்கைகளைப் பெறப்பட்டுக் கிடப்பில் போடப்பட்ட இத்திட்டம் 150 ஆண்டுகளுக்குப் பின் நிறைவேற்றப்பட்டுள்ளது. இத்திட்டத்தை நிறைவேற்ற வேண்டுமென்று நீண்ட காலமாகக் கோரிக்கைகள் எழுந்த வண்ணம் இருந்தன. 1958-இல் தூத்துக்குடி திரவியரத்தின நாடார்

தலைமையில் அன்றைய நெல்லை நாடாளுமன்றத் தொகுதி உறுப்பினர் தாணுபிள்ளை உதவியால் சேது சமுத்திரத் திட்டமும், தூத்துக்குடி துறைமுக விரிவாக்கத் திட்டமும் நிறைவேற்றப்பட வேண்டும் என்ற கோரிக்கை புதுடில்லியில் பண்டித நேருவைச் சந்தித்து வைக்கப்பட்டன. பின்னர், மத்திய அமைச்சராக இருந்த டி.டி. கிருஷ்ணமாச்சாரி காங்கிரஸ் சார்பில் திருச்செந்தூர் தொகுதியிலிருந்து போட்டியின்றி நாடாளுமன்ற உறுப்பினராகத் தேர்ந்தெடுக்கப்பட்டார். தேர்தல் காலத்தில் சேதுக் கால்வாய்த் திட்டத்தை நிறைவேற்ற உரிய முயற்சிகளை மேற்கொள்வேன் என்றும் தெரிவித்தார்.

1963ஆம் ஆண்டில் பண்டித நேரு அவர்கள் இத்திட்டத்தை நிறைவேற்றக்கூடிய அளவில் அன்றைய அரசு ஒப்புதல் அளித்தது. ஆனால், இலங்கை அரசு இத்திட்டத்தினால் தனக்குப் பாதகம் ஏற்படும் என்ற கருத்தை வெளிப்படுத்தியதால் நேரு அவர்கள் அணிசாராக் கொள்கை, அண்டைய நாடுகளுடன் நட்புறவு என்ற காரணங்களால் இத்திட்டத்தை நடைமுறைப்படுத்துவதைச் சில காலம் தள்ளிப்போட்டார். அதன் பின்னர் நேருவின் மறைவு, சாஸ்திரி காலத்தில் பாகிஸ்தானுடன் பிரச்சனை, காங்கிரஸ் பிளவு போன்ற நிகழ்வுகள் நடைபெற்றன. 1950-60களில் இத்திட்டத்தை நிறைவேற்றக் கோரி மேடைதளவாய் குமாரசாமி முதலியார், தமிழ்நாடு காங்கிரஸ் கமிட்டி தலைவராக இருந்த ரா. கிருஷ்ணசாமி நாயக்கர் ஆகியோர் காமராசர் மூலமாக இத்திட்டத்தை நிறைவேற்ற வலியுறுத்தினர்.

மேலும் தாணுபிள்ளை எம்.பி., சங்கரபாண்டியன் எம்.பி., சிவராஜ் எம்.பி. ஆகியோர் தலைமையில் பி.வி. ராஜன் எம்.எல்.சி., பொன். சுப்பையா, வி. திருநாவுக்கரசு, வில்பர்ட் பெர்னாண்டஸ் ஆகியோர் தூத்துக்குடி துறைமுக விரிவாக்கத் திட்டத்திற்காக அன்றைய பிரதமர் நேருவையும், துறைமுகத் துறை அமைச்சர் ராஜ் பகதூரையும் சந்தித்து வலியுறுத்தினர். நாம் தமிழர் இயக்கத்தின் தலைவராக இருந்த சி.பா. ஆதித்தனார் இத்திட்டத்தைத் 'தமிழன் கால்வாய்' என்று அழைத்தார். 1963ஆம்

ஆண்டு தமிழகத்தின் மராமத்து அமைச்சர் இராமையா இப்பணியைக் குறித்து ஆய்வு செய்து 8.5. மைல் தூரத்தில் இந்தக் கால்வாய் அமையும் என்று கூறினார். 1964ஆம் ஆண்டு கப்பல் போக்குவரத்துக் கழகத் தலைவரும், நாடாளுமன்ற உறுப்பினருமான இரகுநாத ரெட்டி இத்திட்டம் குறித்து ஆய்வு செய்யத் தூத்துக்குடிக்கு வந்தார்.

நாடாளுமன்ற உறுப்பினராக இருந்த கே.டி. கோசல்ராம், சட்டமன்ற உறுப்பினராக இருந்த எம்.எஸ். செல்வராஜ், தூத்துக்குடி துறைமுகத் தலைமைப் பொறியாளராக இருந்த ஜே.ஐ. கோயில் பிள்ளை ஆகியோர் தொடர்ந்து வலியுறுத்தி வந்தனர்.

அறிஞர் அண்ணா 9-10-1960 அன்று தமிழகச் சட்ட மன்றத்தில் இத்திட்டம் குறித்து வலியுறுத்திப் பேசினார். 1961 திருப்பரங்குன்றம், 1966-இல் சென்னை விருகம்பாக்கம் ஆகிய இடங்களில் நடைபெற்ற தி.மு.க. மாநாட்டில் இத்திட்டம் குறித்த தீர்மானங்கள் வடிக்கப்பட்டன. இத்திட்டத்திற்காக அறிஞர் அண்ணா அவர்கள் 23.7.1967-இல் 'எழுச்சி நாள்' என்று அறிவித்து, தமிழகமெங்கும் அன்று இதுகுறித்துக் கோரிக்கை வைக்கும் பிரச்சாரங்கள் மேற்கொள்ளப்பட்டன. அதே ஆண்டு இத்துறையைச் சேர்ந்த மத்திய அமைச்சர் வி.கே.ஆர்.வி.ராவ் சென்னை வந்தபோது இத்திட்டம் குறித்து அவரிடம் வலியுறுத்தினார்.

1972-இல் தூத்துக்குடியில் நடைபெற்ற வ.உ.சி. கல்லூரி வெள்ளிவிழா நிகழ்ச்சியில் அன்றைய பிரதமர் இந்திரா காந்தி கலந்து கொண்டார். அந்நிகழ்ச்சியில் பங்கேற்ற அன்றைய முதல்வர் கலைஞர், இத்திட்டத்தை இந்திராகாந்தியிடம் வலியுறுத்தி உரையாற்றினார். தமிழகச் சட்டமன்றத்தில் 1-2-2001 அன்று அன்றைய நெடுஞ்சாலைத்துறை அமைச்சர் தா.கிருஷ்ணன், திரு.ஏ.எல் சுப்பிரமணியம் (தி.மு.க.), ஐ. கணேசன் (பா.ம.க.) கேட்ட துணைக்கேள்விகளுக்குத் தமிழக அரசின் சார்பில் முதல்வர் கலைஞர், சேது திட்டத்தை ஒன்பதாவது திட்டத்திலே நிறைவேற்றக் கடிதம் எழுதி உள்ளதாகவும், ஆய்வுப் பணிக்கு மத்திய அரசு ஒதுக்கிய தொகை கூடுதலாக்க வேண்டுமென்றும் பிரதமர்

வாஜ்பாய்க்குக் கடிதம் எழுதியுள்ளதாகவும் தெரிவித்தார். திரும்பவும் 8-5-2002இல் திமுக. சார்பில் கலைஞர் அன்றைய பிரதமர் வாஜ்பாய்க்கு இதுகுறித்து மற்றொரு கடிதத்தையும் எழுதினார்.

1986இல் எம்.ஜி.ஆர். ஆட்சிக் காலத்தில் இத்திட்டத்தை நிறைவேற்றக் கோரித் தமிழகச் சட்டமன்றத்தில் தீர்மானம் நிறைவேற்றப்பட்டது.

தமிழர் தேசிய இயக்கத்தின் தலைவர் பழ.நெடுமாறன் காங்கிரஸ் கட்சியின் பொதுச் செயலாளராக இருந்தபொழுது இந்திரா காந்தியிடம் வலியுறுத்தினார், அக்கட்சியிலிருந்து வெளியேற்றப்பட்ட பின் தமிழ்நாடு காமராஜ் கட்சி தலைவராக இருந்தபொழுதும் இத்திட்டத்தை நிறைவேற்ற வேண்டும் எனக் கருத்தரங்கங்களையும், போராட்டங்களையும் நடத்தினார். தமிழகச் சட்டமன்ற உறுப்பினராக இருந்த பழ. நெடுமாறன் இத்திட்டம் குறித்துச் சட்டமன்றத்தில் கோரிக்கையை எழுப்பியபோது சட்டப்பேரவைத் தலைவர் க. இராசாராம், முதல்வராக இருந்த எம்.ஜி.ஆர். இத்திட்டம் அவசியம் அமல்படுத்தப்பட வேண்டும் என்று கூறினர். ஜனதா கட்சி சார்பில் நாகர்கோவில் நாடாளுமன்ற தேர்தலில் வெற்றி பெற்ற குமரி அனந்தன் இத்திட்டத்திற்குக் குரல் கொடுத்தார்.

சேதுக் கால்வாய்த் திட்டத்தில் வைகோவின் பங்கு தீவிரமானது. தி.மு.க. சார்பாக மாநிலங்களவை உறுப்பினரான வைகோ, முதன் முறையாகச் சேதுக் கால்வாய்த் திட்டம் குறித்து நாடாளுமன்றத்தில் தன்னுரையில் 'திட்டம் வருவது அவசியம்; இது ஒட்டுமொத்த தமிழகத்தின் எதிர்பார்ப்பு! நிறைவேற்ற முடியுமா, முடியாதா?' என்ற கேள்வியோடு தன் உரையை முடித்தார். இதற்குப் பதில் அளித்த அன்றைய கப்பல் போக்குவரத்துத் துறை அமைச்சர் ராஜேஷ் பைலட், 'நிதி நெருக்கடி காரணமாக உடனடியாக இத்திட்டத்தை நிறைவேற்ற முடியவில்லை. எதிர்காலத்தில் நிச்சயம் நிறைவேற்றுவோம்' என்று உறுதியளித்தார்.

இலட்சுமிநாராயணன் குழுவிடம் தி.மு.க. எம்.பி.யாக இருந்த வைகோ, நெல்லையில் அக்குழுவினரைச் சந்தித்து, தனிப்பட்ட

முறையில் தன் கருத்துக்களை மனுவாகக் கொடுத்தார். வைகோவுக்குக் கட்சியையும் தாண்டி அத்திட்டத்தின் மீது ஈடுபாடு இருந்தது என்பதற்கு இது ஓர் உதாரணம்.

தனி இயக்கம் கண்ட வைகோ, தன் கட்சியின் முதல் மாநாட்டிலேயே, 'கட்சியின் முக்கியமான இலட்சியங்களில் சேது சமுத்திரத் திட்டமும் ஒன்று. அதை நிறைவேற்றச் செய்வோம்' என்று அறிவித்தார். 1998-இல் வாஜ்பாய் தலைமையிலான கூட்டணி அரசில் ம.தி.மு.க.வும் பங்கெடுக்க, பிரதமர் வாஜ்பாய் மற்றும் தேசிய அளவிலான கூட்டணித் தலைவர்களை அழைத்து, சென்னைக் கடற்கரையில் மறுமலர்ச்சி தி.மு.க. சார்பில் அண்ணா பிறந்த நாளைச் சிறப்பான மாநாடாக நடத்தப்பட்டது. அந்நிகழ்ச்சிக்கு வந்த பிரதமரை விமான நிலையத்தில் வரவேற்றபோது, 'உங்களுக்கு ஆதரவாக என்றும் இந்த வைகோ இருப்பான். ஆட்சிக்கு எந்தத் தொந்தரவையும் தர மாட்டான். எனக்காக, என் கட்சிக்காக நீங்கள் எதுவும் செய்ய வேண்டாம். ஆனால், தமிழ்நாட்டுக்காகச் சேது சமுத்திரத் திட்டத்தை உங்கள் ஆட்சிக் காலத்திலேயே அறிவித்து விரைவில் முடிக்க வேண்டும்' என்று சொல்லி, எல். கணேசன், மு. கண்ணப்பன், செஞ்சி இராமச்சந்திரன், அ. கணேசமூர்த்தி, இந்நூலாசிரியர் உட்பட உடனிருக்கக் கையோடு கொண்டு போயிருந்த மனுவைக் கொடுத்தார் வைகோ. அவரைத் தோளோடு தோளாக அணைத்துக்கொண்டு எதுவும் பேசாமல் காரில் ஏறி, ராஜ்பவனுக்குப் புறப்பட்டுவிட்டார் வாஜ்பாய். கடற்கரை மாநாட்டில்தான் இத்திட்டம் பற்றிய அறிவிப்பை வெளியிட்டார் வாஜ்பாய். அவரது அரசில் சேது சமுத்திரத் திட்ட ஆய்வுப் பணிகளுக்காக நிதியும் ஒதுக்கப்பட்டது. நாடாளுமன்றத்திலும் மக்கள் மன்றத்திலும் தொடர்ந்து இத்திட்டம் குறித்து வலியுறுத்தி வந்தார் வைகோ.

ஒன்றுபட்ட கம்யூனிஸ்ட்டு கட்சி 1960-இல் கோவையில் நடைபெற்ற ஆறாவது மாநில மாநாட்டில் இத்திட்டத்தை நிறைவேற்றத் தீர்மானம் நிறைவேற்றியது. நாடாளுமன்ற

அன்றைய உறுப்பினர் முருகானந்தம் நாடாளுமன்றத்தில் இதுகுறித்து வலியுறுத்திப் பேசினார். திரு.எம். கல்யாணசுந்தரம் 'தமிழகத் திட்டங்கள்' என்ற தலைப்பில் ஒரு சிறு வெளியீட்டில் இக்கால் வாய்த் திட்டத்தை வெளியிட்டார். அந்த வெளியீட்டிற்கு மணலி சி. கந்தசாமி அணிந்துரை வழங்கியிருந்தார். கே.டி. கே.தங்கமணி இதுகுறித்து ஆதரவு குரல் எழுப்பினார்; திருநெல்வேலி மாவட்டக் குழு இத்திட்டத்தை வலியுறுத்தி வந்தது.

மார்க்சிஸ்ட்டு கம்யூனிஸ்ட்டு கட்சி இத்திட்டத்தைத் தொடர்ந்து வரவேற்றுள்ளது. திருச்சியில் நடைபெற்ற 16-வது கட்சி மாநாட்டிலும், நாகர்கோவிலில் நடைபெற்ற 18-வது மாநில மாநாட்டிலும் மார்க்சிஸ்ட் கட்சி இத்திட்டத்தை ஆதரித்து தீர்மானத்தை நிறைவேற்றியது. நாடாளுமன்ற உறுப்பினராகவும், தமிழ்மாநில மார்க்சிஸ்ட் கட்சியின் செயலாளராகவும் இருந்த ஏ.நல்லசிவன் இத்திட்டத்தை வலியுறுத்தினார். இக்கட்சியின் தீக்கதிர் நாளேட்டிலும் இதுகுறித்துச் செய்திகளும் கட்டுரைகளும் தொடர்ந்து வெளிவந்துள்ளன.

இந்திய கம்யூனிஸ்ட்டு கட்சி இதுகுறித்துத் தீர்மானங்கள் வடித்துள்ளன. திரு.எம்.கல்யாணசுந்தரமும், ஆர்.சீனிவாசனும் 11.8.1981 அன்று இதுகுறித்து மத்திய அரசிடம் மனு அளித்து வலியுறுத்தினர். ஜனசக்தியில் நல்லகண்ணு போன்ற தலைவர்கள் இதை ஆதரித்து எழுதி உள்ளனர். இக்கட்சியின் முன்னாள் நாடாளுமன்ற உறுப்பினர் முருகானந்தம் சிறுவெளியீட்டினை வெளியிட்டுள்ளார்.

1999 இல் பாதுகாப்புத்துறை அமைச்சராக இருந்த ஜார்ஜ் பெர்னாண்டஸ் இராமேஸ்வரத்தில் இதுகுறித்து ஆய்வுகள் நடத்தினார்.

திராவிடர் கழகம், தந்தை பெரியார் காலத்தில் இருந்து இத்திட்டம் நிறைவேற வேண்டும் என்று வலியுறுத்தியது. கி.வீரமணி இத்திட்டத்தை வலியுறுத்திப் பல மாநாடுகளையும், போராட்டங்களையும் திராவிடர் கழகத்தின் சார்பில் நடத்தியுள்ளார்.

மதுரையில் நடைபெற்ற அடிக்கல் நாட்டு விழா நிகழ்ச்சிக்குத் தமிழக முதலமைச்சர் என்ற நிலையில் ஜெயலலிதாவுக்கு மத்திய அரசின் அழைப்பு அனுப்பப்பட்டது. ஆனால், அதில் நான் கலந்து கொள்ளவில்லை என்றும், மாநிலங்களவையில் இத்திட்டத்தைக் குறித்துத் தான் பேசியதாகவும், எம்.ஜி.ஆர். ஆட்சியில் இருந்தபோது இத்திட்டத்தை வலியுறுத்தினார் என்றும், சுற்றுச்சூழல் குறித்துச் சந்தேகங்கள் எழுந்துள்ளது என்ற அறிக்கையை வெளியிட்டுள்ளார்.

தமிழகத்தில் பா.ம.க., தொழிற்சங்கங்கள் மற்றும் பல்வேறு அமைப்புகள் இத்திட்டத்தைத் தொடர்ந்து வலியுறுத்தின. மத்திய பா.ஜ.க. அரசில் இத்துறை அமைச்சராக இருந்த எஸ். திருநாவுக்கரசர் தூத்துக்குடியில் இத்திட்டம் குறித்து ஆய்வு நடத்தினர்.

சென்னை உயர்நீதிமன்றத்தில் இரண்டாவது தடவையாக மீனவர் பிரச்சனை, சுற்றுச்சூழல் என்று கூறி இத்திட்டத்தை முடக்க பொதுநல வழக்கை ஓ.பெர்னாண்டஸ் தாக்கல் செய்தார். ஆனால் உயர்நீதிமன்றம் அடிக்கல் நாட்டு விழாவுக்கு இடைக்கால தடையை வழங்க மறுத்துவிட்டது. இத்திட்டத்தைச் சீர்குலைக்கத் திட்டமிட்டு இந்தியாவின் உள்ளேயும், வெளியேயும் சில தீயசக்திகள் செயல்பட்டு வருகின்றன.

இதற்கிடையில் இலங்கையில் பன்னாட்டுப் பொறியாளர் மாநாட்டில், ஜப்பான் தொழில்நுட்பத்துடன் 26 கிலோமீட்டர் தூரத்திற்கு 'அனுமன் பாலம்' ஐந்து ஆண்டுகளில் முடிக்க அன்றைக்கு இலங்கைப் பிரதமராக இருந்த விக்கிரமசிங்கே இந்தியாவுக்குக் கோரிக்கை வைத்தார். சிறு கால்வாய் வெட்டி, அதில் சிறு கப்பல்கள் போகக்கூடிய வகையில் ஒரு திட்டமும் அறிவிக்கப்பட்டது. இவையெல்லாம் சேதுக் கால்வாய் திட்டம் வரக் கூடாது என்று தடைகள் மேற்கொள்ள ஏவிவிடப்பட்ட கணைகள் ஆகும்.

செல்வம் குவிக்கும் சேதுக் கால்வாய்

அறிய வேண்டிய உண்மைகள் – தெளிய வேண்டிய ஐயங்கள்

1. சேது சமுத்திரக் கால்வாய்த் திட்டம் என்றால் என்ன?

கன்னியாகுமரியில் இருந்து மன்னார் வளைகுடா, ஆதாம் பாலம், பாக் கடல், பாக் ஜலசந்தி வழியாக வங்கக்கடல் சென்றடைய ஒரு கடல்வழிப் பாதை அமைப்பதுதான் சேது சமுத்திரக் கால்வாய்த்திட்டம். மன்னார் வளைகுடாவுக்கும், பாக் கடலுக்கும் இடையில் உள்ள ஆதாம் பாலத்தில் உள்ள கடல்பகுதி மிகவும் ஆழம் குறைந்து காணப்படுவதால், சிறு படகுகள் கூட இந்த இடத்தை இன்று கடக்க இயலாது. இப்பகுதியை ஆழப்படுத்தி, அவ்வாறே பாக் ஜலசந்தி பகுதியில் 8 மீட்டர் அல்லது அதற்கு அதிகமாக உள்ள இயற்கை ஆழத்தை 12 மீட்டர் வரை ஆழப்படுத்தி, 300 மீட்டர் அகலமுள்ள ஒரு கப்பல்வழிப் பாதை நடுக்கடலில் அமைப்பது தான் இந்தத் திட்டத்தின் நோக்கம்.

2. இந்தத் திட்டம் நிறைவேறினால் ஆண்டிற்கு எத்தனை கப்பல்கள் இந்தக் கால்வாயில் செல்லும்?

ஆண்டிற்கு 2000இல் இருந்து 3000 கப்பல்கள் இந்தக் கால்வாயில் முதல் ஆண்டு செல்லக்கூடும். இது ஒரு நாளைக்குக் கிட்டத்தட்ட 6இல் இருந்து 9 மட்டுமே.

3. இந்தத் திட்டத்திற்காகச் சேது சமுத்திரக் கழகம் என்ற நிறுவனம் அமைக்கப்படுகின்றது. அதற்குப் போதிய வருவாய்க் கிட்டுமா?

எந்த ஒரு கட்டமைப்புத் திட்டத்தின் நன்மையும் அதற்கு மட்டுமே வரும் வருவாயை வைத்துக் கணக்கிடப்படுவதில்லை.

கட்டமைப்புகள் ஏற்படுத்துவது அரசின் பொறுப்பு. வருவாயை மட்டுமே அரசு கணக்கில் எடுத்தால் கட்டமைப்புகள் உருவாக்கவோ, மேம்பாடு செய்யவோ முடியாது. ஆயினும், இந்தத் திட்டம் நிறைவேறினால் முதல் ஆண்டில் இருந்தே செயலின இலாபம் (Operating Profit) இருக்கும். இவ்வாறு அமைக்கப்படும் கால்வாய்களின் பயன்பாட்டுக் காலம் ஐம்பது ஆண்டுகள். இதில் முதல் 25 ஆண்டுகளில் போடப்பட்ட முதலீட்டை 9 சதவிகித வட்டியுடன் திரும்பப் பெற இயலும். அடுத்த 25 ஆண்டுகளில் மிகப்பெரிய வருவாய் இத்திட்டத்தின் மூலம் கிடைக்கும்.

4. **இந்தத் திட்டம் இலாபகரமாக இருக்காது என்ற கருத்து நிலவுகின்றதே?**

கட்டமைப்புத் திட்டங்கள் இலாபத்தை மட்டுமே மனதில் வைத்துத் தீட்டப்படுவதில்லை. இருந்தாலும் இத்திட்டம் நேரடியாகவும் இலாபகரமாக இருக்கும். அதுபோலவே பொருளாதாரத்திற்கு இத்திட்டத்தால் என்ன இலாபம் என்று பார்த்தால் அது நேரடி இலாபத்தை விடப் பல மடங்குகள் அதிகமாக இருக்கும். இந்த இடத்தில் ஒன்றைக் குறிப்பிட வேண்டியது அவசியம். இலாபத்தை மட்டுமே பார்ப்பது அரசு, அரசைச் சார்ந்த நிறுவனங்கள், பொதுத் துறை நிறுவனங்கள் ஆகியவற்றின் மரபு அல்ல.

5. **தொழில்நுட்ப ரீதியாக இந்தத் திட்டம் சாத்தியமானதா?**

1955ஆம் ஆண்டிலிருந்து இன்று வரை நடத்தப்பட்ட எல்லா ஆய்வுகளும் தொழில்நுட்ப ரீதியாக இந்தத் திட்டம் சாத்தியமானது என்று நிரூபித்திருக்கின்றன. இதில் எள்ளளவு ஐயம் கூட யாருக்கும் இருந்ததில்லை.

6. **இந்தத் திட்டம் செயல்படும்போது தொடர்ந்து தூர்வாரும் பணி (Maintenance Dredging) நடைபெறும் என்று கூறுகின்றார்களே?**

இது முற்றிலும் தவறான கருத்து. பழைய ஆராய்ச்சிகளின் படியும் 2002ஆம் ஆண்டில் இருந்து நடத்தப்பட்ட ஆய்வுகளின் படியும் மிகக் குறைந்த அளவிற்கே தூர்வாரும் பணி தேவையாக

இருக்கும் என்று நிரூபிக்கப்பட்டுள்ளது. இந்தக் கால்வாய் முழுதும் (கிட்டத்தட்ட 152 கி.மீ. நீளம்) ஆண்டிற்குத் தேவையான தூர்வாரும் பணி சென்னைத் துறைமுகத்தில் நடக்கும் பணி அளவே, அல்லது சற்று கூடுதலாக இருக்கும். இந்தியாவின் மற்ற சில துறைமுகங்களுடன் ஒப்பிடும்பொழுது இது மிக மிகக் குறைவு. ஆண்டிற்குக் கிட்டத்தட்ட 5 இலட்சம் கன மீட்டர் அளவு மட்டுமே தூர்வாரும் தேவை இருக்கும் என இந்த ஆராய்ச்சிகள் காட்டியிருக்கின்றன.

கடல்வழிப் பாதையிலோ அல்லது ஆழப்படுத்தப்போகும் ஆதாம் பாலத்திலோ பவளப்பாறைகள் இல்லை என்பது மறுக்க முடியாத ஒன்று. எந்த ஆழப்படுத்தும் பணியிலும் சரியான முறையான சுற்றுப்புறச் சூழல் மேலாண்மைத் திட்டம் அமையவில்லை என்றால், அந்தப் பணியால் ஆழப்படுத்தும் பகுதிகளில் சேற்றின் தன்மை (Turbidity) அளவிற்கு அதிக மாகலாம் அல்லது அங்கிருந்து சேறு கரைப்பகுதிகளில் சென்று தாக்கலாம் அல்லது தோண்டி எடுக்கப்படும் மணல் போடப்படும் இடத்திலிருந்து கடற்கரைப் பகுதிகளில் பரவித் தாக்கலாம்.

ஆனால் சேது சமுத்திரக் கால்வாய்த் திட்டம் இவ்வாறு விளைவுகள் இருக்குமா என்று விஞ்ஞான ரீதியாக ஆராய்ச்சி செய்யப்பட்டு அமைக்கப்பட்டுள்ள திட்டம். விரிவான சரியான, கட்டுப்பாடான சுற்றுப்புறச் சூழல் மேலாண்மைத் திட்டமும் இந்தக் கால்வாய்த் திட்டத்தின் ஒரு முக்கியப் பகுதி. திட்டம் வகுக்கப்படும்பொழுதே வருமுன் காத்தல் நல்லது என்று கருதி எச்சரிக்கையுடன் சில முடிவுகள் எடுக்கப்பட்டுள்ளன. முதலாவதாக மன்னார் வளைகுடாவில் எந்தவித ஆழப்படுத்தும் பணியும் ஆதாம் பாலம் தவிர பிற பகுதிகளில் இருக்கக் கூடாது என்று முடிவு எடுக்கப்பட்டது. இரண்டாவதாக, கடல் வாழின தேசியப் பூங்காவின் இடையிலோ அல்லது எல்லைக்கு மிக அருகிலோ முன்பு ஆலோசனையில் இருந்த பழைய கடல்வழிப் பாதைகள் (Alignments) கைவிடப்பட்டு, அருகில் உள்ள சிங்களத் தீவிலிருந்து ஆழப்படுத்தப்போகும் பகுதி ஏறத்தாழ 20 கி.மீ.

தொலைவில் அமைய வேண்டும் என்று முடிவு செய்யப்பட்டது. 12 மீ. ஆழம் உள்ள கால்வாய் அமைப்பதால் நீரோட்டத்தின் திசையிலோ அல்லது அளவிலோ ஏதாவது மாற்றம் - குறிப்பாக ஆதாம் பாலம் பகுதியில் இருக்குமோ என்று ஆராய்ச்சி மேற்கொள்ளப்பட்டது. இந்த ஆராய்ச்சி நீரோட்டத்தின் திசை அல்லது அளவில் மாற்றம் இருக்காது என்று உறுதி செய்தது. தோண்டப்படும் மண் போடப்போகும் பகுதியிலிருந்து நீரோட்டத்தால் அல்லது அவைகளால் எந்த அளவிற்குப் பரவும், இது கடல் வாழினப் பூங்காவிற்கு அருகில் செல்லுமா, என்பதை அறிய ஆராய்ச்சி மேற்கொள்ளப்பட்டது. கடல் வாழினப் பூங்காவின் மிக அருகில் உள்ள பகுதிகளிலிருந்து கிட்டத்தட்ட 30 கி.மீ. தொலைவில் மண் போடப்போகும் பகுதி அமைக்கப்பட்டது. இந்த ஆய்வுகள் கடல் அடியில் சிறிது தூரம் மட்டுமே (1.5 கி.மீ.) போடப்படும் மண் பரவும், மேல்பரப்பை மண் சென்று அடையும்போது இப்போது இருக்கும் நீரின் சேற்றுத் தன்மை எந்த விதத்திலும் அதிகரிக்காது என்று உறுதி செய்தது.

எனவே, மன்னார் வளைகுடாவில் அமைந்துள்ள பவளப் பாறைகளுக்கோ அல்லது மண்டபம், இராமேஸ்வரம் பகுதிகளில் உள்ள பவளப் பாறைகளுக்கோ இத்திட்டத்தால் குறிப்பிடும் அளவிற்குக் கூடப் பாதிப்பு இருக்காது.

இதைத் தவிர இக்கடல் பாதை வழியாகச் செல்லும் கப்பல்களிலிருந்து கழிவுப் பொருட்கள் பன்னாட்டுச் சட்டங்களின் படியும், இந்திய கடல் வணிகச் சட்டத்தின்படியும் அனுமதிக்கப்பட மாட்டாது என்பதால் கழிவுப் பொருட்கள் - குறிப்பாக எண்ணெய்க் கசிவுகள் பவளப் பாறைகளைத் தாக்கும் வாய்ப்பும் ஒரு சிறிதும் இல்லை.

இதற்கு முன்னர் அளித்த அறிக்கைகள் அறிக்கைகளாகவே இருக்க, இப்போது இது ஒரு திட்டமாக உருவெடுக்கக் காரணம் என்ன?

இந்திய அரசும், தமிழக அரசும் இந்தியா விடுதலை பெற்றதிலிருந்தே இத்திட்டத்தில் முழு ஆர்வம் காட்டி அவ்வப்போது பல ஆய்வுக் குழுக்களையும் அமைத்தனர்.

எல்லாக் குழுக்களுமே இந்தத் திட்டம் நிறைவேற்றப்பட வேண்டிய திட்டம், தொழில்நுட்ப ரீதியாக இத்திட்டத்தை நிறைவேற்றுவதில் எவ்வித ஐயமும் இல்லை என்று பரிந்துரைத்தாலும், தேவையான நிதி ஒதுக்கப்படாததால் ஆய்வறிக்கைகள் திட்டமாக உருவாகவில்லை. 1996-இல் மத்திய அரசு இத்திட்டத்தை நிறைவேற்ற ஒரு Steering Committee அமைத்தபின்தான் இத்திட்டத்திற்கு ஒரு புத்துயிர் கிடைத்தது என்று கூற முடியும்.

பன்னாட்டு அளவில் முக்கியத்துவம் வாய்ந்த இத்திட்டத்தை நிறைவேற்றும் முதல் படியாக, தேசிய சுற்றுப்புறச் சூழல் தொழில் நுட்ப ஆராய்ச்சி நிறுவனம் (NEERI) தொடக்கச் சுற்றுப்புறச் சூழல் ஆய்வு (Initial Environment Examination) 1998 முதல் 1999 வரை மேற்கொண்டனர். இப்போதைய சுற்றுப்புறச் சூழ்நிலையை ஆய்ந்தறிந்து, மன்னார் வளைகுடாவின் முக்கியத்துவத்தைக் கூறி, வளைகுடாவில் அமைந்துள்ள தேசியக் கடல் பூங்காக்களாக அறிவிக்கப்பட்டுள்ள 21 தீவுகளுக்கு எவ்விதத் தீங்குமின்றிக் கடல் பாதை அமைய வேண்டுமானால் பழைய பரிந்துரைகளை மாற்றியமைத்து, ஆதாம் பாலத்தின் வழியாக இப்பாதை அமைய வேண்டும் என்று அந்த நிறுவனம் பரிந்துரை செய்தது. அதை ஏற்ற மத்திய அரசு விரிவான சுற்றுப்புறச் சூழ்நிலைத் தாக்க அறிக்கை தயாரிக்கவும், தொழில்நுட்பப் பொருளாதார ரீதியான ஆய்வறிக்கை தயாரிக்கவும் மத்திய நிதியமைச்சகம் முன்னாய்வு செய்தபின் தேவையான நிதியை அளிக்க, தூத்துக்குடித் துறைமுகம் இத்திட்டத்தைத் தயாரிக்கும் மைய நிறுவனமாக (Nodal Agency) தேர்வு செய்யப்பட்டு ஆணை பிறப்பிக்கப்பட்டது. அந்த ஆணைப்படி, நீரி நிறுவனத்தாருக்குத் தூத்துக்குடித் துறைமுகம் இப்பணியை ஒப்படைத்தது.

எனவே, 1998இலிருந்து தொடர்ந்த ஆய்வுகள் முடிந்தபின் சுற்றுப்புறச் சூழ்நிலைத் தாக்கம் மிகக் குறைவாகவே இருக்கும் என நீரி நிறுவனத்தார் பரிந்துரைக்க, அதன்பின் மற்ற ஆய்வுகள் முடிந்து, மத்திய அரசும் இத்திட்டத்தைச் செயல்படுத்த இப்போது முழு ஆதரவும் தருவதால், முன்பு அறிக்கைகளோடு நின்ற

இத்திட்டம் இன்று அனுமதிகள் பெற்றால் செயல்படுத்தப்படும் தருவாயில் இருக்கின்றது.

1998க்கு முந்தைய அறிக்கைள் சுற்றுப்புறச் சூழ்நிலையை மனதில் கொண்டு இத்திட்டத்தை நிறைவேற்றப் பரிந்துரைக்க வில்லை என்ற கருத்து முற்றிலும் தவறான ஒன்று.

தமிழகத்தின் பல ஆண்டுக் கனவான இத்திட்டத்தை நிறைவேற்ற இன்றைய இந்திய அரசு முடிவுசெய்து, ஒப்புதல்கள் பெற்றவுடன் திட்டம் தொடங்கும் வகையில் நிதியறிக்கையில் குறிப்பிட்டு, கடந்த சில மாதங்களாக விரைவாகச் செயல்பாடு நடப்பது தமிழர்கள் அனைவரும், இந்தியர்கள் அனைவரும் மகிழ்ச்சி அடைய வேண்டிய ஒன்று.

இத்திட்டத்தால் நாடு, குறிப்பாகத் தமிழகம் அடையவிருக்கும் நன்மைகள் என்ன?

(அ) முதலாவதாக, இந்திய நாட்டின் கடல் எல்லைக்குள், மேற்கத்திய துறைமுகங்களிலிருந்து கிழக்குத் துறைமுகங்களுக்குக் கப்பல்கள் வந்து செல்ல நேரடிப் பாதை அமைவது.

(ஆ) இந்திய நாட்டின் பாதுகாப்புக்குத் தூண்களாக விளங்கும் இந்தியக் கடற்படையின் கப்பல்களும், கடலோரக் காவல் படையின் கப்பல்களும் இந்தியக் கடல் எல்லைக்குள் அமையும் பாதையில் வந்து செல்வதால் கடலோரப் பாதுகாப்பு, இக்கப்பல்களுக்கு ஆகும் செலவும் குறைவு. இவற்றின் காவல் பயணங்கள் அதிகமாகும் வாய்ப்பு, நாட்டின் பாதுகாப்பிற்குச் சிறப்பு.

(இ) கிழக்குக் கடற்கரையிலிருந்து மேற்குக் கடற்கரைக்குப்– போக வர 254 முதல் 424 கடல் மைல் பயணம் குறைவு. இதனால் பயண நேரம் 21 முதல் 36 மணி நேரம் குறைவு. எனவே எரிபொருள் செலவு, கப்பல் கட்டணம் குறைவு.

கே. எஸ். இராதாகிருஷ்ணன்

(ஈ) தமிழ்நாடு மின் வாரியத்தின் தூத்துக்குடி அனல்மின் நிலையத்திற்கு மட்டும் ரூ.24 கோடி செலவு குறைவு.

(உ) தென் தீபகற்பத்தில் ஒரு சரக்குப் பெட்டகப் பரிமாற்ற மையம் (Transhipment Hub) அமையும். எனவே, இப்போதைய நிலையில் ஏற்றுமதி – இறக்குமதி வணிகத்திற்கு ரூ.700 கோடி மிச்சமாகும் வாய்ப்பு, அதுவும் அன்னியச் செலாவணியில் சரக்குப் பெட்டகப் போக்குவரத்து ஆண்டிற்கு 14 சதவீதம் நாட்டில் அதிகரிப்பதால், மீதமாகும் தொகை ஒவ்வொரு ஆண்டும் அதிகமாகும் வாய்ப்பு.

(ஊ) எரிபொருள் செலவு, சரக்குப் பரிமாற்றச் செலவு ஆகியவை குறைவதால் அன்னியச் செலாவணி மீதம். நிறைய கப்பல்கள் வந்து செல்வதால் கப்பலுக்குத் துறைமுகங்கள் வசூலிக்கும் கட்டணம் அமெரிக்க டாலர்களில் கணக்கிடப்படுவதால், அன்னியச் செலாவணி வருவாய் அதிகம்.

(எ) கடலோர வணிகம் பெருகும்.

(ஏ) தமிழகத்தின் கடலோர மாவட்டங்களில் சிறு துறைமுகங்கள், மீன்பிடித் துறைமுகங்கள் புதிதாக ஏற்படும் வாய்ப்பு இருக்கும். சிறு மீன்பிடித் துறைமுகங்கள் மேம்படும், விரிவாகும் வாய்ப்பு.

(ஐ) பாக். கடலிலிருந்து மன்னார் வளைகுடாவுக்கு மீன்பிடிப் படகுகள் தொடர்ந்து செல்ல வசதி, மீனவர்களுக்கும் சிறந்த பாதுகாப்பு.

(ஒ) பாய்மரக் கப்பல் வணிகம் பெருக வாய்ப்பு.

(ஓ) தமிழக அரசும், மத்திய அரசும் அனுமதி தந்தால் தனுஷ்கோடி பகுதியில் 1875 ஏக்கர் நிலம் மீட்கும் வாய்ப்பு.

இத்திட்டம் நிறைவேற்றப்படுவதால் மன்னார்வளைகுடாவில் உள்ள பவளப் பாறைகள் அழியும் வாய்ப்புண்டா?

(அ) சிறிதும் இல்லை.

(ஆ) புதிதாக நீரி நிறுவனத்தார் காட்டியுள்ள பாதை, பவளப் பாறைகள் உள்ள 21 தீவுகளிலிருந்து குறைந்தது 20 கி.மீ. தொலைவில் அமையும்.

(இ) மன்னார் வளைகுடாவில் ஆதாம் பாலம் தவிர எவ்வித ஆழப்படுத்தும் பணியும் இருக்கப்போவதில்லை.

(ஈ) ஆதாம் பாலம் பகுதியிலும் கூட ஆழப்படுத்த இருக்கும் பகுதி அருகில் அமைந்துள்ள சிங்களத் தீவிலிருந்து 20 கி.மீ. தொலைவு.

(உ) இத்தீவுகளின் கிழக்கில் கடல்பகுதியில் 10 கி.மீ. தொலைவு, மேற்கில் கடல், நிலப்பரப்புகளைச் சேர்த்து 10 கி.மீ. தொலைவு வரை மன்னார் வளைகுடாவில் Biosphere Reserve எனத் தமிழக அரசு அறிவித்திருக்கின்றது. எனவே, இந்த ரிசர்வில் கிழக்கு எல்லைக்கும் அப்பால் பல கி.மீ. தொலைவில் கடல்வழிப் பாதையும் ஆதாம் பாலத்தில் ஆழப்படுத்தப் போகும் பகுதியும் இருக்கும். தமிழக அரசு 10 கி.மீ. எல்லை வரையறுத்திடும்போது, நீரி நிறுவனத்தார் எந்த ஒரு தீங்கும் இத்தீவுகளுக்கு பவளப் பாறைகளுக்கு இருக்கக் கூடாது என்பதால் 20 கி.மீ. தொலைவில்தான் பாதை அமைய வேண்டும் என்று பரிந்துரைத்ததைத் தூத்துக்குடித் துறைமுகம் உடனடியாக 1999-லும் சரி, இப்போதும் சரி ஏற்றுக்கொண்டது.

(ஊ) தூத்துக்குடித் துறைமுகத்தை எடுத்துக்காட்டாக வைத்துப் பார்த்தால் இங்கு வரும் கப்பல்களால் சுற்றுப்புறச்சூழ் நிலைக்குக் கடந்த 30 ஆண்டுகளில் எந்த ஒரு தாக்கமும் இல்லாமல் கண்காணிப்பு இருந்து வருகின்றது. எனவே, அமையப் போகும் கப்பல் பாதையில் கப்பல்கள் செல்வதால் சுற்றுப்புறச் சூழல் தாக்கம் இல்லாத வகையில்

ஒரு மேலாண்மைத் திட்டத்தை நீரி நிறுவனத்தார் பரிந்துரைத்திருக்கின்றார்கள். இத்திட்டத்தின் முக்கிய நிகழ்வுகள்

1. கடல்வழிப் பாதையில் கச்சா எண்ணெய் ஏற்றிவரும் கப்பல்களை அனுமதிக்கக் கூடாது.

2. இவ்வழியில் செல்லும் கப்பல்கள், எண்ணெய்க் கழிவையோ, மற்றக் கழிவுப் பொருட்களையோ கடலில் போடக் கூடாது. இது பன்னாட்டு விதிமுறைகளின்படி எல்லாக் கடல் பகுதிகளுக்கும் பொருந்தும் என்றாலும் இக்கடல் பாதையில் இந்த விதிமுறையைக் கண்டிப்பாகக் கடைப்பிடிக்க வேண்டும்.

3. கடல் விலங்குகளுக்குத் தாக்கம் வராதபடி அவற்றை அடையாளம் கண்டு, குறிப்பாகக் கடல் பசுக்கள் - கப்பல்களுக்குச் சொல்ல வழிகாட்டிகள் தரப்படும்.

(எ) நீரி நிறுவனத்தாரின் ஆய்வுப்படி, ஆதாம் பகுதியில் கால்வாய் அமைவதால் நீரோட்டத்தின் பாதிப்பு பவளப் பாறைகளுக்கு இருக்காது. கடலோரப் பகுதிகளின் நீரோட்டத்தில் சிறிதும் மாற்றம் இருக்காது. ஆதாம் பாலப் பகுதியில் நீரோட்டம் கால்வாய் அமைத்தபின் தென்கிழக்குத் திசையில் கால்வாய்ப் பகுதியிலிருக்கும். இதுகூடக் கால்வாயிலிருந்து சிறிது தூரம் சென்றவுடன் இப்போது இருக்கும் நிலையை வந்தடையும். எனவே, பவளப்பாறை அமைந்த தீவுகளிலிருந்து 20 கி.மீ. தொலைவு கடல் நீரோட்டத்தில் மாற்றமின்மை, மாசுக் கட்டுப்பாடு, ஆழப்படுத்தும் பகுதியிலிருந்து எடுக்கப்படும் மண் பாதையின் தென்கிழக்குப் பகுதியில் போடப்படுவதால் அல்லது தனுஷ்கோடியில் நில மீட்பிற்குப் பயன்படுத்தப்போவது என்பதால் பவளப் பாறைகளுக்கோ, தீவுகளுக்கோ, மீன்வளத்திற்கோ எவ்வித பாதிப்போ, தாக்கமோ, தீங்கோ இருக்காது.

மீன்பிடித் தொழிலுக்கு ஏதாவது பாதிப்பு இருக்குமா?

மன்னார் வளைகுடாவில் ஒரு சிறிதுகூட இல்லை. பாக் கடலிலும், பாக் ஜலசந்தியிலும் ஏற்கனவே 8 மீட்டருக்கு மேல் ஆழம் இருக்கின்ற கடற்பகுதிகளை ஆழப்படுத்தித்தான் இந்தக் கடல்வழிப் பாதை அமைய இருக்கின்றது. ஆழப்படுத்தும் பணி 54 கி.மீ. நீள கடற்பகுதியில் ஒரே நேரத்தில் நடக்கப்போவதில்லை. எனவே, ஆழப்படுத்தும் பணி நடைபெறும் குறிப்பிட்ட பகுதியில் சில நாட்களுக்குக் கட்டுப்பாடு இருக்கலாம். கடல்வழிப் பாதை அமைத்த பின் கப்பல்கள் செல்லத் தொடங்கும்போது பாதையில் (300 மீ அகலம்) மட்டும் மீன்வலைகள் போட முடியாது. அதனால், படகுப் போக்குவரத்துப் பாதிக்கப்படாது. கிழக்கிலிருந்து மேற்கிலும், வடக்கிலிருந்து தெற்கிலும் மீனவப் படகுகள், கப்பல்கள் செல்லும் நேரம் தவிர உலா வர முடியும்.

மீன்பிடிப் படகுகளுக்கு விபத்துகள் நேரும் வாய்ப்பு உண்டா?

மன்னார் வளைகுடாவில் கடல் பாதை – கடற்கரை ஓரத்திலிருந்து வெகுதூரம் அமையும். எனவே விபத்துக்கள் நடைபெறும் வாய்ப்பு மிகமிகக் குறைவு.

பாக் கடலிலும், பாக் ஜலசந்தியிலும் பாதை நிர்ணயிக்கப்பட்டு மிதவைகளால் குறிக்கப்படப்போவதால் விபத்துகள் இருக்கவே இருக்காது என்று கூற முடியும். கன்னியாகுமரியிலிருந்து தூத்துக்குடித் துறைமுகம் உள்ள பகுதியில் விபத்துகள் நடந்தால் உடனுக்குடன் ஆய்வு செய்து தேவையான நஷ்டஈடு வழங்க துறைமுகம் ஏற்கனவே மாவட்ட அளவில் ஒரு குழு அமைத்திருக்கின்றது. எனவே, இவ்வாறு அமைப்புகள் மற்ற பகுதிகளிலும் அமைக்கப்படும். ஆயினும் விபத்துகள் ஏற்படும் வாய்ப்பு மிகமிகக் குறைவு.

மீனவர்கள் இடமாற்றம் செய்யப்படுவார்களா?

பாக் கடலிலும், பாக் ஜலசந்தியிலும் அறவேயில்லை. நிலத்தில் அமையவிருக்கும் ஒரே கட்டமைப்பு, கோடியக்கரை பகுதியில் கப்பல் போக்குவரத்து மேலாண்மை முறை மட்டுமே. அதற்காக

நிலம் ஓர் ஏக்கர் அளவில்தான் இருக்கும். தனுஷ்கோடி பகுதியில் நிலத்தில் ஏற்பட இருக்கும் கட்டமைப்புகள் தமிழக அரசின் நிலங்களில் மட்டுமே அமைக்க முயற்சிகள் மேற்கொள்ளப்பட்டு இருக்கின்றன – தேவையான நிலம் ஒரு சில ஏக்கர் மட்டுமே. தனுஷ்கோடியில் தாழ்ந்த நிலங்கள் மீட்க ஒப்புதல் அளிக்கப்பட்டால், சில நாட்களுக்கு அங்கு தற்காலிகக் குடிசைகள் அமைத்துக் குடியிருக்கும் மீனவ நண்பர்கள் குடிபெயர வேண்டிய தேவையிருக்கும். அதற்காகும் அனைத்துச் செலவும் சுற்றுப்புற மேலாண்மைத் திட்டத்தின் வழியாகத் தூத்துக்குடித் துறைமுகம் ஏற்கும்.

ஆதாம் பாலம் பகுதியிலும் பாக் கடலிலும் தொடர்ந்து பராமரிப்பு ஆழப்படுத்தும் பணி (Maintenance Dredging) இருக்குமா?

பல்வேறு ஆய்வுகளின்படியும், நீரி நிறுவனத்தாரின் ஆய்வின் படியும் பராமரிப்பு ஆழப்படுத்துதல் மிகக் குறைந்த அளவு மட்டுமே இருக்கும். நீரியின் ஆய்வின்படி பராமரிப்பு ஆழப்படுத்தும் பணி நான்கு ஆண்டுகளுக்கு ஒரு முறைகூடச் செய்யலாம் – எடுக்க வேண்டிய மணல் மிகக் குறைவாக இருக்கும் என்பதால், நான்கு ஆண்டுகளுக்கு ஒரு முறை மட்டுமே தூர்வார வேண்டியிருக்கும்.

பல தடைகளை மீறிய சேதுக் கால்வாய் திட்டம்

நடைமுறைக்கு வந்துள்ள இத்திட்டம், 1998-இல் சுற்றுச் சூழலைப் பாதிக்குமா என்பது ஆராய்ந்து நாகபுரி நீரி நிறுவனம் அறிக்கையும் அளித்துள்ளது. அதேபோன்று, பல்லவன் போக்குவரத்துக் கலந்தாய்வு நிறுவனமும் இதுகுறித்து ஆய்வறிக்கையை வழங்கியுள்ளது. சுற்றுச்சூழலுக்குப் பாதிப்பு இல்லை என்று அறிக்கைகள் சொல்லியுள்ளன. இன்றைக்கு மீனவர்களுக்கும், சுற்றுச்சூழலுக்குப் பாதகம் ஏற்படுமோ என்ற ஐயம் எழுப்பியுள்ளனர். சுற்றுச்சூழலுக்கும் மீனவர்களுக்கும் எவ்விதப் பாதகமும் இல்லாமல் இத்திட்டத்தை நிறைவேற்ற வேண்டிய முயற்சிகளை எடுக்கக்கூடிய அளவில்தான் திட்டங்கள் தீட்டப்பட்டுள்ளன என்பதை அறிய வேண்டும். சுற்றுச்சூழல் பாதிப்பு என்று தேவையற்ற விஷயங்களில் எல்லாம் குறை கண்டால் எந்தத் தேவையான வளர்ச்சித் திட்டங்களும் நடைமுறைக்கும், செயலுக்கும் கொண்டு வர முடியாது என்பதையும் உணர வேண்டும்.

சுற்றுச்சூழல் பிரச்சினை என்று சற்றும் யோசிக்காமல் எழுப்பினால், தமிழகத்தின் வளர்ச்சி பாதிக்கும். ஏற்கெனவே தமிழகத்தில் நீர்வளம் குறைவு. தொழில் வளர்ச்சியும் பெரிதாக இல்லை. இந்நிலையில் சேதுக் கால்வாய்த் திட்டம் நடைமுறைக்கு வந்தால் தென் மாவட்டங்கள் வளர்ச்சி பெறும். சேதுக் கால்வாய்த் திட்டம் தென்கிழக்கு ஆசியாவின் சூயஸ் கால்வாயாகத் திகழும். இத்திட்டம் நிறைவேற்றுவதற்கு ஏற்படுகின்ற செலவைச் சேதுக் கால்வாயினால் வரும் இலாபத்திலிருந்து சரிசெய்யலாம். இத்திட்டத்தைப் பொருளாதார அளவிலும், தொழில்நுட்ப

ரீதியாகவும், சுற்றுச்சூழலுக்குப் பாதிப்பில்லாத வகையிலும், மீனவர்களுக்கு எவ்விதப் பாதகமும் இல்லாத அளவிலும் நிறைவேற்றலாம்.

இத்திட்டம் 1964க்கு முன்பு நேரு காலத்திலேயே தொடங்கப்பட்டிருக்க வேண்டும். அன்றைய இலங்கை அரசு கொழும்பு துறைமுகத்தின் முக்கியத்துவமும், இலங்கையின் பொருளாதாரமும் குறைந்துவிடும் எனக் கேட்டுக் கொண்டதற்கிணங்க இத்திட்டத்தை நேரு தள்ளிப் போட்டார். உலக அமைதி, அணிசேராக் கொள்கை என்ற நிலையில் பண்டித நேரு அண்டை நாடான இலங்கை அரசினுடைய கோரிக்கையை ஏற்றதாகத் தெரிகிறது. தமிழகத்தில் உள்ள அனைத்துத் தரப்பினரும் இத்திட்டம் நிறைவேற வேண்டுமென்று பலமுறைகள் முயற்சிகளை மேற்கொண்டனர். நடக்குமா, நடக்காதா என்று கேள்விக் குறியாக இருந்த இத்திட்டம் நடைமுறைக்கு வந்தது மகிழ்ச்சியான செய்தியாகும். இருப்பினும் இலங்கை அரசு இத்திட்டத்தைத் தடுக்கக்கூடிய வகையில் பல முயற்சிகளை மேற்கொண்டது. ஜே.எச்.யூ. என்று அழைக்கப்படுகின்ற பௌத்தத் துறவிகளின் அரசியல் கட்சியினுடைய நாடாளுமன்ற உறுப்பினர் அத்திரேலாயா ராத்தினதிரோ இத்திட்டத்திற்கு எதிராக இலங்கை நாடாளுமன்றத்தில் பிரச்சினையைக் கிளப்பினார். சுற்றுச்சூழலைக் காரணம் காட்டிப் பன்னாட்டு நீதிமன்றத்திற்குச் சென்று இத்திட்டத்தைத் தடுக்க வேண்டும் என்றும் அவர்கள் கூறியபொழுது, இலங்கை வெளியுறவுத் துறை அமைச்சராக இருந்து மறைந்த கதிர்காமர் அதற்குத் தாளம் போட்டு, இப்பொழுது ஒன்றும் இதுகுறித்துச் சொல்ல முடியாது; இருப்பினும் இதுகுறித்துச் சட்டப்பூர்வமான நடவடிக்கைகள் சூழ்நிலைக்கேற்ப எடுக்கப்படும் என்ற உறுதியை அளித்தார். இதன் மூலம் இத்திட்டம் குறித்த இலங்கை அரசின் வன்மம் தெரிந்தது.

நாடாளுமன்றத்தில் கதிர்காமர் தன்னுடைய ஏழு பக்கப்பதிலில் சேது சமுத்திரத் திட்டத்திற்கு முழுமையான எதிர்ப்பைத் தெரிவித்தார். அதில் இந்திய அரசு இலங்கை அரசுடன்

பேச வேண்டும் என்றும், தூர்வாரும் நடவடிக்கைகள் குறித்து இலங்கைக்குத் தெரியப்படுத்த வேண்டும் என்றும், சர்வதேச சட்டங்களுக்கு உட்பட்ட வகையில் இந்தியா சுற்றுச்சூழல் நடவடிக்கைகளில் இலங்கையோடு பேசிதான் முடிவு செய்ய வேண்டும் என்றும் கூறினார். இது முற்றிலும் ஏற்றுக் கொள்ளக் கூடியதல்ல. இத்திட்டத்தில் தூர்வாரும்போது இந்தியா இலங்கை இணைந்து. சுற்றுச்சூழலைப்பற்றிக் கூட்டாய்வு முறையில் பணிகளை மேற்கொள்ள வேண்டுமென்று இலங்கை அரசு கோரிக்கை வைத்துள்ளது.

சேதுக் கால்வாய்த் திட்டத்தைக் கிடப்பில் போட வேண்டும் என்று இலங்கையை ஆண்ட ஆட்சியாளர்கள் கங்கணம் கட்டிக்கொண்டு அரசியல் பகைமைகள் இருந்தாலும் இந்தப் பிரச்சினையில் மட்டும் ஒருமுகமாகக் கிட்டத்தட்ட 42 ஆண்டுகளாகத் தொடர்ந்து செயல்பட்டு வருகின்றனர். இத்திட்டம் நடைமுறைகளுக்கு வந்துவிடும் என்ற பயத்தில் இலங்கை அரசு அனுமன் பாலம் கட்டலாம் என்ற யோசனையைத் தெரிவித்து இத்திட்டத்தைப் பாழ்படுத்த நினைத்தது.

இத்திட்டத்தை நடைமுறைப்படுத்தினால் பொருளாதார ரீதியாகப் பல நன்மைகளும், வேலை வாய்ப்புகள், வணிகம், தொழில்நுட்பம் போன்றவை வளர்ச்சியடையும். அதுமட்டுமில்லாமல் சேது சமுத்திரத் திட்டம் பாதுகாப்பு வளையமாக இந்தியாவுக்குத் திகழும். கோழிக்கோட்டில் சமீபத்தில் நடைபெற்ற கடற்படை, கடலோரக் காவல் படை மற்றும் அறிஞர் பெருமக்கள் கலந்துகொண்ட கருத்தரங்கில் இதுகுறித்து விவாதிக்கப்பட்டது. மொத்தத்தில் இந்தத் திட்டத்தினால் வளர்ச்சி தானேயொழிய பாதிப்பு கிடையாது என அறிஞர் பெருமக்கள் தெரிவித்துள்ளனர். தொழில்நுட்பத்தில் இது ஒரு பரிமாண வளர்ச்சி என்று குறிப்பிட்டுள்ளனர். சுனாமி போன்ற பேரழிவுகள் வருவதை இத்திட்டம் நடைமுறையில் இருந்தால் முன்கூட்டி அறிந்து பாதுகாப்பு நடவடிக்கைகளை எடுக்க வாய்ப்பாக இருக்கும்.

சுற்றுச்சூழல், சுற்றுச்சூழல் என்று சொல்லிக் கொள்பவர்களுக்கு எண்ணெய்க் கழிவு கடலில் சேராது என்றும், பன்னாட்டுச்

சட்டங்களின்படி இங்கேயும் விதிகளை நடைமுறைபடுத்துவார்கள் என்பதையும் தெரியப்படுத்தப்படுகிறது. கடல் விலங்குகளுக்குப் பாதகம் ஏற்படாத வகையில் கப்பல்கள் மற்ற பனாமா, சூயஸ் கால்வாய்களில் செல்வதுபோலக் கப்பல் போக்குவரத்து இங்கேயும் நடைபெறும் பவளப் பாறைகள் அமைந்த தீவுகளிலிருந்து 20 கிலோமீட்டர் தொலைவில்தான் ஆழப்படுத்தும் பணிகள் செயல்படுத்தப்படும். தூர்வாரிய மண்ணை அழிந்த தனுஷ்கோடி பகுதியில் சேர்க்கப்பட்டுத் தனுஷ்கோடியும் உதயமாகும். மீன்பிடித் தொழிலுக்கும் எவ்விதமான பாதிப்பும் கிடையாது. இந்தக் கால்வாய் வெட்டப்படும் பகுதி 54 கிலோ மீட்டராகும். இதனால் மீன்பிடித் தொழிலுக்குப் பாதிப்பு ஏற்படப் போவதில்லை. தமிழக மீனவர்கள் கடந்த காலங்களில் இலங்கை கடற்படையினரால் ஏற்பட்ட துயரங்களிலிருந்து விடுபடச் சேதுக் கால்வாய்த் திட்டம் மிகவும் பயனாக இருக்கும். இலங்கை கடற்படையினரால் நூற்றுக்கு மேலான மீனவர்கள் பாதிக்கப்பட்டுள்ளனர். சுமார் 120 தடவை இம்மாதிரி சம்பவங்கள் தமிழக மீனவர்களுக்கு இலங்கை கடற்படையினரால் ஏற்பட்டுள்ளது. கச்சத்தீவு நம்மைவிட்டுச் சென்றதால் மீனவர்க்கு ஏற்பட்ட பாதுகாப்பற்ற நிலைமை சேதுக் கால்வாய்த் திட்டத்தினால் ஓரளவு மீனவர் நலனுக்குத் துணையாக இருக்கும். இதனால் படகு போக்குவரத்திற்கும் பாதிப்புக் கிடையாது. மீனவர்கள் படகில் பயணம் செல்ல எளிதாகவும், இரவு நேரங்களில் வசதியாகவும் இக்கால்வாய் அமையும். மீனவர்கள் நலன், சுற்றுச்சூழலை மனதில் கொண்டு சேதாரங்கள் ஏற்படாத வகையில் இத்திட்டம் தீட்டப்பட்டுள்ளது. பாதுகாப்பு என்ற நிலையில் இத்திட்டம் இந்தியாவிற்கு ஒரு முக்கிய அங்கமாகத் திகழும்.

இத்திட்டத்தினால் மீனவர்கள் பாதிக்கப்படுவார்கள் என்ற குரலுக்குக் காவிரி தொடங்கி வைப்பாறு வரை உள்ள ஆறுகளும் சிற்றாறுகளும் மேலணைத் தடுப்புகள் இருப்பதனால் கடலுக்குள் நைட்ரஜன், பாஸ்பரஸ், கந்தகம் போன்ற ஊட்டம் தரும் மூலப் பொருள்கள் போதுமான அளவு சேர்வது இல்லை.

ஆழமற்ற இருமுனைகளையும் ஆழமாக்குதல் வங்காள விரிகுடாவிலிருந்தும், தென் கடலிலிருந்தும் மாறிமாறி நீரோட்டம் பெருகும். முதனுற்பத்திக்குத் தேவையான ஊட்ட மூலப் பொருள்களின் அளவு வடகடலில் அதிகரிக்கும். உயிரினம் வளம் பெருகும். எப்படிப் பார்த்தாலும் மீனவர்களின் வருவாய்ப் பெருகும். மீன் உற்பத்தி அதிகரிக்கும். வடபகுதியில் மீன் பிடி அழுத்தம் குறையும். இம்மீனவர்களின் மீன்பிடி எல்லைகள் வெளிக்கடலுள் பரந்து விரியும்.

வடபகுதியில் மட்டும் தன் கால்வாய் அமையவிருக்கிறது. தென் பகுதியில் 5 கி.மீ. தூரம் வரைதான் கால்வாய் நீளும். மேற்கே வான் தீவு தொடக்கம், கிழக்கே செங்கால் தீவுவரை உள்ள 21 தீவுகள் உள்ளடக்கிய கடல் பகுதியைச் சுற்றுச்சூழல் அமைச்சு, பாதுகாப்பு வளையமாக அறிவித்துள்ளது. இது தென் கடலில் உள்ள பகுதி கால்வாய் முடிவடையும் இடத்திலிருந்து 25 கி.மீ. தொலைவிற்கு அப்பால்தான் செங்கால் தீவு உள்ளது. கால்வாய் அமையும் 206 கி.மீ. நீளம் வரையும் கடல் தரையில் சொல்லக்கூடிய அளவுக்குப் பவளப் பாறைகள் இல்லை. எனவே, கால்வாய் அமைப்பதனால் பவளப் பாறைகள் அழியும் என்று கூறுவது தவறான - உண்மைக்கு மாறான வாதமாகும்.

இத்திட்டத்தினால் இலங்கையில் உள்ள தமிழர்கள் வாழும் ஈழ பகுதிகள் காங்கேசன்துறை, வல்வெட்டி துறை, பருத்தித் துறை போன்ற மூன்று துறைமுகங்களும் வளர்ச்சியடையும். இத்துறைமுகங்களில் வர்த்தகம், சுற்றுலா, மீன்பிடித் தொழில் போன்றவை நன்கு வளர்ச்சி அடையும். காங்கேசன் துறையில் உள்ள சிமெண்ட் ஆலை போன்று பல புதிய ஆலைகள் நிறுவவும் சாத்தியக் கூறுகள் அமையும்.

இந்திய மகா சமுத்திரத்தில் கடந்த 1970களின் தொடக்கத்திலிருந்து ஆதிக்க சக்திகள் இராணுவ தளங்களை அமைத்தன. டியூகோகர்சியா பிரச்சினையில் அமெரிக்காவின் முயற்சிகளை இந்தியா கடுமையாக எதிர்த்தது. இலங்கையில் உள்ள திரிகோணமலை துறைமுகம் இயற்கையானது. சுற்றிலும்

பாறைகள் சூழ உள்ள துறைமுகமாகும் பக்கத்தில் உள்ள கப்பல்கூடத் தெரியாத நிலையில் இயற்கை அமைப்புகள் அமைந்த துறைமுகமாகும். இந்தத் துறைமுகத்தின் மீது அமெரிக்கா போன்ற நாடுகளுக்கு ஒரு கண் இருக்கின்றது. 'வாய்ஸ் ஆஃப் அமெரிக்கா' என்ற நிறுவனம் எண்ணெய்க் கிடங்குகள் அமைக்கக் கடந்த காலங்களில் முயற்சிகளை மேற்கொண்டது. இவை அனைத்தும் இந்தியாவை மனதில் கொண்டு மேற்கொண்ட முயற்சிகள் ஆகும். இத்தகைய ஆதிக்க சக்திகளிடமிருந்து இந்தியாவைப் பாதுகாக்கச் சேதுக் கால்வாய்த் திட்டம் இந்தியாவின் கொடையாகத் திகழும். இத்திட்டம் நடைமுறைக்கு வந்தபின்பு இந்திய விரோத சக்திகளுக்கு வயிற்றில் புளி கரைப்பது போன்று இருக்கின்றது. ஒரு தாய் அறுவை சிகிச்சையில் தன்னுடைய அருமை குழந்தையைப் பெற்றதுபோல, இந்தியா நீண்ட நெடுங்காலத்திற்குப் பிறகு போராடி இத்திட்டத்தைப் பெற்றுள்ளது.

2008இல் இக்கால்வாயில் கப்பல் போக்குவரத்துத் தொடங்கும் என்று திட்டமிடப்பட்டுள்ளது.

No.J-16011/6/99-IA-III
Government of India
Ministry of Environment and Forests
(LA-III Division)

Paryavaran Bhavan,
CGO Complex, Lodhi Road,
New Delhi - 110003.

Dated the 31st March, 2005

Sub: Sethusamudram Shipping Channel Project by M/s Tuticorin Port Trust, Tuticorin, Tamil Nadu - Environmental Clearance - regarding.

....

Reference is invited to D.O.NO.PD-22012/2/96-PDZ (Pt) dated 15th December, 2003, dated 5th January, 2004, letter No.PD-22012/2/96-PDZ, dated 9th September, 2004, 28th September, 2004 from Ministry of Shipping, letter No.EC/F/42/82004/CPT dated 20.9.2004, No.E(C)/F.42/8/DB/2004/D, dated 9.10.2004, No.E(C)/F.42/8/2003/CPC/D dated 25.10.2004 and No.E(C)/42/8/CPC-2004, dated 24.11.2004 from Tuticorin Port Trust, Tuticorin and TamilNadu Pollution Control Board letters No.T-11/TNPCB/28347/SSCP/2004-2, dated 21.10.2004 and letter No.T-11/TNPCBd/28347/SSCP/2005 dated 4.3.2005 regarding the above project have also been considered.

The Order of the High Court of Madras dated 17.12.2004 in W.P. Nos.33528 and 34436 of 2004 and W.P.M.P. Nos.40521 and 41570 of 2004 filed by Shri O.Fernandes, Co-convener, Coastal Action Network, Chennai Vs. Union of India and Others have also been taken into consideration.

The report submitted by the Tuticorin Port Trust with regard to "Issues raised during public hearing meetings and response of project authorities" received vide letter No.E(C)/F- 42/8/SSCP-2005, dated 16.3.2005 from Tuticorin Port Trust has been taken into consideration.

As per the detail project report submitted by Ministry of Shipping vide letter No.PD- 26014/3/2004 Sethu, dated 2.3.2005 the following are the alignment of the shipping channel:

Segment	Length(km)	Bearing	Depth(m)
G-A	4.37	$10^0 37'3''$	-12m
A-B	17.30	$0^0 0'0''$	-12m
B-C	13.38	$346^0 42'41''$	-12m
C-D	37.44	$339^0 29'56''$	-12m
D-E	40.48	$36^0 28'36''$	-12m
E-E4	54.25	$73^0 29'13''$	-12m
Total	167.22		

The total capital dredging envisaged for the project is around 82.5 million cu.m while the maintenance dredging is 0.55 million cu.m per year. The dredged material are proposed to be disposed in the sea at a depth of 25-30 km distant away from Adam's Bridge (an area of 5km X 5km at geographical coordinates, 8°55'51.16"N and 79°26'54.81"E) and 10°13'14.05"N and 80°13'11.56"E.

Based on the information and facts provided by Ministry of Shipping, Tuticorin Port Trust, proceedings of the public hearing provided by Tamil Nadu State Pollution Control Board, the response provided by M/s Tuticorin Port Trust to the issues raised by the public in the public hearing and the recommendations of the Expert Committee on Infrastructure. Development and Miscellaneous Projects, the project is accorded environmental clearance under Environmental (Impact) Assessment Notification, 1994 subject to the following specific and general conditions:

A. Specific Conditions:

i) The dredged material will be disposed off in the identified sites in the sea. No dredged material will be disposed off on land.

ii) During dredging and disposal activities, monitoring marine environment quality should be done periodically and necessary navigational steps should be taken up incase of increase in turbidity beyond the prescribed limits.

iii) All the necessary measures to protect the biodiversity including endangered species of mangroves, corals, mammals should be provided by the proponent as per the recommendations niade in the ELA Report.

iv) So as to offset any impact on the fisheries, adequate arrangements to provide sustainable livelihood opportunities to the coastal communities including fishermen should be made with appropriate budgetary provisions in the project cost for the implementation of the same. An amount of 2% of the project cost should be made available for such activities so as to provide appropriate livelihood opportuntries and training to the coastal community.

v) Opening of river mouths in the vicinity of the proposed site may be considered so as to provide better opportunities for estuarine fishing leading to the enhancement of livelihood opportunities.

vi) The project proponent should undertake studies for ship maneuvering along the channel.

vii) Emergency anchoring areas should be provided at appropriate locations along the alignment.

viii) All the ships transiting through the channel will comply with IMO Standards and follow MARPOL convention (MARPOL 73/78).

ix) Discharge of bilge, ballast, treated sewage, solid wastes, oily wastes and spillage of cargo should not be allowed in Gulf of Mannar.

x) All the ships using the route should have proper treatment facilities for sewage through treated sewage will not be allowed to be discharged in Gulf of Mannar area.

xi) Oil spill contingency plan should be drawn up by TPT within one year from the date of issue of this letter including the preparedness to prevent spread of spillage in Gulf of Mannar and Palk bay and its immediate recovery by deploying equipments and ships.

xii) The channel should be properly marked by navigational light buoys.

xiii) Accidents due to collision should be averted through VTMS and also control of cruise speed.

xiv) Strict monitoring should be undertaken at four hourly interval round the clock to monitor the movement of sediments of dredged material in the dredging area and daily on the coast and other sensitive areas of Gulf of Mannar Biosphere/National Marine Park

xv) No restriction on the movement of fishing vessel and fishing activities will be imposed in the area except during ship transits.

xvi) Effective monitoring of aquatic ecosystem may be done to ensure that no damage is done to the turtles, dugongs, flora and other endangered species.

xvii) All the genuine issues raised during the public hearing will be implemented in a time bound manner and a report submitted to the Ministry once in every six months,

xviil) Environmental monitoring cell may be constituted to monitor all the environmental parameters associated with this project.

xix) The Environment Management Plan recommended by NEERI should be implemented.

xx) No foreshore facilities should be taken up without obtaining necessary clearances including Coastal Regulation Zone Notification, 1991.

xxi) A study will be undertaken with regard to the amphidromic point, which is located at Nagapattinam and its impact on the proposed canal. This study report shall be submitted within a period of 6 months.

xxii) For the purpose of monitoring the project, the project proponent have identified scientific institutions namely, Suganthi Devadason Marine Research Institute, Kanyakumari, Central Marine Fisheries Research Institute, Cochin, Central Electro Chemical Regional Institute, Mandapam, Alagappa Institute of Technology, Karaikudi and Centre for Advance Studies in Marine Biology, Parangipetti.

B. GENERAL CONDITIONS:

(i) Development of the proposed channel should be undertaken meticulously conforming to the applicable Central/local rules and regulations including Coastal Regulation Zone Notification, 1991 and its amendments.

(ii) A well-equipped laboratory with suitable instruments to monitor the quality of air and water shall be set up as to ensure that the quality of ambient air and water conforms to the prescribed standards. The laboratory will also be equipped with qualified. manpower including a marine biologist so that the marine water quality is regularly monitored in order to ensure that the marine life is not adversely affected as a result of implementation of the said project. The quality of ambient air and water shall be monitored periodically in all the seasons and the results should be properly maintained for inspection of the concerned pollution control agencies. The periodic monitoring reports at least once in 6 months must be send to this Ministry (Regional Office at Bangalore) and State Pollution Control Board.

(iii) Adequate provisions for infrastructure facilities such as water supply, fuel for cooking, sanitation etc. must be provided for the laborers during the construction period in order to avoid damage to the environment. Colonies for the laborers should not be located in Coastal Regulation Zone area. It should also be ensured that the construction workers do not cut trees including mangroves for fuel wood purpose.

(iv) To prevent discharge of sewage and other liquid wastes into the water bodies, adequate system for collection and treatment of the wastes must be provided. No sewage and other liquid wastes without treatment should be allowed to enter into the water bodies.

(v) Appropriate facility should be created for the collection of solid and liquid wastes generated by the barges/vessels and their safe treatment and disposal should be ensured to avoid possible contamination of the water bodies.

(vi) Necessary navigational aids such as channel markers should be provided to prevent accidents. Internationally recognized safety standards shall be applied in case of barge/vessel movements.

(vii) The project authorities should take appropriate community development and welfare measures for villagers in the vicinity of the project site, including drinking water facilities. A separate fund should be allocated for this purpose.

(viii) The quarrying material required for the construction purpose shall be obtained only from the approved quarries/borrow areas. Adequate safeguard measures shall be taken to ensure that the overburden and rocks at the quarry site do not find their way into water bodies

(ix) For employing unskilled, semi skilled and skilled workers for the project, preference shall be given to local people.

(x) The recommendations made in the Environmental Management Plan and Disaster Management Plari, as contained in the Environmental Impact Assessment and Risk Analysis Reports of the project shall be effectively implemented,

(xi) A separate Environmental Management Cell with suitable qualified staff to carry out various environment should be set up under the charge of a Senior Executive who will report directly to the Chairman, Tuticorin Port Trust.

(xii) The project affected people of any should be properly compensated and rehabilitated.

(xii) The funds earnmarked for environment protection measures should be maintained in a separate account and there should be no diversion of these funds for any other purpose. A year-wise expenditure on environmental safeguards should be reported to this Ministry

(xiv) Full support should be extended to the officers of this Ministry's Regional Office at Bangalore and the officers of the Central and State Pollution Control Boards by the project proponent during this inspection for monitoring purposes, by furnishing full details and action plans including the action taken reports in respect if mitigative measures and other environmental protection activities.

(xv) In case any deviation or alteration in the project is contemplated including a change in the implementing agency, a fresh reference should be made to this Ministry for modification in the clearance conditions or imposition of new ones for ensuring environmental protection. The project proponents should be responsible for implementing the suggested safeguard measures.

(xvi) This Ministry reserves the right to revoke this clearance, if any of the conditions stipulated are not complied with to the satisfaction of this Ministry

(xvii) This Ministry or any other competent authority may stipulate any additional conditions subsequently, if deemed necessary for environmental protection, which shall be complied with.

(xviii) The project proponent should advertise atleast in two local newspapers widely circulated in the region around the project, one of which shall be in the vernacular language of the locality concerned informing that the project has been accorded environmental clearance and copies of clearance letters are available with the State Pollution Control Board and may also be seen at Website of the Ministry of Environment & Forests at http://www.envfor.nic.in. The advertisement should be made within 7 days from the date of issue of the clearance letter and a copy of the same should be forwarded to the Regional Office of this Ministry at Bangalore.

(xix) The project proponents should inform the Regional Office as well as the Ministry the date of financial closure and final approval of the project by the concerned authorities and the date of start of development work.

The above mentioned stipulations will be enforced, inter-alia, under the provisions of Water (Prevention and Control of Pollution) Act, 1974, the Air (Prevention and Control of Pollution) Act, 1981, the Environment (Protection) Act, 1986, the Hazardous Chemicals (Manufacture, Storage and Import) Rules, 1989, the Coastal Regulation Zone Notification. 1991 and its subsequent amendments and the Public Liability Insurance Act, 1991 and the Rules made thereunder from time to time.

(A. Senthil Vel)
Joint Director

To

Shri N.K. Raghupathy,
Chairman,
Tuticorin Port Trust,
Tuticorin-628 004,
Tamil Nadu.

Copy to:

1. The Chief Conservator of Forests (Central), Ministry of Environment & Forests, Regional Office (SZ), Kendriya Sadan, 4th Floor E&F Wings, 17th Main Road, 1 Block, Koranmangala, Bangalore-560034.

2. The Chairman, Central Pollution Control Board, Parivesh Bhavan, CBD-cum-Office Complex, East Arjun Nagar, Delhi - 110032.

3. The Director, Environment Department, Government of Tamil Nadu, Chennai,

4. DIG (SU), Regional Office Cell, Ministry of Environment & Forests, New Delhi.

5. The Chairman, Tamil Nadu State Pollution Control Board, Chennai.

6. Guard File.

7. Monitoring Cell.

8. Director (EI), Ministry of Environment & Forests, New Delhi.

(A. Senthil Vel)
Joint Director

சேதுக் கால்வாய் திட்டம்: நிதி அம்சங்கள்

சேது சமுத்திரக் கால்வாய்த் திட்டத்திற்கு மொத்தம் ரூ. 2427.40 கோடி செலவிடப்படும்.

இத்திட்டத்தின் மூலதனச் செலவு ரூ.2233 கோடியாகவும், கட்டுமானத்தின்போது வட்டி உள்ளிட்ட நிதி ஆதாரச் செலவு ரூ.194.40 கோடியாகவும் இருக்கும்.

திட்டமதிப்பீடு:

பணி	செலவு ரூ.கோடியில்
தொடக்க நிலை செலவுகள்	10.0
நிலம் கையகப்படுத்தல்/நிர்வாகச் செலவுகள்	5.0
ஆழப்படுத்துதல்	1719.6
வழிநடத்தும் சாதனங்கள்	10.9
இழுவைப் படகுகள்	157.6
கண்காணிப்பு நிலையங்கள்	65.9
கட்டுமானப் பணிகள்	144.0
ஆலோசனை மற்றும் மேலாண்மை	20.0
பிற செலவுகள்	100.0
மொத்தம்	2233.0

இத்திட்டத்திற்குப் பங்குகள் மூலமாக ரூ.971 கோடியும், கடன்கள் மூலமாக ரூ.1456.40 கோடியும் திரட்டப்படும். இத்திட்டத்திற்கான கடன், பங்கு விகிதம் 1.5:1 ஆக இருக்கும்.

சேதுக் கால்வாய் திட்டத்திற்கு மூலதனப் பங்குகள் வாயிலாகத் திரட்டப்படும் நிதி:

நிறுவனம்	பங்குத்தொகை (ரூ.கோடியில்)
இந்திய அரசு	495
தூத்துக்குடி துறைமுகப் பொறுப்புக் கழகம்	50
இந்திய கப்பல் கழகம்	50
இந்திய அகழ்வுப் பணிக் கழகம்	30
சென்னைத் துறைமுகப் பொறுப்புக் கழகம்	30
எண்ணூர் துறைமுக நிறுவனம்	30
விசாகப்பட்டினம் துறைமுகப் பொறுப்புக் கழகம்	30
பாரதீப் துறைமுகப் பொறுப்புக் கழகம்	30
தனியார் பங்குகள்	226
மொத்தம்	971

இத்திட்டத்திற்கான உள்நாட்டு மற்றும் அயல்நாட்டுக் கடன்களுக்கு இந்திய அரசு உத்தரவாதம் வழங்கும்.

2009-10ஆம் ஆண்டிலிருந்து இக்கால்வாய் செயல்படும். முதல் ஒன்பது ஆண்டுகளுக்கு வருவாய் இழப்பை ஈடுகட்ட இந்திய அரசு வட்டியில்லா, திட்டம் சாராக் கடனுதவியாக ரூ.390.05 கோடி வழங்கக் கொள்கை அளவில் ஒப்புக்கொண்டுள்ளது. இதே போல இத்திட்டத்தில் பங்கேற்கும் துறைமுகங்களுக்கும், பொதுத்துறை நிறுவனங்களும் ரூ.374.75 கோடி வழங்கும்.

இத்திட்டத்திற்காகப் பெறப்படும் கடன் தொகையில் சுமார் 50 சதவிகிதம் இந்தியப் பணமாகவும், மீதித் தொகை அன்னியச் செலாவணியாகவும் இருக்கும்.

சேது சமுத்திரத் திட்டத்தின் மூலம் வரி விதிப்பிற்கு முந்தைய வருவாய் விகிதம் 10.2 சதவிகிதமாகவும், வரிவிதிப்பிற்குப் பிந்தைய வருவாய் விகிதம் 9.1 சதவிகிதமாகவும் இருக்கும்.

இத்திட்டத்தின் பொருளாதார உள் வருவாய் விகிதம் 16.9 சதவிகிதமாக இருக்கும் எனக் கணக்கிடப்பட்டுள்ளது.

கால்வாய் அமைப்பும், தூர்வாரும் பணிகளும்.

சேது சமுத்திரக் கால்வாய் இருவழிப்பாதையாக இருக்கும். 10 மீட்டர் மிதவை ஆழம் கொண்ட கப்பல்கள் இக்கால்வாய் வழி அனுமதிக்கப்படும்.

20 ஆயிரம் டன் எடை கொண்ட அனைத்துக் கப்பல்கள், 30 ஆயிரம் டன் எடை கொண்டவற்றில் 75 சதவீத கப்பல்கள், 40 ஆயிரம் டன் எடை கொண்டவற்றில் 10 சதவீத கப்பல்கள், 50 ஆயிரம் டன் எடை கொண்டவற்றில் 5 சதவீத கப்பல்கள் இக்கால்வாயைப் பயன்படுத்தலாம். அனைத்துக் காலி கப்பல்களும் கால்வாய் வழி அனுமதிக்கப்படும்.

'பனாமா மற்றும் சூயஸ் கால்வாய்களைப் பயன்படுத்தும் கப்பல்கள் அதற்குரிய எடை அளவில் வடிவமைக்கப்படுவது போலச் சேது சமுத்திர கால்வாயைப் பயன்படுத்தும் கப்பல்கள் சேது அளவு கப்பல்கள்' என வடிவமைக்கப்படும் வாய்ப்பு ஏற்படும் என நம்பிக்கை தெரிவிக்கிறது சேது சமுத்திர கார்ப்பரேஷன்.

கால்வாயில் செல்லும் கப்பல்கள் 8 கடல் மைல் வேகத்தில் மட்டுமே அனுமதிக்கப்படும்.

33 மீட்டர் அகலம், 215 மீட்டர் நீளம் கொண்ட கப்பல்கள் இக்கால்வாயைப் பயன்படுத்தலாம்.

கப்பல்களை வழி நடத்த 4 போக்குவரத்து நிர்வாக நிலையங்கள் அமைக்கப்படும். இவற்றில் 2 கடலுக்குள் அமையும். மற்றவை இராமேஸ்வரத்திலும், கோடியக்கரையிலும் அமையும்.

கால்வாய்ப் பாதை முழுவதும் மின்னொளி வீசும் மிதவைகளால் அடையாளம் காட்டப்படும்.

தூர்வாருவது எங்கே?

சேது சமுத்திரக் கால்வாய்த் திட்டத்தில் கால்வாய் எப்படி அமையப் போகிறது? அதன் நீள அகலம் என்ன? ஒவ்வொரு பகுதியிலும் தூர்வாரப்படும் அளவு என்ன என்பதைப் பார்ப்போம்.

பிரிவு	நீளம் (கிலோமீட்டர்)	தூர அளவு (மி.க.மீ)
ஆதாம்பாலம்	35	48.0
பாக் விரிகுடா	78	தோண்ட வேண்டியது இல்லை
பாக் ஜலசந்தி	54	43.5
மொத்தம்	167	82.5

மாதிரி ஆய்வறிக்கையின் அடிப்படையில் தூர்வாரிப் பராமரிக்க வேண்டியது முதல் ஆண்டில் 2 மில்லியன் கன மீட்டர் அளவிலும், இது சிறிது சிறிதாகக் குறைந்து 5ஆம் ஆண்டில் 1.4 மில்லியன் கன மீட்டர் அளவை அடைந்து பின் நிலையானதாக இருக்கும்.

ஆதாம் பாலத்தில் தோண்டப்படும் தூர்கள் மன்னார் வளைகுடாவில் 20-30 மீட்டர் இந்தியக் கடலில் ஆதாம் பாலத்தில் இருந்து 25-30 கி. மீட்டர் தூரத்தில் கொட்டப்படும். ஆதாம்பாலம் பகுதியில் தோண்டப்படும் முழு அளவு தூர்களையும் இங்கே கொட்டலாம். பாக் ஜலசந்தியில் தோண்டப்படும் தூர்கள் வங்காள விரிகுடா கடலில் 25-30 மீட்டர் ஆழத்தில் கரையில் இருந்து வெகு தூரத்தில் கொட்டப்படும். தூர்கள் கொட்டப்படும் இடங்கள் பல்வேறு விஞ்ஞான ஆய்வுகளுக்குப் பின் தேர்வு செய்யப்பட்டுள்ளன.

தூர் அகழ்வு முறைகள்:

1. **ஆதாம்பாலம் பகுதியில்:** ஆதாம்பாலம் பகுதியில் 12 மீட்டர் அளவிற்குத் தோண்டுவதால் உண்டாகும் தூர்களின்

மொத்த அளவு 51.8 மில்லியன் டன் ஆகும். நவீன உபகரணங்களைக் கொண்டு ஆழத்திற்குத் தோண்டுவதால் பணி நேர்த்தியாக இருக்கும்.

2. **பாக் ஜலசந்தி பகுதியில்:** பாக் ஜலசந்தி பகுதியில் கால்வாயின் மொத்த நீளம் 54 கி.மீ, கடல் மட்ட அளவு 8 மீட்டர் முதல் 12 மீட்டர் வரை உள்ளது. கடல் அடிப்பாகம் களிமண் மணலும் அதனைத் தொடர்ந்து மணலும் கொண்டதாக அமைந்திருக்கிறது. இப்பகுதியில் டிரையிலர் சக்ஸன் ஹோப்பர் டிரெஜர் மூலம் தோண்டப்படும்.

வங்காள விரிகுடாவில் தூர்களைக் கொண்டுவருவதற்குத் தேர்வு செய்யப்பட்டிருக்கும் இடத்தின் தூரத்தின் அடிப்படையில் பாக் ஜலசந்தி பகுதி இரண்டு பிரிவுகளாகப் பிரிக்கப்பட்டுள்ளது. நடுப்பகுதி சராசரி தூரம் 5கிமீ. ஆகவும் மற்றொன்றின் சராசரி தூரம் 40 கி.மீ. ஆகும். இப்பகுதியில் டிரெயிலர் சக்ஷன் ஹோப்பர் டிரெட்ஜர் மூலம் தூர்வாரப்படும்.

சேது சமுத்திரத் திட்டமா? தமிழன் கால்வாய்த் திட்டமா? எது சரியான பெயர்?

சேது என்றால் அணை அல்லது, கரை அல்லது, மேடு. சமுத்திரம் என்றால் ஆழ்கடல். வாய் வேளாண்மை பேசமுடியாத பெண்ணுக்குத் தேன்மொழி என்று பெயர் வைப்பது போல் இருக்கிறது. சேது சமுத்திரத் திட்டம் என இதனைக் கூறுவது கரையில் இருபக்கமும் தமிழர்கள் கடலில் இருக்கும் திடல்களை, உடைத்து மணலை அள்ளி ஆழமாக்கி வருகின்ற கால்வாய். தமிழன் கால்வாய் என்பதே பொருத்தமான பெயர். இப்பெயரையே 1942இல் சி.பா.ஆதித்தனாரும் விதந்துரைத்தார்.

பனாமா நாட்டில் பனாமாக் கால்வாய், யப்பானுக்கு அருகில் யப்பான் கடல், சீனத்துக்கருகில் சீனக்கடல், இங்கிலாந்துக்கு அருகில் ஆங்கிலக்கால்வாய், அரபு நாடுகளுக்கருகில் அரபிக்கடல், வங்காளத்துக்குக் கீழே வங்காள விரிகுடா, தமிழர் வாழும் இரு நாடுகளுக்கு இடையே தமிழன் கால்வாய் என்பதே பொருத்தமான பெயராகும்.

இந்தக் கால்வாய் நீள்கிறது.

வடக்கே வங்காள விரிகுடாவையும், தெற்கே தென்கடலையும் நடுவில் உள்ள வடகடலின் ஊடாக இணைப்பதே தமிழன் கால்வாய்.

வங்காள விரிகுடாவிற்கு அருகே கோடியக்கரையில் 36 கி.மீ. நீளத்திற்கு 300 மீட்டர் அகலத்தில் இப்பொழுது சராசரியாக உள்ள 6 மீட்டர் ஆழத்தை 12 மீட்டர் ஆழமாக்க வேண்டும்

தென்கடலுக்கு அருகே தனுஷ்கோடிக்குக் கிழக்காக 20 கி.மீ. நீளத்திற்கு 300 மீட்டர் அகலத்தில் இப்பொழுது சராசரியாக உள்ள 3 மீட்டர் ஆழத்தை 12 மீட்டர் வரை ஆழமாக்க வேண்டும்.

மொத்தம் 56 கி.மீ. நீளம், 300 எல்லைக்குள் 206 கி.மீ தொடக்கம், 210 கி.மீ. வரை நீண்ட தூரத்துக்குத் தமிழன் கால்வாய் அமையும்.

மீனவர்கள் இதனால் பாதிப்புக்கு உள்ளாவார்களா? இந்தக் கால்வாயைத் தோண்டுவதால் மீனவர்களுக்கு நன்மையா? தீமையா?

நாகப்பட்டினம் மாவட்டம் தொடக்கம், இராமநாதபுரம் மாவட்டம் வரையான 5 மாவட்டங்களில் ஏறத்தாழ 3 இலட்சம் மீனவர்கள் வாழ்கிறார்கள். இவர்களை நம்பி 12 இலட்சம் பெண்கள், குழந்தைகள் மற்றும் முதியோர் இருக்கிறார்கள்.

ஏறத்தாழ 225 மீனவ ஊர்களில் இவர்கள் வாழ்கிறார்கள்.

வள்ளங்கள், படகுகள், கட்டுமரங்கள் என 25 ஆயிரம் கடலோடும் நாவாய்கள் இவர்களிடம் உள்ளன. இவற்றுள் இயந்திரம் பூட்டிய விசைப்படகுகளாக 7000 வள்ளங்கள் உள்ளன.

தமிழக எல்லைக்குள், வடகடலில் ஏறத்தாழ 6000 சதுரகிலோ மீட்டர் பரப்பளவே உள்ளது.

வள்ளங்களின் எண்ணிக்கையையும், பயன்படுத்தும் வலைகளின் வகைகளையும் பார்க்கும் பொழுது வடகடலில் மீன்பிடி அழுத்தம் அதிகமாகவே இருக்குமெனத் தோன்றுகிறது.

தமிழகத்தின் மொத்த மீன் உற்பத்தியில் பாதியை இந்த மீனவர்கள் தருகிறார்கள்.

தென் கடலுக்கும் எளிதாக பயணிக்கலாம்.

இந்தியப் பொருளாதார வெப்ப கடற்பகுதிக்குள் இழுவைக் கப்பல்களை கொணர்ந்தும், தூண்டில் மிதப்புகவை நீள விட்டும் கடல்தடை மீன்வளங்களையும், மேல் மட்டத்திலுள்ள வஞ்சிரம், அறுக்குர சுறா போன்ற மீன்வகைகளையும் தாய்லாந்து, தாய்வான், பர்மா, இந்தோனேசியா, யப்பான் ஆகிய நாடுகளில் இருந்து வரும் மீனவர்கள் அள்ளிக்கொண்டு போய்க் கொண்டிருக்கின்றனர்.

தமிழன் கால்வாயின் இருமுனை ஆழமாக்கலும் வடகடலை மட்டுமே நம்பியிருக்கும் மீனவர்களுக்கு வெளிகடலுள் பாரிய இழுவைக் கப்பல்களுடன் போகும் வழியைத் திறப்பன.

காவிரி தொடக்கம் வைப்பாறு வரை உள்ள ஆறுகளும் சிற்றாறுகளும் மேலணைத் தடுப்புகள் இருப்பதனால் கடலுக்குள் நீரைக் கொட்டுவதில்லை.

'New Sethu channel alignment chosen on ecological considerations'

A few bends straightened to minimise dredging, says Port Trust official

S. Vydhianathan

MADURAI — "Environmental considerations have gained precedence over all others in designing the Sethusamudram channel project," says N. K. Raghupathy, Chairman, Tuticorin Port Trust, and Chief Executive Officer of the Sethusamudram Corporation Ltd.

Since a new alignment has been chosen away from the five suggested since 1961. It is an established view of the one mooted by the National Environmental Engineering Research Institute in 1998. A few bends have been straightened to minimise dredging quantities.

According to the environment impact assessment report, the alignment is away than 20 km away from the islands constituting the National Marine Park in the Gulf of Mannar, and 30-40 kms away from the mangroves at Muthupettai, Kodikarai and Adirampattinam. "The marine biological resources around these islands will not be affected to any significant level. There would not be any significant change in water quality, including turbidity, due to the proposed deployment of suction trailer suction hopper dredgers for capital and maintenance dredging."

Post-tsunami studies have also revealed that turbidity will not spread beyond one km on the channel route. Four earlier alignments, which passed through the Gulf of Mannar National Marine Park, suggested land cuts at Mandapam or Rameswaram. The new alignment is a significant factor in getting quick environmental clearance from officials agencies, though environmental activists could still have reservations. The alignment also facilitates disposal of dredged material at two places.

Dredging will be taken up on two stretches along the 167 km long channel. There will be no dredging for a length of 78 km in the Palk Bay. It will take place along a stretch of 35 km in Adam's Bridge and 54 km in the Palk strait. The project report prepared by Lewis T Sarabhai Consulting Engineers says 48 million cubic metres of dredged material will be generated in Adam's Bridge

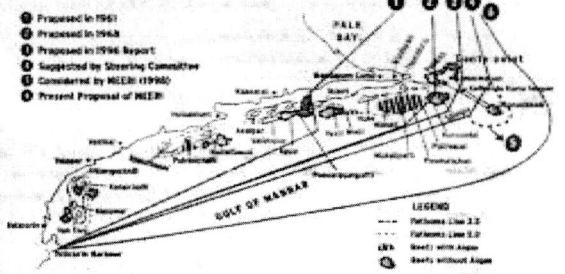

and 24.5 million cubic metres in the Palk Strait. The material from Adam's Bridge area will be dumped in the sea in the Gulf of Mannar at 23-30 metres of natural depth 20 Indian territorial miles, about 30 km away from Adam's Bridge. Material from the Palk Strait will be dumped in the Bay of Bengal at 25-30 metres.

The implementing authorities have drawn up an environmental management plan for construction and operation phases. The plan requires the contractor to have a dredging management programme before beginning the operation. Dredging should be avoided during the fish breeding and spawning periods. Five agencies, including the Central Marine Fisheries Research Institute, the Fishery Survey of India and the Zoological Survey of In-

- A new alignment has been chosen, away from the five suggested since 1961.
- The marine biological resources around these islands will not be affected to any significant level.
- Post-tsunami studies have also revealed that turbidity will not spread beyond one km on the channel route.

dia, have been chosen for consultation. Periodic water quality monitoring with emphasis on turbidity, will be conducted and submarine conditions recorded during dredging. All ships passing through the channel should comply with International Maritime Organisation standards and follow the Marpol convention. They will not be allowed to discharge bilge, ballast, treated sewage, solid and oily waste

and spill cargo. The vessels should have proper treatment facilities for sewage and treated sewage should not be discharged into the sea.

Dredging will be taken up by the Dredging Corporation of India the day a formal immigration takes place in the first week of June. Global tenders will be floated for dredging at places other than the one earmarked for the DCI, according to Port Trust officials.

சேதுக்கால்வாயும் சுற்றுச்சூழலும்

மறவன்புலவு க. சச்சிதானந்தன்

கடலின் தரையை ஆழமாக்கி, கால்வாயாக்கும் மனித முயற்சி; பாரிய கப்பல்களை அக்கால்வாய் வழியாக அனுப்பும் மனித முயற்சி; இவை அச்சூழலின் இயல்பு நிலையைப் பாதிக்கும் என்பர்.

கடலின்தரை, தாங்கி நிற்கும் நீர்த் தொகுப்பு, மேலே காற்று மண்டலம், தரையிலும் நீரிலும் காற்றிலும் வாழும் தாவரம் மற்றும் விலங்கு உயிரினங்கள் – இந்நான்கும் தம்மிடையே ஒன்றுடன் ஒன்று இயைந்து இயல்பாகச் செயல்படும் சமச்சீர்நிலை; கால்வாயாக்கிக் கப்பலோட்டும் மனித முயற்சி இந்தச் சமச்சீர் நிலையைப் பாதிக்கிறது; மீட்டெடுக்க முடியாத அளவுக்குப் பாதிக்கிறது; சேதுக் கால்வாய்த் திட்டத்தை எதிர்ப்போரின் வாதங்கள் இவையே.

சூழலின் நான்கு முகங்களாகத் தரை, நீர், காற்று, உயிரினம்; மனித முயற்சியின் இரண்டு முகங்களாகக் கால்வாய் தோண்டிப் பராமரித்தல், கப்பல் ஓட்டல்.

தரை:

ஈராண்டுக் காலத்தில், 75கி.மீ நீளம், 300மீ அகலம், சராசரி 4மீ. ஆழமுமாகத் தோண்டி, 8 கோடி கன.மீ. சேற்று மணலை (பாக்கு நீரிணையின் தரையில் 17மீ. ஆழம் வரை கற்பாங்காக இல்லை) அள்ளி வடக்கே வங்காள விரிகுடாவின் 1,000மீ. ஆழமுள்ள கடற்பகுதிக்குள்ளும் தெற்கே மன்னார் வளைகுடாவின் 500மீ. ஆழமுள்ள கடற்பகுதிக்குள்ளும் கொட்டுவர்.

இத்தகைய மணல் அகழ்வுப் பணிகள் துறைமுகப் பகுதிகளில் வழமை. கொச்சித் துறைமுகத்தில் ஆண்டுதோறும் 1 கோடி கன.மீ. வரை அகழ்ந்து வாரி, அரபிக்கடலுள் கொட்டுவர். நெதர்லாந்துத்துறைமுகங்களில் ஆண்டுக்கு 4 கோடி கன.மீ. சேற்று மணலை அகழ்ந்து வாரி அத்திலாந்திக் கடலுள் கொட்டுவர். சென்னை தொடக்கம் கொல்கத்தா வரையுள்ள துறைமுகங்களில் இவ்வாறு தொடர்ந்து அகழ்வதும் தூர்வாருவதும் ஆழ் கடலுள் சேற்று மணலைக் கொட்டுவதும் வழமை. இந்தியக் கரையோரத்துறைமுகங்களில் தரையில் தொடர்ந்து படியும் சேற்று மணலை அகழ்ந்து வாரி ஆழ்கடலுள் கொட்டித் துறைமுகங்களைக் கப்பல் போக்குவரத்துக்கு ஏற்றதாக வைத்திருக்க இந்தியத் தூர்வாரும் கழகம் நீண்ட காலமாகப் பணிபுரிந்து வருகிறது. இந்தக் கழகமே சேதுக்கால்வாயையும் அகழவுள்ளது. சுற்றுச்சூழலைப் பேணுவதில் உலகத்தர நியதிகளை இந்த நிறுவனம் கடைப்பிடித்து வருவதால், முன் அநுபவங்கள் சேதுக்கால்வாயைத் தோண்டலிலும் பயன்படுமாதலால் சூழலின் சமச்சீர்நிலை பெருமளவுக்குக் கெடாது.

கால்வாயைத் தோண்டியபின், தொடர்ந்து படியும் சேற்று மணலை அவ்வப்போது தூர்வாருவர். பாக்கு நீரிணையில் ஆண்டுக்கு 0.001மீ பருமனுக்குச் சேற்று மணல் படிவதாகச் சந்திரமோகனும் பிறரும் (2001) ஆய்ந்து கூறினர். கோடிக்கரை அருகே ஆண்டுக்கு 0.2Aமீ. -0.29மீ. பருமனுக்குச் சேற்று மணல் படிவதாக எஸ். எம். இராமசாமியும் பிறரும் (1998) பின்னர், விக்டர் இராசமாணிக்கமும் (2004) ஆய்ந்து கூறியுள்ளனர். எவ்வாறாயினும் ஏனைய கிழக்குத்துறைமுகங்களைப் போலச் சேதுக்கால்வாயிலும் பராமரிப்புப் தூர்வாரும் பணி இடையீடின்றித் தொடரவேண்டும் என்பதையே இந்த ஆய்வுகள் கூறுகின்றன.

பாலைவன மணல் சொரிந்து நிரவாமல் சூயஸ் கால்வாயைத் தொடர்ச்சியாகத் தூர்வாருவதும், பனாமா, சென்லாரன்சு போன்ற கால்வாய்களில் இடையீடின்றித் தூர்வாருவதும் வழமையான பணிகள்; சூழலுக்குப் பாதிப்பு மிகக் குறைவு.

பாக்கு நீரிணையின் தரைப் படிமங்களில் ஏற்கனவே தார், எண்ணெய்ச் சாயல்கள் உள்ளதாகத் தேசிய சுற்றுச்சூழல் பொறியியல் ஆய்வு மையம் (2004) கூறியுள்ளது. இது உலகளாவிய எந்திரமயமாக்கலின் விளைவு. கட்டுமரம் தொடக்கம் பாரிய கப்பல் வரை பெட்ரோலிய எரிபொருளை நம்பி இருப்பதால் ஒதுக்குக் கடலான ஆழம் குறைந்த பாக்கு நீரிணையின் தரையும் பெட்ரோலியக் கசிவுகளைத் தாங்குவது வியப்பன்று. புதிதாக இக்கசிவுகளைக் கப்பல்கள் தரையிறக்காமல் பார்க்கவேண்டும். பெட்ரோலியக் கசிவுகளை உணவாக்கும் நுண்ணுயிரினங்கள் கடலில் இருப்பதால், காலப்போக்கில் இக்கசிவுகள் மறைவது உலகளாவிய நிகழ்வு.

நீர்:

ஐராவதியும் பிரமபுத்திரையும் கங்கையும் மாநதியும் கோதாவரியும் அடித்துத் தள்ளிய வண்டல்சேறு, வாடைக்காற்று வலசை நீரோட்டத்துடன், மூன்று திங்களுக்கு, கலங்கல் சேற்றுக் கோலத்தில் வங்கக் கடலிலிருந்து பாக்கு நீரிணைக்குள் புகுகின்றது. இக்கலக்கல் சேற்றின் ஊட்டச்சத்தே பாக்கு நீரிணையில் மிதக்கும் தாவர நுண்ணுயிர்களுக்கு உரம். கிருஷ்ணையும் காவிரியும் வைகையும் வற்று நதிகளாகியபின், வற்றிய உரத்தை ஈடுகட்டுவது இந்த வலசைக் கலக்கலே. கடலின் கலங்கல்நிலை முதனிலை உற்பத்திக்கு உரமாகிறதேயன்றி ஊறாவதில்லை. அகழ்வுப் பணிகளின் போதும், வாரிய சேற்று மணலை ஆழ்கடலுள் கொட்டும் போதும், பராமரிப்புத் தூர்வாரலின் போதும் கடல்நீர் கலங்குவது உணவு உற்பத்திக்கு வீறு; சூழல் சமச்சீர் நிலைக்கு ஊறன்று.

கோடிக்கரையின் அருகே அமையவுள்ள 55கிமீ. நீளமான, 300மீ. அகலமான, 12மீ. ஆழமான கால்வாய், வாடையின் வலசை நீரோட்டத்தைப் பாக்கு நீரிணைக்குள் வீறுடன் அழைத்துச் சென்று அங்கு முதனிலை உற்பத்தியை ஊக்குவிக்கும்; அதுவே மீன்வளப் பெருக்கத்திற்கு ஊற்றுமாகும். அவ்வாறே சேதுத்

திடல்களின் அருகே அமையவுள்ள 20கி.மீ. நீளமான, 300மீ. அகலமான, 12மீ. ஆழமான கால்வாய், தென்றல் கால, வங்கக் கடலின் இடசை நீரோட்ட ஈர்ப்பில், பாக்கு நீரிணையில் இருந்து வெளியேறும் நீரை ஈடுசெய்ய மன்னார் வளைகுடாவிலிருந்து நீர்த்தொகுப்பை வீறுடன் அழைத்துவரும். முதனிலை உற்பத்திக்கு இதுவே முதலீட்டு உரமுமாகும்.

வங்கக் கடலின் வலசை நீரோட்டமான ஆற்றுப் போக்கில், உள்வளைவுத் திடல்களாக மணல்மேல்குடிப் பகுதியும், கழிமுகத் திடல்களாக சேதுவின் நகரும் மணல்மேடுகளும் அமைந்திருப்தைக் கருத்தில் கொண்டு, நீரோட்ட மாற்றங்களால் கரையோர மாறுதல்களை அளவிடும் பொறியியலாளர், இக்கால்வாய் அமைப்பால் புதிய திடல்கள் பாக்கு நீரிணைக்குள் தோன்றுமா என்பதைத் தொடர்ந்து கண்காணிப்பர்.

தமிழகக் கரையோரத்தை, 1881, 1883, 2004 ஆகிய ஆண்டுகளில் ஆழிப்பேரலைகள் தாக்கின. மற்றுமொரு ஆழிப்பேரலை சேதுக் கால்வாயைப் பாதிக்குமா? ஆழிப்பேரலை அடிக்கடி தாக்கும் நடு அமெரிக்கக் கண்டத்தின் பனாமாக் கால்வாய் இடைவிடாது செயற்படுவதை நோக்குக. தமிழகத்தை அரிதாகத் தாக்கக்கூடிய ஆழிப் பேரலை பற்றிய எச்சரிக்கைக் கருவிகள் இந்திய மாகடலெங்கும் அமையவுள்ளதையும் நோக்குக.

எண்ணெய்க் கசிவுகள் கப்பலில் இருந்து வரலாம், எண்ணெய்க் கப்பல் உடைந்தால் கடற்பரப்பில் எண்ணெய்ப் பெருகலாம், கரையெங்கும் தார் திரளலாம் என்பன நியாயமான அச்சங்கள். உலகெங்கும் உள்ள கடல்களில் இடைவிடாது எண்ணெய்க் கப்பல்கள் பயணிக்கின்றன. உலகுக்குப் பொதுவான அபாயம் என்பதால் 1973, 1978 ஆகிய ஆண்டுகளில் உலக நாடுகளுக்கான விதிகள் தயாரிக்கப்பட்டன. இவ்விதிகளை ஏற்ற நாடுகளுள் இந்தியாவும் ஒன்று. இந்த விதிகளை மீறாத கப்பல் போக்குவரத்து, சூழல் சமச்சீரைப் பாதிக்காது. சேதுக் கால்வாய் விதிவிலக்கல்ல.

காற்று:

1891 – 2000 காலப் பகுதியில் மணிக்கு 89கி.மீ. வேகத்தைவிட மிகுந்த வேகத்தில் 23 புயல்கள் பாக்கு நீரிணையைக் கடந்துள்ளன. இவற்றுள் 1964இல் வீசிய புயல் கடுமையான விளைவுகளைத் தந்தது. சேதுக்கால்வாயில் பயணிக்கும் கப்பல்கள் தரைதட்ட, கவிழ இத்தகைய புயல்கள் காரணமாகலாம் என்ற கருத்து உண்டு. வாடைக்காற்றுக் காலக் கப்பல் பயணம் அபாயமானது என்பதை மாலுமிகள் அறிவர். வானிலை அறிவிப்புகள் அவர்களின் வழிகாட்டிகள். புயல் எச்சரிக்கைகளைக் கையாளும் நடைமுறைகளைக் மீகாமான்கள் பயின்றவர். புயல்கள் உலகெங்கும் வீசுகின்றன. அவற்றை மீறிக் கப்பல்கள் பயணித்தே வருகின்றன.

அகழ்வுப் பணிகளின் போதோ, பராமரிப்புப் பணிகளின் போதோ, கப்பல் போக்குவரத்தின் போதோ பாக்கு நீரிணையின் காற்று மண்டலத்தில் பெரிய மாற்றம் ஏற்படும் வாய்ப்பு இல்லை.

உயிரினம்:

சேதுக் கால்வாயின் அகழ்வுப் பகுதியான 75கிமீ. நீளத்தில் பவளப் பாறைத் தொகுதிகள் எதுவும் இல்லை. ஒதுக்குப்புறம் தேடி, உறையும் தரை நாடி, சுண்ணாம்புக் கூடுகட்ட முனையும் பவளக் குடம்பி வகைகள், பாக்கு நீரிணையின் நீரோட்ட வீச்சை விரும்புவதில்லை. சேதுத்திடல் பகுதியில் கால்வாய் அகழ்வுப் பணி முடிவடையும் இடத்தில் இருந்து 20கிமீ. தொலைவில் செங்கால் தீவு உள்ளது. பாதுகாப்புக்குரிய உயிரியல் கடல்வனம் அங்கு தொடங்குகிறது; மன்னார் வளைகுடாவின் மேற்குக் கரையோரமாகத் தூத்துக்குடித் துறைமுகப் பகுதிவரை 21 தீவுகளையொட்டிப் பிறைவளைவாக இந்த ஒதுங்கு வலையம் நீள்கிறது. சேதுக்கால்வாயின் அகழ்வுப் பணிகளும் பராமரிப்புப் பணிகளும் மன்னார் வளைகுடாவுக்குள் அமைவதில்லை என்பதால், பாதுகாப்புக்குரிய உயிரியல் கடல்வனம் எந்த வகையிலும் பாதிப்புறாது.

சூரிய ஒளி, பச்சையம், உரம் இவைதான் கடலின் மேற்பரப்பில் மிதக்கும் தாவர நுண்ணுயிர்களின் முதனிலை உணவு உற்பத்திக்கு அடித்தளம். நுண்ணுயிர்த் தாவரங்களை நுண்ணுயிர் விலங்குகள் உண்ண, நுண்ணுயிர் விலங்குகளைச் சிறுமீன்கள் உண்ண, சிறுமீன்களைப் பெருமீன்களும் சுறாக்களும் விழுங்க, அவற்றுள் மிகச் சிறுபகுதியை மனிதனும் நாடுகிறான். ஆற்று நீருடன் கடலுள் கலந்து உவர் உரமாகும் நைதரசன், பொட்டாசியம் போன்ற ஊட்ட உரங்களைத் தரையிலிருந்து கடலின் மேற்பரப்புக்குக் கொணரும் நீரோட்டக் கலக்கலைப் பாக்கு நீரிணையில் சேதுக் கால்வாய் பெருக்கும். மீன் உற்பத்தி அதிகரிக்க, மீனவர் வளம் பெருகும்.

சுறா, கடற்பன்றி, கடற்பசு போன்ற அளவிற் பெரிய விலங்கினங்கள் ஆழம் அதிகமான, வங்காள விரிகுடாவிலும் மன்னார் வளைகுடாவிலும் பெருந்தொகையாக உள்ளன. ஆழம் குறைந்த பாக்கு நீரிணைக்குள் அவற்றின் வரத்துக் குறைவு. கப்பல் போக்குவரத்தால் அவ்விலங்குகள் பாதிப்புறும் என்பது பொருத்தமற்ற வாதம்.

கடலின் தரையிலோ, நீர்த்தொகுப்பிலோ, காற்று மண்டலத்திலோ, உயிரினத் தொகுப்புக்கோ, கால்வாயைத் தோண்டிப் பராமரிப்பதாலோ, கப்பலை ஓட்டுவதாலோ பெருமளவான பாதிப்பு ஏதும் வரக்கூடிய சாத்தியமில்லை. சுற்றுச் சூழலை மாசுபடுத்தாது வைத்திருக்கும் முயற்சிக்கு சேதுக்கால்வாயால் பாதிப்பு ஏதுமில்லை.

இணைப்பு 1

Sethusamudram

The Naval Hydrographic Office at Dehra Dun had recently completed a major survey of the Gulf of Mannar and the Palk Straits for the construction of the Sethusamudram project. The project is designed to provide a shorter shipping route between western and eastern India. When completed, ships will no longer be required to go around Ceylon, day. To ensure navigational safety, the Hydrographic Survey has also made charts of Port Meadows, the Andamans, Tuticorin, Masulipatnam, Karwar, Minicoy and Androth ports of Laccadives, and the Betel Port near Goa. The Chief of Naval Staff, Vice-Admiral B.S. Soman, reviewed the work of the Naval Hydrographic Survey in Dehra Dun.

The Hindu, (8.3.1963)

இணைப்பு 2
அறிஞர் அண்ணா அறிவித்த எழுச்சி நாள் அன்று நிறைவேற்றிய தீர்மானம்

சர்வதேச அரங்கில் நாட்டின் தன்மதிப்பு உயரவும், நாட்டின் இயற்கைச் செல்வங்களை வகைப்படுத்தி முறைப்படுத்தி வளமை காணவும், திட்டங்களின் அடிப்படையில் நாட்டைச் செழுமையுள்ளதாக்கவும் படிப்படியான திட்டங்களை மேற்கொள்ள வேண்டுமென்பது இன்று ஒப்புக்கொள்ளப்பட்டிருக்கிறது. இதற்கேற்ப மத்திய அரசு திட்டமிட்டு நிறைவேற்றியுள்ளதாகச் சொல்லப்படும் மூன்று ஐந்தாண்டு திட்டங்களிலும் தமிழ்நாட்டு மக்கள் மனப்பூர்வமான ஒத்துழைப்பையும், உறுதுணையையும் மத்திய அரசுக்கு அளித்து, நாட்டின் பொதுப்படையான வளர்ச்சிக்காகப் பலவித தியாகங்களும் செய்து வருகின்றன.

இப்படிச் செய்துவரும் தியாகங்களுக்கும், திட்ட முதலீடுகளின் வகைக்கும் சேர்த்துக் கொடுக்கும் செல்வங்களுக்கும் உரிய பங்கு மரியாதை மத்திய அரசிடமிருந்து கிடைக்கின்றனவா என்பதைத் தமிழக மக்கள் நினைத்துப் பார்க்குந்தோறும் வேதனையடையும் வகையிலே மத்திய அரசின் அலட்சியப் போக்கு இருந்து வருவதை தமிழகத்தின் சர்வ கட்சியினரும் அடங்கிய இந்தக் கூட்டம் வருத்தத்துடன் மத்திய அரசுக்கு சுட்டிக்காட்ட விரும்புகிறது.

பொதுவாக மத்திய அரசிடமிருந்து, குறிப்பாக ஐந்தாண்டு திட்டங்களிலும் நியாயமான பங்கீடும், உரிய திட்டங்களும் தமிழகத்திற்குக் கிடைக்கவில்லை என்ற குறைபாடு தமிழக மக்கள் அனைவருடைய உள்ளங்களிலும் நிலவி வருவதைப் பெருமளவு வெடித்துக் கிளம்பும் கிளர்ச்சியாக உருவெடுக்க விடாமல், தமிழகத்திற்கே உரிய அமைதியான பண்புகளும்,

அரசியல் நாகரீகமும், சனநாயகத்தின் முழுப் பொறுப்பை உணர்ந்த மக்கள் தலைவர்களின் செல்வாக்கும் இங்கு தடுத்து நிறுத்திவிடுகின்றன.

இயற்கையாகவே செழிப்பும், வளமையும், உழைப்பும் தன் மதிப்பு உணர்வும் மிக்க தமிழ்நாடு வெறும் பேராசை காரணமாகவோ பெரிய திட்டங்கள் எவற்றிற்கும் மத்திய அரசிடம் கெடுபிடி செய்தோ, கிளர்ச்சியில் ஈடுபட்டோ நடந்து கொள்ளவில்லை.

மேலும் பெருமளவு முதலீடுகளை முழு வேகத்தில் செலவிட்ட பிறகே இங்கு வறுமையைப் போக்க முடியும் என்கிற அளவில் தமிழகம் பாலைவனம் அல்ல. ஓடித் தேடி ஊரூராய்ப் பார்த்து திட்டங்களுக்காகவே திட்டங்களை இங்கு நிறைவேற்றவேண்டும் என்று என்றைக்கும் தமிழ்நாடு வாதாடியதில்லை. இயற்கைச் செல்வமும் இயல்பான வசதிகளும் தமிழ்நாட்டில் ஏராளமாய் இருந்தும் தமிழ்நாட்டை மத்திய அரசு கவனத்தில் எடுத்துக் கொள்ளவில்லை என்பதைப் பலமுறை வேதனையோடு தமிழகத் தலைவர்கள் தெரிவித்திருக்கிறார்கள்.

மூன்று ஐந்தாண்டுகளாக மத்திய அரசு வாங்கிய வெளிக்கடன்களுக்காகவும், செலவிட்ட பொருளை ஈடு செய்வதற்காகவும் நாட்டின் மற்ற பகுதிகளைப் போலவே தமிழ்நாடும் பிணைக்கப்பட்டு இருக்கிறது. ஆனால் தமிழர்களின் நெடுநாள் கோரிக்கையான சேலம் உருக்காலை, தூத்துக்குடி ஆழ்கடல் துறைமுகம் ஆகிய இரு திட்டங்களையும் நிறைவேற்றிக்கொடுக்க வேண்டுமெனத் தமிழக மக்களும், தலைவர்களும் தொடர்ந்து வற்புறுத்திக் கேட்டு வந்தும், மத்திய அரசு அலட்சியப் போக்குடனும் பொறுப்பற்ற முறையிலும் நடந்து வருவதைச் சர்வ கட்சியினரும் அடங்கிய இந்த எழுச்சி நாள் கூட்டம் வன்மையாகக் கண்டிக்கிறது.

சேலம் இரும்புக் கனிகளைப் பயன்படுத்தும் முயற்சி 150 ஆண்டுகளாக மேற்கொள்ளப்பட்டிருக்கிறது. அதே போல் தூத்துக்குடி துறைமுகத்திட்ட முயற்சியும் ஏறக்குறைய 100

ஆண்டு காலமாகப் பல்வேறு வகையில் பல்வேறு துறையினரால் மேற்கொள்ளப்பட்டிருக்கிறது. மிக முக்கியமான இத்திட்டங்களை முதல் ஐந்தாண்டு திட்டத்திலேயே செய்திருக்க வேண்டும். மாறாக ஆளுக்கொரு காரணமாகச் சொல்லி இத்தனை நாளும் இத்திட்டங்களை மத்திய அரசு நிறைவேற்ற மனமில்லாதிருப்பதை உணர்ந்து இந்தக்கூட்டம் வருந்துகிறது.

சேலம் இரும்பு உருக்காலையும், தூத்துக்குடி ஆழ்கடல் துறை முகமும் தமிழர்களின் இன்றியமையாத தேவை என்பதை சர்வ கட்சியினரும் அடங்கிய இந்தக் கூட்டம் மத்திய அரசுக்கு மீண்டும் மீண்டும் வலியுறுத்தி தெரிவிப்பதுடன் இந்தத் திட்டங்களை எந்த சாக்குபோக்கும் இல்லாமல் ஏற்றுக்கொண்டு, எவ்வளவு விரைவில் முடியுமோ அவ்வளவு விரைவில் நிறைவேற்றுவதற்கு உடனடியாகச் செயல்களில் முனைந்து ஈடுபட வேண்டுமென்று இந்தக் கூட்டம் மத்திய அரசை மிக அழுத்தமாக வற்புறுத்துகின்றது.

நம்நாடு
21.7.1967

E.C. No. 995

ESTIMATES COMMITTEE
(1981-82)

(SEVENTH LOK SABHA)

THIRTY-SECOND REPORT

MINISTRY OF SHIPPING AND TRANSPORT

~~SHIPPING MAJOR PORTS~~

Presented to Lok Sabha on 27 April, 1982

LOK SABHA SECRETARIAT
NEW DELHI

April, 1982/Vaisakha, 1904 (Saka)

Price: Rs. 8.80

Incentives to attract qualified staff to take up jobs which ports and stay there for a reasonable length of time. The Committee would like the Ministry to give this matter a serious thought. (Sl.No.74)

C. Sethusamudram Project

9.42 It has been represented to the Committee that at present India desnot have a continuous navigable route around the peninsula running within her own territorial waters, due to the presence of Sand Stone Reef called Adams Bridge at Pamban between South Eastern coast of India manar Rameshwaram and Talai Manar of Sri Lanka where the depth nevigable is only 11 feet. As a result all ships from the West to East and from Tuticorin Port to the West have to go round Sri Lanka. Hence the question of excavating an artificial canal known as Sethusarudram similar to Suez canal and Panama Canal to enable the ships to pass through these reefs, had been under consideration for a long time. It has been urged before the Committee that this project is of national importance not only for the efficiency of Tuticorin Port but also for national shipping. It is a dredging project and can be taken up by the Dredging Corporation of India. It is felt that the project is economically viable and technically feasible and should be undertaken as soon as possible as a national project in the national Interest.

9.43 Secretary, Shipping & Transport informed the Committee that this idea had been there for the last 30 years and had once even been dropped. But recently it has been taken up again. A Committee has now been set up and it is going into the technical and economic viability of the project. The report of this Committee has not yet been received.

9.44 Asked whether any senior officer of Defence Services had been associated by the Committee so that strategic consideration was also taken into consideration Secretary (Shipping & Transport) stated that recently a proposal to associate an officer from Navy had been approved.

9.45 Secretary added that the main point was that it was considered economically not viable and his personal views was that it might not be economically viable even now because it would cost Rs.200 crores. It has to have return in terms of money. In his view not many ships would pags as there would be one-way traffic, A ship might have to pay something like Rs. 1 lakh fr It wanted to cross such a channel, which is a very high charge. The main constraint was the financial aspect,

9.46 **When asked if apart from the monetary consideration the construction of this canal was desirable, the Secretary stated:**

"I should say that it is definitely desirable."

9.47 It was brought to the Committee's notice that in a memorandum presented to the Special Techno Eeonomie Appraisal Committee, that following benefits of the proposed Sethusamudram canal had been enumerated:-

(a) Since Indra does not have a Continuous Navigable Sea Route around its Peninsular Coast of 3554 miles in length, running within her own townitorial waters, the necessity for cutting a Ship Canal across the rocky barrier called Adam's Bridge, to connect Indian Ocean with Bay of Bengal had been felt even from 1960 onwards.

(b) Since the Tuticorin Harbour Project and Sethusamudram Projects formed "Twin Projects and since the Tuticorin Harbour has been completed and commissioned even in 1974, the Sethusamudram Project has to be taken up and completed without further delay.

(c) This ship Canal will give better shaltered sea route from Tuticorin to various ports on the East Coast as below:

	From	To	Saving in Distance in Miles
i)	Tuticorin	Madars	434 Miles
ii)	Tuticorin	Vishkhapatnam	376 Miles
iii)	Tuticorin	Calcutta	340 Miles

(d) Saving In Fuel: Because of the saving in distance as indicated above, there will be considerable saving in fuel and consequently it would reduce our expenditure in foreign exchange by, atleast Rs.130 crores every year.

(e) Quicker turn about: Because of the saving in distance and saving in fuel the ships will have quicker turn-about leading to appreciation by 20 percent in performance of Coast Shipping and 5 percent in Foreign Shipping Trade.

(f) Earning Foreign Exchange: Considerable foreign exchange could be earned because the foreign ships passing through Canal would be paying their canal dues in foreign currency.

(g) Coastal Shipping and Coastal Trade: - Because of the saving in distance and due to availability of direct poute along the coast, Coastal Shipping and Trade would develop rapidly and consequently the Minor Ports along the East Coast especially those in Tamil Nadu and Andhra Pradesh, will develop at a rapid side. This will incidentally reduce the load and congestion on Railways and Roadways.

(h) This will help fishermen froin the south to go to the areas in Bay of Bengal for fishing in mechanised boats and launcses and will thus develop the Districts of Tirunelveli and ramanathapuram and other backward areas all along the coast of Tamil Nadu and Andhra Pradesh. This will also give protection to our fishermen, who are repeatedly being attacked by Sri Lanka's naval ships and also by the naval ships of other south eastern nations.

(i) From strategy and naval point of view, This canal will be a great asset for protection of the Indian Coast and Naval Officers have shown keen interest right throughout.

(j) This project will develop the Backward Districts of Ramanathapuram and other adjoining backward coastal areas.

(k) This will help rehabilitation of repatriates from Ceylon and Burma and there will be innumerable other benefits. which could not be visualised or estimated immediately.

9.48 The desirability of taking up Sethusamudram Project providing for an artificial canal across the rocky barrier called Adam's Bridge to connect the Indian Ocean with the Bay of Bengal similar to Sucz and Panama Canals has been represented before the Committee. It is claimed that the project is economically viable and technically feasible and should be undertaken as a national project in national interest.

9.49 While Secretary, Shipping and Transport, had doubts about Its economic viability and felt that the main constraint was the financial aspect, he categorically stated that apart from monotary considerations the construction of Sethusamudram Project was "definitoly desirable". The Government, it is stated, has set up an expert Committee to go into the technical and economic viability of the project once again. The Committee hope that besides examining techno-economic viability the Committee will also consider the strategic importance of the channel for the country's defence, and the Government will take an early decision in the matter which will be in the larger interest of the nation. The Committee would like to he informed about the recommendation of technical Committee and action taken thereon.

D. Capital Dredging in Tuticorin

9.50 It has been represented to the Committee that Tuticorin port has a draft of 30 feet. The draft can be increased by 5 feet if capital dredging is undertaken along with maintenance dredging. It has been brought to the Committee's notice that capital dredging is very essential to make Tuticorin Port suitable for bigger ships to meet the national needs. The proposal it is stated was included in the Sixth Plan earlier but dropped later on.

9.51 The Ministry have stated that the Tamil Nadu Electricity Board was contemplating to deploy 35,000 DWT geared vessels to transport coal from Haldia to Tuticorin to meet the requirement of coal for the Thermal Power Project and accordingly pressing the port to improve the drought by deepening the channel Similarly M/s. Southern Petro Chemical Industries Corporation were also pressing to deepen the port to facilitate them to charter deor droughted vessels for fertiliser raw materials and finished products, Accordingly the port formulated a proposal to improve the droughts up to 10.1m (33 fl.) at a cost of Rs.13.00 crores. The scheme was dependent on the improvinent of draught to Haldia Port as coal was to be shipped from this port.

9.52 Considering the complex problem of improving the draft of shipping channel to Haldia and paucity of funds, the scheme was not included in the Sixth Plan as, within the available resource, more definitiva schemes were available and had to be included.

9.53 During evidence Secretary, Shipping and Transport stated that the Tuticorin bed is all rocky and so the dredging is very difficult. If we go 5 feet down, it will cost something like Rs.30 crores, if not more. From the economic point of view, to deepen

கே. எஸ். இராதாகிருஷ்ணன்

it is not viable because it is mainly handling coal which comes from Haldia. Haldia is 30 ft. That ship which is Haldia can negotiate Tuticorin. If Haldia is deepened to 35 ft. we could have bigger ship bringing coal to Tuticorin. But Haldia is 30 it. We feel that there is a possibility of our taking up the scheme in the Seventh Plan"

9.54 The nood for capital dredging at Tuticorin Port to Increase its draft by 5 feet has been represented to the Committee. It has been stated that capital dredgnis is very essential to mako Tuticorin Port suitable for bigger ships to meet the national needs. The Ministry has stated that deepening of draft at Tuticorin Port is linked with the scheme for improvement of draft of shipping channel to Haldia Port from which bigger ships carrying conl are expected to sail to Tuticorin. But considering the complex problem of improve in the draft at Haldia and paucity of funds, the Tuticorin scheme was not included in the Sixth Plan. The Committee take note of the observation made by Secretary, Shipping and Transport that there is a possibility of the Ministry taking up the capital dredging scheme for Tuticorin in the Seventh Five Year Plan.

(S.No.76)

E. Draft for **1,00,000** DWT ships

9.55 It was brought to the Committee's notice that the trend all over the world is to commission bigger and bigger ships of 1 lakh DWT and above requiring deeper draft.

9.56 The Committee wanted to know whether the Ministry had studied the International trend in this regard and reveiw the drafts avilable in major Indian ports in this context.

9.57 Secretary, Shipping and Transport, stated during evidence that "we are aware that the ships have been getting bigger and bigger in the last 35 years. Of course, we are not sure how much bigger we will become in future. But we do admit that the ships have become bigger and certain ports of India are not tallored to take those ships. The only port which could take 100 thousand DWT ships is Vizag. We hope that some day, the country will also handle the ships of bigger size."

9.58 The Committee wanted to know the steps being taken to make Indian ports usable for bigger ships 100,000 DWT and above. Secretary, stated that" We are in the process of putting up to the Pubilc Investment Board a proposal in respect of Madras Port. This is under active consideration". Another representative of the Ministry stated that there were a few other ports where basic infrastructural facilitles were available, such as Salaya. At Bomby also a port is being constructed and this would take about 1,00,000 DWT vessels. Cochin could also take about 1,00,000 DWT vessels. This could be deepened further in course of time. The Secretary, added that "Deepening a harbour is just nothing but money. It is a question of spending more crores of rupees. It is not a new technology We have to Introduce heavy dredging".

9.59 Asked about the position at New Mangalore, Secretary stated that "It was designed for 12.5 metres. It is taking about 60,000 DWT. We have again redredged it up to 12.5 metres, and we may dredge it' upto 15 metres as soon as business picks up".

9.60 At present the only port which could take 1109,900 DWT ships is Vishakhapatnam Cochin too could take such ships. A proposal to make Madras port usable for bigger ships is also andor active consideration of the Government At Bombay also a port is being constructed to take about 1,00,000 DWT vessels. Now Mangalore port with a draft of 12.5 metres can takarabout 60,000 DWT vessels, and it can be dredged further upto 15 metres as soon as the business there picks up. The Committee feel that the Ministry should keep the international trend of commissioning bigger and bigger ships under watch and plan well in advance to make Indian ports usable for bigger ships so as to keep pace with the international trend.

இணைப்பு 3

மீன் வளம் குறையாது; ஏற்றுமதியாளருக்கு ரூ. 700 கோடி மிச்சம்

கால்வாய் தோண்டுவதால், கடல் உயிரினங்கள் அழிந்துவிடாதா? மன்னார் வளைகுடாவுக்குப் பாதிப்பு நேராதா?

மன்னார் வளைகுடாவில் ஆதாம்பாலம் பகுதியிலும், பாக் ஜலசந்தி பகுதியிலும் மொத்தம் 21 சதுர கி.மீ. பரப்பளவில்தான் கால்வாய் தோண்டப்படுகிறது. மன்னார் வளைகுடாவின் மொத்தப் பரப்பளவு 10,500 சதுர கி.மீ., பாக் ஜலசந்தியின் பரப்பளவு 8,500 சதுர கி.மீ. மொத்தமுள்ள 19,000 சதுர கி.மீ. பரப்பளவில் 21 சதுர கி.மீ. என்பது மிகமிக சொற்பமானது. நாட்டின் வளம், தமிழகத்தின் முன்னேற்றத்தை ஒப்பிடுகையில் இந்த இழப்பு மிகவும் சொற்பமானது.

இத்திட்டத்தால் நன்மைகள் என்ன?

இந்திய கடல் எல்லைக்குள் கிழக்கையும் மேற்கையும் இணைக்கிற கடல் பாதை உருவாகும். நமது பாதுகாப்புக்குக் கடற்படையினர் மற்ற நாட்டைச் சார்ந்திருக்கவேண்டிய தேவை இருக்காது. கடல் எல்லையை மீனவர் அறியும் வகையில் ஒளிரும் மிதவைகள் விடப்படும். இதன் மூலம், எல்லை தெரியாமல் சென்று இலங்கை கடற்படையால் மீனவர்கள் அவதிப்படுவதற்கு முற்றுப்புள்ளி வைக்கப்படும்.

கடல் பயண நேரம் மிச்சம்; தூரம் மிச்சம்; எரிபொருள் மிச்சம். அதனால் ஏற்றுமதி, இறக்குமதியாளர்களுக்கு செலவு குறைவு. ஏற்றுமதி போட்டியைச் சமாளிக்கமுடியும்.

அன்னியச் செலாவணி மிச்சமாவது மட்டுமன்றி, நமக்குக் கிடைக்கவும் வாய்ப்பு உண்டு. வெளிநாட்டுக் கப்பல்களிடம், இக்கால்வாயைக் கடப்பதற்கான கட்டணம், அன்னியச் செலாவணியில் வசூலிக்கப்படும். இதனால் அன்னியச் செலாவணி கூடுதலாகக் கிடைக்கும்.

மேலும், தூத்துக்குடி அனல் மின் நிலையத்துக்கு வருகிற நிலக்கரி விரைவாக வந்து சேருவதால், தமிழ்நாடு மின் வாரியத்துக்கு மட்டும் ஆண்டுக்கு ரூ. 24 கோடி மிச்சமாகும்.

ஆண்டு முழுவதும் மன்னார் வளைகுடாவில் இருந்து பாக் ஜலசந்திக்கு மீனவர்கள் தடையின்றி பயணம்செய்ய முடியம்.

தினமணி, (9.9.2004)

இணைப்பு 4
தமிழக மக்கள் உண்மைகளை புரிந்துகொள்ள வேண்டும்

மூன்றாவது ஐந்தாண்டுத் திட்டம் பற்றி பேரறிஞர் அண்ணா அவர்கள் தமிழகச் சட்டமன்றத்தில் நீண்டதோர் உரையினை 9.10.1960 அன்று ஆற்றினார். அதிலே சேது சமுத்திரத் திட்டம் பற்றி பேசியதாவது:-

"நாம் திட்டவட்டமாக மத்திய அரசிடம் கேட்கவேண்டியது. மத்திய சர்க்கார், மாநில சர்க்காருக்கு எனனென்ன திட்டங்களை, திட்டவட்டமாக நிறைவேற்றப் போகிறீர்கள்? சேது சமுத்திரத் திட்டம், தூத்துக்குடி துறைமுகத்தை அபிவிருத்தி செய்தல் ஆகிய திட்டங்களை எல்லாம் நிறைவேற்றப் போகிறீர்களா? இல்லையா? என்று திட்டவட்டமாகக் கேட்கவேண்டும். இந்த நேரத்தில் நான் அமைச்சரவையைப் பணிவோடு கேட்டுக்கொள்கிறேன்.

உங்களுடைய திறமையைப் பற்றி நாட்டு மக்களுக்கு நன்றாகத் தெரிந்திருக்கிறது. இதில் நீங்கள் வெற்றி பெறுவதிலிருந்துதான், இனிமேல் உங்களுடைய திறமையைப் பற்றி நாட்டு மக்கள் தீர்மானிக்கவேண்டும். இதைப் பற்றி விசாரித்து அறிக்கை கொடுப்பதற்காக இந்திய சர்க்கார் நமது ராஜ்யத்தின் தலைசிறந்த அறிவாளி திரு.ஏ. ராமசாமி முதலியார் அவர்களை நியமித்தார்கள். அவர்கள் ஆராய்ச்சி செய்து கொடுத்த அறிக்கையை வைத்துக்கொண்டு அதில் ஏற்படுகின்ற சில்லறை தகராறை வைத்துக்கொண்டு, பத்து கோடியா, பதினைந்து கோடியா என்கின்ற புள்ளி விவரங்களால் ஏற்படும் தகராறை வைத்துக்கொண்டு, மூன்றாவது ஐந்தாண்டுத் திட்டத்தில் சேர்க்க முடியுமோ என்னவோ தெரியவில்லை. நான் மீண்டும் இந்த அமைச்சரவையைக் கேட்டுக் கொள்கிறேன். இந்தத் திட்டங்களை

எல்லாம் நிறைவேற்றப் போகிறீர்களா அல்லது நாங்கள் இதை விட்டுவிலகவா என்று மத்திய சர்க்காரை இந்தச் சர்க்கார் துணிந்து கேட்கவேண்டும்."

1960-ஆம் ஆண்டில் அதாவது 45 ஆண்டுகளுக்கு முன்பே அண்ணா அவர்கள் சட்டப்பேரவையில் சேது சமுத்திரத் திட்டம் பற்றி இப்படிப் பேசியுள்ளார். 1961-ஆம் ஆண்டு திருப்பரங்குன்றத்திலும், 1966-ஆம் ஆண்டு விருகம்பாக்கத்திலும் நடைபெற்ற மாநாடுகளில் சேது சமுத்திரத் திட்டம் தீர்மானமாக வலியுறுத்தப்பட்டது. 1967-ஆம் ஆண்டு தி.மு.கழகம் ஆட்சிக்கு வந்த பிறகும், "எழுச்சி நாள்" கொண்டாடி அதில் சேது சமுத்திரத் திட்டம், தூத்துக்குடி ஆழ்கடல் துறைமுகம் பற்றி அண்ணா அவர்கள் வலியுறுத்தியதோடு, அதைத் தொடர்ந்து நடந்த சட்டமன்றத் தொடரிலும் இவை பற்றி வலியுறுத்திப் பேசினார்.

தூத்துக்குடி ஆழ்கடல் துறைமுக வேலைகள் சுணக்கமுற்று, மீன்பிடித் துறைமுகமாக மாற்ற முயற்சி நடந்தபோது, 23.07.1967-ஆம் ஆண்டு சென்னை வந்த மத்திய கப்பல் துறை அமைச்சர் திரு.வி.கே.ஆர்.வி. ராவ் அவர்களை அவர் தங்கியிருந்த இண்டியா சிமெண்ட் விருந்தினர் விடுதிக்கே முதலமைச்சராக இருந்த அண்ணா அவர்கள் தேடிச்சென்று சந்தித்தார். அப்போது முன்னாள் முதல்வராக இருந்த திரு. பக்தவச்சலம் அவர்களையும் முன்னாள் தொழில் அமைச்சராக இருந்த ஆர். வெங்கட்ராமன அவர்களையும் தன்னுடன் அழைத்துச் சென்று துறைமுகம் நஷ்டத்தில் இயங்கும் நிலை வந்தால், அந்த நஷ்டத்தை மாநில அரசே ஏற்கும் என்ற உறுதியையும் தந்து தூத்துக்குடி ஆழ்கடல் துறைமுகம் வருவதற்கு அண்ணா அவர்கள் பாடுபட்டார்கள்.

1972-ஆம் ஆண்டு தூத்துக்குடி துறைமுக நுழைவு வாயிலில் வ.உ.சி. சிலையை திருமதி. இந்திரா காந்தி அம்மையார், முதல்வராக இருந்த என் தலைமையில் திறந்து வைத்தார். அப்போதும் நான் தூத்துக்குடி துறைமுகத்தின் பயன் மேலும்

வளர, சேதுக் கால்வாய் திட்டம் மிகமிக அவசியம் என்று பேசினேன்.

ஆனால் இத்தனையையும் மறைத்துவிட்டு ஜெயலலிதா விடுத்த நீண்ட அறிக்கையில் தன்னால்தான் இத்திட்டமே வந்ததைப்போல முரசு கொட்டிக்கொள்கிறார். மேலும் அவர் தனது அறிக்கையில்,

'என்னுடைய வற்புறுத்தலின் பேரில்தான் 1998-ஆம் ஆண்டில் இத்திட்டம் ஒரு முன்னுரிமைத் திட்டமாக மேற்கொள்ளப்பட்டு, தொடக்கச் சுற்றுச்சூழல் தாக்க மதிப்பீடு ஆய்வுப் பணி தேசிய சுற்றுச்சூழல் பொறியியல் ஆராய்ச்சி நிறுவனத்திடம் 1998-ஆம் ஆண்டு மார்ச் திங்களில் ஒப்படைக்கப்பட்டது. இந்நிறுவனத்தின் அறிக்கையும், 1998-ஆம் ஆண்டு ஆகஸ்ட் திங்களில் அளிக்கப்பட்டது. இவ்வாறாக, சேது சமுத்திரக் கால்வாய்த் திட்டம் நனவாவதை உறுதிப்படுத்துவதற்கு நான் முக்கியக் காரணமாக இருந்திருக்கிறேன்" என்று குறிப்பிட்டிருக்கிறார்.

தினகரன், (28.6.2005)

(23.7.1967)

இணைப்பு 5

எதுதான் நிஜம்?

ஆற்று முகத்துவாரத்தில் நீர்வரத்து குறைந்த காலங்களில் திட்டுகள் ஏற்படுவதுண்டு. ஆற்றில் கலந்து வரும் மணல் தங்கும் வேகத்தைவிட குறைவான நீரோட்ட வேகம் இருந்தால் இத்தகைய திட்டுகள் உருவாவது இயல்பு. இதுபோன்ற திட்டு ஆழம் குறைந்த கடல்களிலும் உருவாகின்றன. அலையின் வேகம், கடல் மேற்பரப்பு நீரோட்ட வேகம் குறைவாக உள்ள நேரங்களில் மணல் தரையில் சேர்ந்து, திட்டுகளாகின்றன. வேகமாக நீர் ஓடினாலோ, அலை அடித்தாலோ கலங்கியிருக்கின்ற சேற்று மணல் நீரோடு சேர்ந்தோடும். நீரின் வேகம் குறைவாக இருந்தால் சேற்று மணல் நிலத்தில் தங்கி திட்டுகளாகும்.

வங்காள விரிகுடாவில் கார்த்திகை - தை மாதங்களில் வலசை நீரோட்ட காலத்தில் கங்கையின் வெள்ளம் வண்டலுடன் சேர்ந்து இலங்கைக் கரையோரம் வரை கலங்கி வரும். இடசை நீரோட்டக் காலத்தில் (வைகாசி - ஆவணி) அரபிக் கடலிலிருந்து வங்காள விரிகுடாவுக்கு பாக் நீரிணை வழியாக வண்டல் மணல் கலந்த நீர் பயணிக்கும், எதிரெதிர் நீரோட்டங்கள் நிகழ்வதால் பாக் நீரிணையின் இரு எல்லைகளிலும் திட்டுகள் இருக்கின்றன. இவை வடக்கே கோடியக்கரையிலிருந்து தெற்கே யாழ்ப்பாணம் வரை நீளும் மணல்திட்டும், மேற்கே தனுஷ்கோடியிலிருந்து கிழக்கே தலைமன்னார் வரை நீளும் மணல்திட்டும் ஆகும். அத்தகைய ஒரு திட்டு மனிதனால் அமைக்கப்பட்டவை என்று கூறுவது அதீத கற்பனை. புவியியல் நிகழ்வுகளுக்கு கற்பனை வளமூட்டிய உலகம் முழுவதுமுள்ள பல எடுத்துக்காட்டுகளுள்

இதுவும் ஒன்று. தெற்கே உள்ள மணல் திட்டுக்களை ராமர் கட்டியிருந்தால் வடக்கே உள்ள மணல் திட்டுக்களை யார் கட்டியது?

மறவன்புலவு க. சச்சிதானந்தன்,
கடலியலாளர், ஐ.நா.வின் முன்னாள் ஆலோசகர்
(நன்றி: 'இந்தியா டுடே' மே 23, 2007)

இணைப்பு 6

Explore alternative alignment: court

This will help avoid controversy over damage to Sethusamudram project, says CJI

The Supreme Court on Thursday asked the Centre to explore the possibility of an alternative alignment or any other route for the Sethusamudram Shipping Channel Project without damaging Ramar Sethu and to consider whether an archaeological study could be conducted to declare Ramar Sethu a national monument.

Chief Justice K.G. Balakrishnan, heading a three judge Bench, asked senior counsel Fali Nariman, appearing for the Centre, to consider an alternative alignment and said that by this the government could avoid the controversy (of damaging Ramar Sethu).

The CJI's suggestion came at the end of Thursday's arguments on behalf of the petitioners. He told Mr. Nariman that "Subramanian Swamy and senior counsel C.S. Vaidyanathan had said an alternative alignment was not considered. Further, the direction given by the Madras High Court [before the petitions were shifted to the Supreme Court] that archaeological study must be conducted had not been implemented by the Centre."

Mr. Nariman said, "after the High Court order, we have filed a comprehensive affidavit." Justice Raveendran pointed out that the High Court order had not been quashed and the direction continued to remain and the Centre had not answered this. Mr.

Nariman said he [the Centre] would consider the court's suggestion in this regard.

On the petitions filed by Dr. Swamy and Rama Gopalan, the High Court on June 19, 2007 asked the Centre "to file a counter-affidavit explaining whether any study has been undertaken by the archaeological or any other department concerned in respect of Adam's Bridge/Ramar Sethu and whether the said bridge can be regarded as a national monument. The Union of India should also explain whether the said project can be implemented without affecting Ramar Sethu by resorting to some other routes." Since no affidavit had been filed on these aspects, the CJI asked the Centre to consider this and posted the matter for further hearing on July 22.

We can't go into economics of Sethu project: court

Jurisdiction limited in such matters

Continuing his arguments in the Ramar Sethu case, Janata Party president Subramanian Swamy told the Supreme Court on Thursday that the Sethusamudram Shipping Channel Project would not be economically viable and the whole economic calculation was a "fraud."

Justice Raveendran intervened and said, "Even if it is a foolish project in terms of economics, we can't go into it. How much should be spent, in what manner it should be spent are all matters for the government to decide."

Chief Justice K.G. Balakrishnan said, "Our jurisdiction is very limited in such matters."

Dr. Swamy, quoting the Director-General of the Coast Guard, said implementing the project would be a serious security risk for the country.

Senior counsel M.N. Krishnamani, appearing for Dr. Kalyana Raman, said: "It has come on record that Ramar Sethu [Adam's Bridge] has been in existence for thousands of years and that it is regarded as holy by Hindus. Even Muslims regard this causeway as the one used by Adam for reaching Lanka. These two factors are enough to declare Ramar Sethu an ancient monument. If Sethu on which Lord Rama walked over to Lanka is not sacred, nothing in the world could be sacred."

The Centre will give its response on July 22.

Legal Correspondent
Hindu, (9.5.2008)

இணைப்பு 7

'Convert Sethu into tourism centre'

A demand was made in the Rajya Sabha on Tuesday to convert Sethu Samudram as a tourist place and enhance its security to counter threat of terrorist strike from the coast, like in Mumbai. The demand was made during question hour by BJP MP Shreegopal Vyas. He said, "Terror strikes have hit the tourism industry badly, bringing down the number of foreign tourists coming to the country by 50%."

To counter this, he suggested that coastal security should be enhanced and the government should convert Sethu Samudram at Rameshwaram into a tourism centre which would help bolster the area's security.

Replying to supplementaries, tourism minister Ambika Soni said, "I would not like comment on it as the matter is sub-judice." TNN

Times India, (17.12.2008)

இணைப்பு 8
சேதுக் கால்வாய் பற்றிய தகவல் தர தயக்கம் ஏன்?

பொருளாதார ரீதியில் சேது சமுத்திரத்தின் மூலம் மிகவும் பயனடையக்கூடிய நிறுவனம் தமிழக அரசின் பூம்புகார் கப்பல் போக்குவரத்துக் கழகமாகத்தான் இருக்கமுடியும். இந்தக் கழகத்தின் முக்கியப் பணியே ஹால்டியா, பாரதீப், விசாகப்பட்டினம் போன்ற துறைமுகங்களிலிருந்து தூத்துக்குடி அனல் மின் நிலையத்திற்கு தேவையான நிலக்கரியை தூத்துக்குடிக்கு கப்பல்கள் மூலம் கொண்டு செல்வதாகும். தற்பொழுது இந்தக் கப்பல்கள் இலங்கையைச் சுற்றிச் செல்லவேண்டிய நிலை உள்ளது. சேது சமுத்திரக் கால்வாய் திட்டம் நிறைவேற்றப்பட்டபின் இலங்கையைச் சுற்றிக்கொண்டு செல்லத் தேவையிருக்காது. எனவே, பூம்புகார் கப்பல் கழகத்திற்கு சேது சமுத்திரக் கால்வாய் வந்த பிறகு தூரமும், நேரமும், எரிபொருளும் பணமும் மிச்சமாகும் என்று எதிர்பார்க்கலாம்.

பூம்புகார் கப்பல் கழகத்திற்கு சொந்தமாக 40000 டன் கொள்ளளவு கொண்ட 3 கப்பல்கள் உள்ளன. சேது சமுத்திரக் கால்வாய் ஏற்பட்டபின் இந்தக் கப்பல்களுக்கு கால்வாய் மூலம் செல்வதால் எவ்வளவு நேரம், தூரம், எரிபொருள், பணம் மிச்சமாகும் என்ற விவரங்களை தகவல் உரிமைச் சட்டத்தின் கீழ் பூம்புகார் கப்பல் போக்குவரத்துக் கழகத்தின் பொதுத் தகவல் அலுவலரிடமிருந்து கேட்டிருந்தேன். அவர் இந்த விவரங்கள் கழகத்தின் ஆவணங்களில் இல்லை. அதனால் வழங்க இயலாது என்று தெரிவித்தார்.

இந்த பதில் வியப்பை அளித்தது. ஏனெனில் சேது சமுத்திரத் திட்டம் நிறைவேறுவதால் மிக அதிகப் பயன்பெறக்கூடிய நிறுவனம் பூம்புகார் கப்பல் போக்குவரத்துக் கழகம்தான். இந்தத் திட்டத்தினால் தங்களுக்கு எவ்வளவு இலாபம் அவர்கள் கிடைக்கும் என்பதைப்

பற்றி கணக்கிட்டிருப்பார்கள்; திட்டத்தை விரைவில் நிறைவேற்ற வலியுறுத்துவார்கள் என்றெல்லாம் எதிர்பார்த்தேன். கப்பலில் நிலக்கரியைச் சுமந்துகொண்டு போகும்போது சேது கால்வாயை பயன்படுத்த இயலாது: நிலக்கரியை இறக்கிவிட்டு தூத்துக்குடியில் இருந்து திரும்பும் பொழுதுதான் சேது கால்வாயை பயன்படுத்த முடியும் என்ற ஐயமும் எழுப்பப்பட்டுள்ளது. எனவே, மீண்டும் பூம்புகார் கப்பல் போக்குவரத்து கழக தலைவர் மற்றும் நிர்வாக இயக்குநருக்கு நான் கோரிய தகவல்களை அளிக்கும்படியும் அந்தத் தகவல்கள் இதுவரை கழக ஆவணங்களில் இல்லாவிட்டால் அதைக் கணக்கிட்டு வழங்கும்படியும் கோரினேன். பூம்புகார் கப்பல் போக்குவரத்துக் கழகம் மீண்டும் பழைய பதிலையே, அதாவது இந்த தகவல்கள் எங்கள் ஆவணத்தில் இல்லை. தகவல் உரிமைச் சட்டப்படி எங்களிடம் இருக்கும் தகவலைத்தான் கொடுக்கவேண்டும் என்று கூறி தகவல் அளிக்க இயலாது என்று தெரிவித்துள்ளது.

பூம்புகார் கப்பல் போக்குவரத்துக் கழகத்தின் இந்த பதில் அதிர்ச்சியையும் ஏமாற்றத்தையும், வருத்தத்தையும் அளிக்கிறது; பல ஐயங்களையும் எழுப்புகிறது. சேது கால்வாய் திட்டம் மூலம் மிக அதிகப் பயனடையக் கூடிய வாய்ப்புள்ள ஒரு நிறுவனமே அந்தப் பயன் பற்றி அறிந்துகொள்ள எந்தவித முயற்சியும் எடுக்காதது ஆச்சரியத்தை அளிக்கிறது. ஒருவேளை இந்தத் திட்டத்தினால் கழகத்திற்கு எந்தவித பயனும் இருக்காது. அதனால் அந்த விவரங்களை வெளியிட தயக்கம் காட்டுகிறதோ என்ற ஐயமும் எழுகின்றது. யாருக்கும் எந்த தகவலும் அளிக்கக்கூடாது என்று கழகத்திற்கு கட்டளை பிறப்பிக்கப்பட்டிருக்குமோ என்ற அச்சமும் ஏற்படுகிறது. வேறு எந்த கப்பல் போக்குவரத்து நிறுவனமும் இந்த திட்டத்தை வரவேற்று அதை விரைவில் நிறைவேற்ற வேண்டும் என்று குரல் கொடுக்காதது இந்த ஐயத்திற்கு, அச்சத்திற்கும் வலுவூட்டுகிறது. பூம்புகார் கப்பல் நிறுவனத்திற்கே சேது சமுத்திரத் திட்டம் பற்றி ஐயங்களும் அச்சங்களும் இருந்தால் மற்ற கப்பல் போக்குவரத்து நிறுவனங்களைப் பற்றி கேட்கவே வேண்டாம்.

பூம்புகார் கப்பல் போக்குவரத்து நிறுவனம் தகவல் தருவதில் காட்டும் தயக்கத்தினால் ஏற்படும் ஐயங்களை தீர்க்க வேண்டியது மைய, மாநில அரசுகளின் கடமை. அந்தக் கடமையை நிறைவேற்ற அரசுகளை நாம் வற்புறுத்தவேண்டும். குறைந்தது அனைத்து ஐயங்களையும், அச்சங்களையும் தீர்க்கும் வகையில் ஒரு "வெள்ளை அறிக்கையை" நாடாளுமன்றத்தில் மைய அரசு தாக்கல் செய்யவேண்டும்.

கோரிய தகவல்: The Savings the ship will realize per trip in terms of Time, Distance, Fuel Consumption and Money when it uses the proposed Sethu Samudhram Canal as against the current route of going around Sri Lanka.

முதலில் கிடைத்த பதில்: This information is not available on the records of Poompuhar Shipping Corporation Ltd.

மேல்முறையீட்டில் கிடைத்த பதில்: As regards information called for in item No.2 of your letter, your attention is invited to Section 2 (i) & (j) of Right to Information Act 2005...

You may kindly note that the information requested by you under item (2) is not an information accessible under the Right to Information Act 2005 since the said information is not held by or under control of the Poompuhar Shipping Corporation Limited

இன்னும் இதுபோன்ற நூற்றுக்கணக்கான தர ஏடுகளையாவது தெரிந்து வைத்திருக்க வேண்டும். இவை எவற்றை வலியுறுத்துகின்றன?

1. கட்டுமானத்திற்கேற்ற, கட்டுமான இடத்தில் அடித்தள மண்ணுக்கு உகந்த மற்றும் மேலிருந்து சுமத்தப்படும் பாரத்தைப் பரப்பும் வகையான சரியான அடித்தளத்தை முறையாக வடிவமைத்துக் கட்டவேண்டும்.
2. தரமுடைய சரியான கட்டுமான உத்திகளையும், வேலைத்திறத்தையும் (Good Workmanship) கடைபிடித்துக் கட்டவேண்டும்.

3. கட்டுமானங்கள் அமையும் இடங்களின் சுற்றுச்சூழலுக்குத் தேவையான (According to the exposure conditions- please refer Table - 5 of IS: 456-2000 which is reproduced below) தரமுடைய காங்கிரீட்டை (குறைந்தது M20 தொடங்கி M40 வரை) கட்டுமானங்களில் பயன்படுத்திட வேண்டும் என்று திரும்பத் திரும்ப தெரிவிக்கின்றன. இதை அடிப்படையாக வைத்து, துணையாகக் கொண்டு மத்திய அரசின் CPWD (Central Public Works Department) பிப்ரவரி 2002-லேயே மத்திய அரசின் கட்டுமானங்களில் வலிமையும், உறுதியும் உடைய M25-க்குக் குறைந்த காங்கிரீட்டைப் பயன்படுத்தக்கூடாது என்று சுற்றறிக்கை அனுப்பியதோடு நில்லாது, அவர்களின் கட்டுமானத் தரவுகளில் அதைச் சேர்த்து நடைமுறைப்படுத்தி வருகின்றனர். ஆனால் தமிழக அரசு என்ன செய்கிறது? அரசு கட்டுமான வாரியங்கள் என்ன செய்கின்றன? பொதுப்பணித்துறை போன்ற அரசுக் கட்டுமான துறைகள் என்ன செய்கின்றன? தனியார் கட்டுநர்கள் என்ன செய்கிறார்கள்? இவர்கள் எல்லாம் IS:450-2000 / IS: 1905-1987 / IS:1904-1986 இவற்றைப் பற்றி குறைந்த M15 தரக் காங்கிரீட்டையே (அதையும்கூட நடைமுறையில் உறுதி செய்யாது) பயன்படுத்துகின்றனர். எனவேதான் அரசுக் கட்டுமானங்கள் 10 ஆண்டுகளுக்குள் பழுதடைகின்றன! அரசு குடியிருப்புகள் 5 ஆண்டுகளுக்குள் தரமின்றி, பராமரிப்பின்றி இடிந்து விழுகின்றன. தரமுடைய காங்கிரீட் மற்றும் பிற கட்டுமானப் பொருள்களை வேலைத்திறத்தோடு கட்டுவதைக் கைவிட்டு, கட்டிய கட்டடங்களுக்கு ஒப்பனை செய்வதில் (cosmetic approach) பளபளக்கும் பெரிய அளவு ஓடுகள், விலை உயர்ந்த குடிநீர், கழிவு நீர் அகற்றும் பொருத்திகள், கதவு கைப்பிடிகள், எழில்மிகு மின் விளக்குகள் என கோடிக்கணக்கான தொகையினைச் செலவு செய்திட நாம் தயங்குவதில்லை. அடிப்படையான உட்பொருளுக்கு (Inner Core) வலிமை சேர்த்தால் கட்டிடம் நீடித்து நிற்கும் என்பதைப் புரிந்துகொள்ள ஏன் மறுக்கிறோம்?

ஏன் இந்த இரண்டு வித அணுகுமுறை:

இதில் இன்னொரு நிகழ்வினையும் நடைமுறையினையும் கூர்ந்து கவனிக்கவேண்டும். பொதுமக்களும் இதை முழுமையாகப் புரிந்துகொள்ள வேண்டும். அப்பொழுதுதான் அரசும் அரசுத் துறைகளும் வாரியங்களும் - TN Accountant General என்பவருக்குப் பயந்துகொண்டு, தரமற்ற கட்டுமானங்களைச் செய்திட பழைய பத்தாம் பசலிக் கொள்கையினை, பழைய பிரிட்டிஷ் நடைமுறைகளை கடைப்பிடித்து நாட்டின் சொத்தை நாசமாக்கிடக் காரணகர்த்தாக்களாக இருந்து வருகின்றனர் என்ற உண்மை விளங்கும்.

பழங்காலத்தில் M15 (1:2:4 விகிதமுடைய) காங்கிரீட்டைக் கொண்டு கட்டப்பட்டபோது தரமான பொருட்களும் வேலைத் திறமும் கொண்டு கட்டப்பட்டன. அப்போது, இப்பொழுது உள்ளதுபோல் 15% முதல் 30% வரை கையூட்டு தரவேண்டிய நிலைமை இல்லை. பொறியாளர்களும் தன்மானத்திற்கு அஞ்சி மோசமான தரமுடைய கட்டுமானங்களை அனுமதிக்கவில்லை எனவே அவை நீடித்து உழைத்தன.

பழைய ஆங்கிலேயர் ஆட்சியில் நமது நாடு அடிமையாக இருந்தபோது அரசுக் கட்டுமான வேலைகள் அனைத்தும், குறிப்பாக மதிப்பீட்டுத் தொகைக்குள்ளே கட்டப்பட வேண்டும். ரூ. 100 இலட்சம் கட்டுமான மதிப்பீட்டுச் செலவு என்றால், கட்டுமான ஒப்பந்தத் தொகை ரூ. 100 இலட்சத்துக்குக் குறைவாகவே இருக்கவேண்டும் என்று எழுதப்படாத நடைமுறை இன்றும் கடைப்பிடிக்கப்பட்டு வருகின்றது.

அரசு ஒப்பந்தம் பெரும்பாலும் –5% முதல் 15% வரை குறைவான செலவில், அதுவும் சாலை வேலைகள் என்றால் 25% முதல் 30% வரை குறைவான செலவில் (Minus Percentage Basis) ஒப்பந்தம் விடப்பட்டு கட்டப்படுகின்றன. அப்படி என்றால் என்ன பொருள்? தரமற்ற, தரந்தாழ்ந்த கட்டுமானப் பொருட்களும் தரம் தாழ்ந்த கட்டுமான உத்திகளுமே மற்றும் மோசமான வேலைத்

திறமுமே கடைப்பிடிக்கப்படும் என்பதை அனைவரும் அறிவர். +5% அல்லது +10% கூடுதலானால் ஆயிரத்தெட்டு தணிக்கை குறிப்புகள் எழுதும் Accountant General, Minus Percentage-ல் வேலைகள் செய்யப்பட்டால் அவற்றைக் கண்டுகொள்வதில்லை. இன்றைக்கு எந்த ஒப்பந்தக்காரரும் ரூ. 100 இலட்சம் பெறுமான மதிப்பீட்டு வேலைகளை குறைந்து ரூ. 120 இலட்சத்திற்கு குறைவாக (10% overhead 10% profit) தரத்தோடு செய்யமுடியாது என்பது நிதர்சனமான உண்மை. இதில் முன்னரே குறிப்பிட்டதுபோல கீழ்மட்டம் முதல் மேலமட்டம் வரை -15% முதல் 25% வரை கையூட்டு கொடுத்த ஒப்பந்தக்காரர் எப்படித் தரமான வேலைகளைச் செய்வார் என்று இந்த அரசு எதிர்பார்க்கிறது? ஆனால் L & T ECC. HCC Gammon India போன்ற கட்டுமான முதலைகளிடம் அரசு வேலைகள் +100% முதல் +200% (Boosted up cost estimates) வரை கூடுதல் தொகைக்கு ஒப்பந்தம் விட்டு செய்திட அரசு முன் வருகின்றது. TN Accountant General-லும் இதுபற்றி வாயைத் திறப்பதில்லை. இப்படிப்பட்ட இரண்டாம் கெட்டான் சூழ்நிலையில்தான் தரமான அரசுக் கட்டடங்கள் கட்டப்படுவதில்லை.

பன்னாட்டு கட்டுமான நிறுவனங்கள் என்றால் ஓர் அணுகுமுறை. நம் நாட்டு ஒப்பந்தக்காரர்கள் என்றால், அதுவும் அரசுத்துறை கட்டுமானங்கள் என்றால் வேறொரு அணுகுமுறை, இத்தகைய வேறுபடுத்திப் பார்க்கும் நடைமுறை ஒழிக்கப்பட வேண்டும். எனவே, அரசின் நோக்கிலும், போக்கிலும் உடனடியாக மாற்றம் வேண்டும்.

தரமான கட்டுமானங்களைப் பெற என்ன செய்யவேண்டும்?

இன்றைய நிலையில் உலக மயமாக்கல், தனியார் மயமாக்கல், உலக நிதி நிறுவன உதவியோடு தரமான கட்டமைப்புகளை உருவாக்குதல் என்ற நிலைப்பாடு உள்ளது.

1. எனவே, அடிப்படையாகவே நம் நாட்டு, தமிழ்நாட்டு கட்டுமான தரங்கள் (Quality Stan - dards) கட்டுமான உத்திகள்

(Construction Practices) கட்டுப்பாடுடன் கூடிய போதுமான தரமுடைய கட்டுமான வடிவமைப்புகளுடன் நடைமுறையில் வேலைத்திறம் மற்றும் தரமான வேலைகளுக்கு முதலிடம் கொடுத்து கட்டுமான செலவிற்கு இரண்டாமிடம் தரப்பட வேண்டும்.

2. இத்துடன் நில்லாது, பொறியியல் கட்டுமான வேலைகளில் அரசியல்வாதிகள் தலையிடுவதை முற்றிலுமாகத் தடுத்து நிறுத்தவேண்டும். ஒளிவு மறைவற்ற ஒப்பந்த முறை (Transparent Tender System) கொண்டு வந்துவிட்டோம் என்று பெயரளவில் சொல்லிக்கொண்டு Tender Schedule மற்றும் Contract இவருக்குத்தான் தரப்பட வேண்டும் என்று நிர்பந்திப்பதை அச்சுறுத்துவதை உடனடியாக நிறுத்தவேண்டும். Please put a full stop to this hypocrisy, மனசாட்சியின்றி வேசமிடுவதை போலியாக நடிப்பதை, மனசாட்சியினை சொல்லக்கூடாத காரணங்களுக்கு விற்றுவிட்டு நமக்கென்ன என்று பொறுப்பின்றி செயற்படுவதை அமைச்சர் முதல் பொறியாளர், ஒப்பந்தக்காரர் வரை மாற்றிக்கொள்ள வேண்டும். அரசுப் பணத்தை அநியாயமாகச் சாப்பிடுபவன் அய்யோ என்று போவான் என்பதை ஞாபகப்படுத்த வேண்டியுள்ளது.

3. அரசுக் கட்டுமானத் துறைப் பொறியாளர்கள் தம் பொறுப்பினை, கடமையினை உணர்ந்து, தேவையின் தரத்தினை நிலை நிறுத்த தொடக்கச் செலவு மிகுதியானாலும், என்றும் நிலைத்து நிற்கும் கட்டுமானங்களை உலகத் தரத்தோடு (As per the IS codal provisions) கட்டிடவேண்டும். தரக் கட்டுப்பாடும் விலை விகிதமும் (Quality Specifications & Cost data) தயாரிக்கும்போதே, வெளிச்சந்தை விலை, நீராற்றலுக்கு (Curing) தனித்தொகை மற்றும் அவர்க்குரிய குறைந்த லாபம் இவற்றையும் கணக்கில் எடுத்துக்கொண்டே விலை விகிதம் நிர்ணயிக்கப்பட வேண்டும்.

4. இத்துடன் நிறுத்தாது, பராமரிப்பிற்கென ஆண்டுதோறும் தேவையான நிதியைப் பெற்று, கட்டடங்கள் பழுதடையாது

ஆண்டுதோறும் உண்மையாகப் பராமரித்திட வேண்டும். அரசும் உணமையான பொறுப்பு சார்ந்த கடமையுணர்வோடு தேவையான நிதியினை ஒதுக்கவேண்டும். அப்பொழுதுதான் அரசுத்துறை பொறியாளர்கள் மீதும் கட்டுநர்கள் மீதும் பொதுமக்களுக்கு கொஞ்சமாவது நம்பிக்கையும் மதிப்பும் ஏற்படும். இதற்கு தமிழக அரசு முன்மாதிரியாக முன்வரவேண்டும். வருமென்று எதிர்பார்ப்போமாக!

நான் பயின்ற காரைக்குடி அழகப்பர் பொறியில் கல்லூரியின் தலைமை நிர்வாகக் கட்டடத்தில் பொறிக்கப்பட்டுள்ள ரஸ்கினின் இந்த புகழ்பெற்ற மேற்கோள் வாக்கியத்தோடு இக்கட்டுரையினை நிறைவு செய்வது மிகவும் பொருத்தமானதாக இருக்கும் என்று கருதுகிறேன்.

> When we build
> Let us think that we build for ever
> Let it not be for the present delight
> Nor for the present use alone
> Let it be such work as our
> descendants will thank us for
>
> - John Ruskin

குடிமக்கள் முரசு, (ஜனவரி 2008)

இணைப்பு 9

சேது சமுத்திர திட்ட ஆய்வு பணி முடிந்தது?

சேது சமுத்திர திட்ட மாற்றுப்பாதை ஆய்வுப் பணிகள் திடீரென முடிந்துவிட்டதாகக் கூறி, அதற்கான கருவிகளை கரை சேர்த்துள்ளது சந்தேகத்தை எழுப்பியுள்ளது.

தி.மு.க.,வைச் சேர்ந்த டி.ஆர். பாலு மத்திய அமைச்சராக இருந்தபோது, சேது சமுத்திர திட்டம் துவங்கப்பட்டது.

ராமர் பாலம் சர்ச்சையை தொடர்ந்து, திட்டம் சுப்ரீம் கோர்ட் விசாரணையில் உள்ளது. 600 கோடி ரூபாய்க்குமேல் பணி மேற்கொள்ளப்பட்ட நிலையில், தாமதத்தால் அதற்கான பணிகள் வீணானது.

யார் மனதையும் புண்படுத்தாத வகையில் மாற்றுப்பாதையில் திட்டத்தை நிறைவேற்றும் காரணிகளை கண்டறியுமாறு, மத்திய அரசுக்கு கோர்ட் வலியுறுத்தியது.

இதைத் தொடர்ந்து, பச்சோரி என்பவர் தலைமையில் கமிட்டி அமைக்கப்பட்டு, மாற்றுப் பாதை ஆய்வுப் பணிகளை மேற்கொள்ள வலியுறுத்தப்பட்டது.

ஆனால், ஆய்வுப் பணிகள் ஆமை வேகத்தில் நகர்ந்தன. மாற்றுப்பாதை ஆய்வு அறிக்கை குறித்து மத்திய அரசிடம் கடந்த ஆண்டு சுப்ரீம் கோர்ட் கேள்வி எழுப்பியது. மத்திய அரசு தரப்பில் கால அவகாசம் கேட்கப்பட்டது.

இதைக் கண்டித்த கோர்ட், குறிப்பிட்ட காலத்தில் மாற்றுப்பாதை பணிகளை நிறைவுசெய்து, அறிக்கையை ஒப்படைக்குமாறு வலியுறுத்தியது.

அதன்பின், மன்னார் வளைகுடா பகுதியில் மிதவை கருவிகள் பொருத்தப்பட்டு, கடலின் நீர் ஓட்டம், மண் அரிப்பு, தட்பவெப்பம், காற்றின் வேகம் போன்றவை கணக்கிடும் பணி நடந்தது.

இயற்கை சீற்றத்தால், மாற்றுப்பாதை ஆய்வுப் பணியும் பாதிக்கப்பட்டது. இதற்கிடையில், சேது சமுத்திர திட்டப்பணிகளில் பணம் வீணடிக்கப்பட்டுள்ளதாக, அ.தி.மு.க., பொதுச் செயலர் ஜெயலலிதா அறிக்கையில் கூறியிருந்தார்.

இந்நிலையில் நேற்று, சேது சமுத்திர மாற்றுப்பாதை ஆய்வுப் பணிகள் நிறைவு பெற்றதாகக் கூறி, அதற்கான கருவிகள் படகுகள் மூலம் கரைக்கு கொண்டுவரப்பட்டன. பணிகள் தொடர்ச்சியாக முழுமை பெறாத நிலையில், திடீரென பணிகள் முடிந்ததாகக் கூறியிருப்பது சந்தேகத்தை கிளப்பியுள்ளது.

ஆய்வுப் பணியின் தொழில்நுட்ப உதவியாளர் சிங் கூறியதாவது:

பதினான்கு மாதமாக நடந்த ஆய்வுப் பணி நிறைவுபெற்றுள்ளது. இதற்கான அறிக்கைகள் முறையாக உயர் அதிகாரிகளுக்கு அனுப்பப்படும்.

இலங்கைக்கு மின்சாரம் கொண்டு செல்வதற்கான ஆய்வுக் கருவிகள் மட்டும் நடுக்கடலில் உள்ளன. சேது சமுத்திர மாற்றுப் பாதை ஆய்வுப் பணி கருவிகள், கரைக்கு கொண்டு வரப்பட்டுள்ளன.

இவ்வாறு சிங் கூறினார்.

தினமலர், (13.3.2011)

இணைப்பு 10

"Alternative alignment for Sethu project not feasible"

* Centre submits report of export committee headed by R.K. Pachauri in Supreme Court
* Work on present alignment, which cuts through ram Setu, has been stayed

The alternative alignment (4A) for the Sethusa- mudram Ship Channel Project without cutting across the Adams Bridge or Ram Setu is not economically and ecologically feasible, according to a report of the expert committee headed by R.K. Pachauri submitted by the Centre in the Supreme Court.

The committee was constituted to consider whether the project could be implemented. through the1 alternative alignment (4A) that would cut through the spit of land just east of Dhanushkodi. Work on the present alignment (No.6), which cuts through the Ram Setu, was stayed by the Supreme Court in the wake of considerable opposition to the project.

On Monday, Solicitor General Rohinton Nariman told a Bench of Justices H.L. Dattu and C.K. Prasad that the expert committee had, in its report, stated that the alternative alignment was not economically and ecologically feasible. The Union Cabinet was yet to consider the report and take a decision, he said and sought 12 weeks time.

The Bench granted eight weeks for the Centre to place the Cabinet's decision before the court and adjourned the proceedings.

It also granted eight weeks' to the Tamil Nadu government for filing its response to the expert committee's report.

Oil spills

In its report, the committee said: "Important aspect of risk management relates to the possibility of oil spills; even with the most stringent measures and precautions it will be difficult to rule [them] out completely. The study clearly finds that oil spills could possibly pose a risk to the biosphere reserve, which needs to be protected under all conditions.

"A number of measures have been identified for minimising the impacts of possible oil spills, but it will not be possible, under any circumstances, to conclude that oil spills can be eliminated or prevented completely and that in the event of an oil spill there will be no threat to the biosphere reserve."

It said: "The project, including the possibility of adopting alignment 4A, could potentially result in ecological threats that could pose a risk to the ecosystems in the surrounding area and, in particular, to the biosphere reserve. It is concluded that the benchmark return of 12 percent is not met for the range of scenarios examined in the case of alignment 4A.

"It is also concluded that a more realistic set of assumptions will impact viability adversely even further. The economic analysis also brings out the fact that the assumptions used are somewhat optimistic and obviously do not take into account the possibility of adverse effects of delays, engineering surprises and other factors that could affect the cost of the project upwards."

It said: "On the basis of the analysis and the importance of observing a risk management approach, both in ecological as well as economic terms, it appears questionable whether Alignment 4A represents an attractive or even an acceptable option. Given the doubts raised by the detailed analysis which has been carried out, it is unlikely that public interest will be served by pursuing the project on the basis of alignment 4A."

The report, however, made it clear that the committee had not conducted a study on the impact of climate change.

"One important factor that was not possible to be covered in this study for a variety of reasons, but which will very likely prove relevant to the operational viability and the very design features of the project, will be the impact of climate change.

This requires rigorous analysis using global climate models suitably down-scaled to come with some range of estimates on projected cyclonic activity.

"For infrastructure to be created in such a fragile ecological zone, a rigorous analysis of possible scenarios related to the impacts of comate change will be critical in decision-making that aims to minimize risk both in economic as wells as ecological terms."

J. Venkatesan
Hindu, (03.07.2012)

இணைப்பு 11

சேது சமுத்திரத் திட்ட வழக்கு: பிப்ரவரி 25-ல் இறுதி விசாரணை

சேது சமுத்திரக் கால்வாய் திட்டத்தை மாற்று வழித்தடத்தில் செயல்படுத்துவது பொருளாதாரரீதியாக சாத்தியம் இல்லை என சுற்றுச்சூழல் நிபுணர் ஆர்.கே. பச்சோரி குழு அளித்த அறிக்கைமீது கருத்து தெரிவிக்க கூடுதல் அவகாசம் வழங்கும்படி உச்ச நீதிமன்றத்தில் மத்திய அரசு கோரியுள்ளது.

இதற்கு அனுமதி அளித்த உச்ச நீதிமன்றம், இந்த வழக்கின் இறுதி விசாரணை பிப்ரவரி 25-ஆம் தேதி நடைபெறும் என்று கூறியது.

'சேது சமுத்திரத் திட்டம் தேவையில்லை' என்று தமிழக அரசு கடந்த அக்டோபரில் நடைபெற்ற விசாரணையின்போது நீதிமன்றத்தில் மனுத்தாக்கல் செய்திருந்தது.

இந்த நிலையில் சேது கால்வாய் திட்டத்துக்கு எதிரான வழக்கு நீதிபதிகள் எச்.எல். தட்டு, சந்திரமௌலி குமார் பிரசாத் அடங்கிய அமர்வு முன்பு திங்கள்கிழமை விசாரணைக்கு வந்தது.

அப்போது 'நிபுணர் குழுவின் அறிக்கைக்கு பதிலளிக்க கூடுதல் அவகாசம் தேவை' என்று மத்திய அரசு ஏற்கெனவே தாக்கல் செய்த மனுவை நீதிபதிகள் ஏற்றுக்கொண்டனர். பின்னர் "இந்த வழக்கின் இறுதி விசாரணை பிப்ரவரி 25-ம் தேதி நடைபெறும்" என்று கூறி வழக்கின் விசாரணையை நீதிபதிகள் ஒத்திவைத்தனர்.

கடந்த ஜூலை மாதம் தாக்கல் செய்யப்பட்ட பச்சோரி குழுவின் அறிக்கையின்மீது மத்திய அரசு தனது நிலையைத் தெளிவுபடுத்த இதுவரை மூன்று முறை அவகாசம் கோரியுள்ளது குறிப்பிடத்தக்கது.

பின்னணி: சேது சமுத்திரத் திட்டத்தால் சுற்றுச்சூழல் பாதிக்கப்படும்; அதனால் அந்தத் திட்டத்துக்குத் தடை விதிக்க வேண்டும் என்று சென்னை உயர் நீதிமன்றத்தில் சுற்றுச்சூழல் ஆர்வலர்கள் வழக்கு தொடர்ந்தனர். இதை விசாரித்த சென்னை உயர் நீதிமன்றம் சேது சமுத்திரத் திட்டத்துக்கு தடை விதிக்க 2007-ம் ஆண்டில் மறுத்தது.

இதையடுத்து, 'சேது சமுத்திரத் திட்டம் செயல்படுத்தப்படும் ஆறாவது வழித்தடத்தில் ராமர் பாலம்' இருப்பதாக இந்துக்கள் நம்புகின்றனர். அதனால் அப்பகுதியை புராதனச் சின்னமாக அறிவிக்க வேண்டும் என்று ஜனதா கட்சித் தலைவர் சுப்பிரமணியன் சுவாமியும் தமிழக முதல்வர் ஜெயலலிதாவும் உச்ச நீதிமன்றத்தில் தனித்தனியாக 2007-ஆம் ஆண்டில் வழக்கு தொடர்ந்தனர்.

அந்த வழக்கை விசாரித்த உச்ச நீதிமன்றம், 'மாற்று வழியில் சேது சமுத்திரக் கால்வாய் திட்டத்தை செயல்படுத்த வாய்ப்புள்ளதா? அத்திட்டத்தால் சுற்றுச்சூழலுக்கு மாசு ஏற்படுமா? என்பதைக் கண்டறிய நோபல் பரிசு பெற்ற சுற்றுச்சூழல் நிபுணர் ஆர்.கே. பச்சோரி தலைமையில் 6 பேர் கொண்ட குழுவை அமைக்க 2008-ஆம் ஆண்டில் உத்தரவிட்டது.

இதையடுத்து கடந்த நான்கு ஆண்டுகளாக ஆய்வு செய்த பச்சோரி குழு, அதன் அறிக்கையை கடந்த ஜூலை மாதம் 2-ஆம் தேதி தாக்கல் செய்தது. அதன் 37 பக்க அறிக்கையில் 'மாற்று வழியில் சேது சமுத்திரத் திட்டத்தை செயல்படுத்துவது பொருளாதார, சுற்றுச்சூழல் ரீதியாக சாத்தியமில்லை' என்று கூறப்பட்டிருந்தது.

தினமணி, (4.12.2012)

இணைப்பு 12

சேது சமுத்திரத் திட்டத்தைத் தொடருவோம்

சேது சமுத்திரத் திட்டத்தைத் தொடருவோம் என்று மத்திய அரசு, உச்ச நீதிமன்றத்தில் தெரிவித்துள்ளது.

சேது சமுத்திரத் திட்டத்தை நிறைவேற்றுவதற்கு எதிர்ப்பு தெரிவித்து ஜனதா கட்சித் தலைவர் சுப்ரமணியன் சுவாமி உள்ளிட்டோர் உச்ச நீதிமன்றத்தில் வழக்கு தொடர்ந்தனர். இத்திட்டத்தை நிறைவேற்றினால் ராமர் பாலம் சேதமடையும் என்று அவர்கள் வாதிட்டனர். இந்த வழக்குகளை விசாரித்த உச்ச நீதிமன்றம் இத்திட்டத்தை நிறைவேற்ற கடந்த 2007-ஆம் ஆண்டு செப்டம்பர் 1-ஆம் தேதி தடைவிதித்தது.

சேது திட்டத்தை ராமர் பாலத்துக்கு இடையூறு இல்லாத வகையில் மாற்று வழியில் நிறைவேற்றுவதற்கான வாய்ப்புகளை ஆராய்வதற்கு ஆர்.கே. பச்சோரி கமிட்டியை நீதிபதிகள் நியமித்தனர். இந்தக் கமிட்டி தனது அறிக்கையை 2012 மே மாதம் சமர்ப்பித்தது. அதற்குமுன், ராமர் பாலத்தை ஒரு தேசிய நினைவுச் சின்னமாக அறிவிக்கும் விவகாரத்தில் எந்த நிலைப்பாட்டையும் எடுக்கமுடியாது என்று 2012 ஏப்ரலில் மத்திய அரசு மறுப்பு தெரிவித்தது.

இந்நிலையில், மத்திய அரசு உச்ச நீதிமன்றத்தில் பிரமாணப் பத்திரம் ஒன்றைத் தாக்கல் செய்துள்ளது. அதில், "சேது சமுத்திரத் திட்டத்தை நாங்கள் தொடர முடிவு செய்துள்ளோம். பொருளாதார ரீதியாகவும், சுற்றுச்சூழல் ரீதியாகவும் சேது திட்டத்தை நிறைவேற்றுவதற்கான சாத்தியக்கூறுகள் இல்லை என்று தெரிவித்த பச்சோரி கமிட்டி அறிக்கையை நிராகரித்து,

இந்த முடிவு எடுக்கப்பட்டுள்ளது. ராமசேது அல்லது ஆடம்ஸ் பாலம் என்று அறியப்படும் பாலத்தை உடைத்து இத்திட்டம் நிறைவேற்றப்படும். பச்சோரி கமிட்டியின் பரிந்துரைகளை அரசு ஏற்கவில்லை. இத்திட்டத்தால் ஏற்படும் பலன்களைக் கருத்தில்கொண்டு திட்டத்தைத் தொடர அரசு முடிவு செய்துள்ளது" என்று தெரிவிக்கப்பட்டடுள்ளது.

அரசின் இந்த மனு மீதான விசாரணை உச்ச நீதிமன்றத்தில் விரைவில் விசாரணைக்கு வரும் என்று தெரிகிறது.

தினமணி, (24.2.2013)

இணைப்பு 13

'ராமர் பாலத்தை இடிக்க அனுமதிக்க மாட்டோம்'

ராமர் பாலத்தை இடித்துவிட்டு சேது சமுத்திர திட்டத்தைச் செயல்படுத்த அனுமதிக்க மாட்டோம் என பாரதிய ஜனதா கட்சி எச்சரிக்கை விடுத்துள்ளது.

கோடிக்கணக்கான ஹிந்துக்களின் உணர்வு தொடர்பான விஷயம் என்பதால் இந்தச் செயலைப் பொறுத்துக்கொள்ள முடியாது என்றும், இத்திட்டத்தைக் கைவிடவேண்டும் என்றும் அக்கட்சி வலியுறுத்தி உள்ளது. இதுகுறித்து பா.ஜ.க. செய்தித் தொடர்பாளர் ரவிசங்கர் பிரசாத் செய்தியாளர்களிடம் சனிக்கிழமை கூறியதாவது:

சேது சமுத்திரத் திட்டம் தொடர்பாக ஆர்.கே. பச்சோரி தலைமையிலான குழு உச்ச நீதிமன்றத்தில் அறிக்கை தாக்கல் செய்தது. பொருளாதார ரீதியாகவும், சுற்றுச்சூழல் ரீதியாகவும் சேது திட்டத்தை நிறைவேற்றுவதற்கான சாத்தியக்கூறுகள் இல்லை என, அந்த அறிக்கையில் கூறப்பட்டுள்ளது.

ஆனால், இந்த அறிக்கையை ஏற்க மறுத்துள்ள மத்திய அரசு, ராமர் பாலத்தை இடித்துவிட்டு திட்டத்தைச் செயல்படுத்த திட்டமிட்டுள்ளது. இத்தகைய செயலை பா.ஜ.க.வும் நாட்டு மக்களும் பொறுத்துக்கொள்ளமாட்டார்கள். ராமர் பாலத்தை இடிப்பது மட்டுமே தீர்வு என்று அரசு கருதுவது ஏன்? ஏற்கெனவே ரூ. 800 கோடி செலவிடப்பட்டுள்ளதே இதற்குக் காரணம் என அரசு கூறுகிறது. எவ்வளவு தொகை செலவிடப்பட்டது என்பதைவிட, முதல்கட்டப் பணிகளுக்காக ஏன் இவ்வளவு தொகை செலவிடப்பட்டது என்பதுதான் கேள்வி என்றார் பிரசாத்.

தினமணி, (24.2.2013)

இணைப்பு 14

TURNING OVER A NEW REEF

The Gulf of Mannar's Vaan Island was expected to be submerged by 2022. But since 2015, its land cover has grown by 54.51%, thanks to an intensive restoration project that involved deploying artificial reefs that went on to be colonized by natural corals. Express takes a look at how this model could save other sinking islands nearby

A few years back, scientists thought the Vaan Island, a coral formation in the Gulf of Mannar, would go under- water by 2022. Already, two of the 21 islands in the fragile Gulf of Mannar Marine Bio-sphere Reserve had been submerged-Vallanguchalli and Poovarasanpatti, and it was only a matter of time before Vaan was also lost. The data showed the coral island to be on the brink of collapse, its area had been reduced drastically from 20.08 hectares in 1969 to 1.53 hectares in 2015; a substantial 23.92% of the live corals on the islands bleached during the global coral bleach of 2016; the live coral cover reduced drastically from 38.86% in 2015 to a mere 22.69% in 2016.

Then, a miracle happened over the next few years. Today, the Vaan Island is teeming with colourful marine life. The shallow bright blue waters surrounding it are home to healthy coral reefs. Since 2018, the reef cover in the area has seen a steady increase, with mortality rate dropping to negligible levels. It is a first-of-its-kind attempt in India that Tamil Nadu undertook to save the drowning coral reefs. With several other islands in the same biosphere facing threats due to the degradation of ecosystem, Vaan could become an example, a model that can be replicated to save the entire area, say experts. So, what exactly did Tamil Nadu do to save the dying island?

Decades of plunder

The Gulf of Mannar is the first marine biosphere in Asia. Yet, there was no comprehensive data on the morphology of Gulf of Mannar islands since the 1969 Survey of India Toposheet. In 2017, to understand the morphological changes in the islands over the last five decades, the Union environment ministry supported a study in the area, conducted by Suganthi Devadason of Marine Research Institute (SDMRI). The study produced some stark data. It showed that the Thoothukudi group of islands, including Vaan, had experienced the highest percentage of land cover reduction (71%), followed by Keelakarai (43.49%), Vembar (36.21%) and Mandapam (21.84%) groups in the last 49 years.

There were multiple reasons why these islands were sinking-unsustainable and exploitative fishing practices, rising sea levels and sur-face temperature due to climate change, and historic coral mining that went on for decades until it was stopped in 2005. The most significant of these reasons was mining. The corals were being mined for their rich lime content, which was in great demand in the limestone industry. That apart, it also played a major role in the construction industry. In fact, many old houses in Thoothukudi, that stand tall till today, were constructed using corals. Vaan itself is made up of calcareous frameworks of dead reef and sand, and was a minefield for coral-hunters.

The demand was so high back in the day that in the early seventies, around 25,000 metric tons of corals were mined every year from Palk Bay and Gulf of Mannar combined. It was only after a good three decades, in 2001, that the Centre included all corals under the schedule I of the Wildlife (Protection) Act. Subsequently in 2005, the Supreme Court stayed the coral mining activities. But the damage had already been done. By 2005, the Gulf of Mannar had lost a whopping 32 square kilometers of reef area.

Secret of success

Armed with this data, the Tamil Nadu government started on a mission to revive these islands. It sought financial support from the Environment Ministry, under the climate change adaptation fund. ₹25 crore was sanctioned, and Vaan Island was chosen for the restoration project. "The reason was because Vaan is closest to the mainland, barely 5 km from the Thoothukudi coast," says KV Giridhar, director of the Department of Environment. "Reviving Vaan was crucial because the island acts as a defence against waves, preventing coastal erosion."

To save Vaan from drowning, we had to ensure the reef area surrounding the island is revitalised, says Edward Patterson, director of SDMRI. "Corals need hard substrate to grow. Generally, coral larvae use dead corals as substrate, which unfortunately is not available in many islands of Gulf of Mannar due to decades of mining. Initially, we deployed artificial reefs with the main purpose of protecting the fast-eroding landmass, but in due course, found natural corals colonising in these artificial reefs. This helped Vaan to grow. Compared to 2015, Vaan's land cover has increased by a whopping 54.51% from 2.33 ha to 3.60 ha in low tide," says Patterson.

A total of 10,600 artificial reef modules were deployed in three phases. The latest morphological study, conducted by SDMRI in

October 2020, shows abundant natural coral recruitment. A total of 10 coral species and 28 fish species were observed around the modules. Indian Institute of Technology Madras (IIT-M) also had an important role to play. The IIT-M team worked along-side SDMRI researchers to design the artificial reef modules.

Prof SA Sannasiraj, head of Department of Ocean Engineering, IIT-M, said: "After many trials, we worked out the design, the build, pattern and place of deployment of artificial reefs based on bathymetric wave studies. The holes in the concrete structure were to achieve good water circulation. The holes are also required for marine growth. The whole experience was unique and path-breaking as such a project was never tried before in India. It gives us great satisfaction that our efforts materialised and corals are thriving on these structures," he says.

Small success, big lesson

Vaan, however, is not a destination but a mere example. There are many islands in the Gulf that need attention. Researchers say Koswari and Kariyachalli islands near Thoothukudi are facing an increased threat and need immediate intervention. "If the current rate of erosion continues, Koswari and Kariyachalli islands are likely to be submerged by 2036; Vembar group (Upputhanni, Puluvinichalli and Nallathanni) between 2064 and 2193; Keelakarai group (Anaipar, Valimunai, Poovarasan patti, Appa, Thalaiyari, Valai and Mulli) between 2032 and 2180; and Mandapam (Manoliputti, Poomarichan and Pullivasal) between 2140 and 2525," says K Diraviya Raj, assistant professor at SDMRI.

Morphology and geomorphology studies reveal Koswari island has lost 60% of land cover, and has shrunk from 19.59 hectares to 7.70 ha, while Kariyachalli island land mass shrunk by 71.37%

from 20.85 ha to 5.97 ha. The exceptions to this general rule are four islands of the Mandapam group – Hare, Manoli, Krusadai and Shingle which had their area increased by 16.44%. Hare island is the biggest of all with an area of 152.31 ha. However, Krusadai and Shingle islands face a threat from a newly-constructed fishing jetty by the TN fisheries department. Despite opposition from the forest department, the fisheries department went ahead and finished the construction of the jetty, triggering erosion problems. If the example of Vaan says something, it's that the other islands too could soon be home to healthy coral reefs, if due attention is paid and action taken.

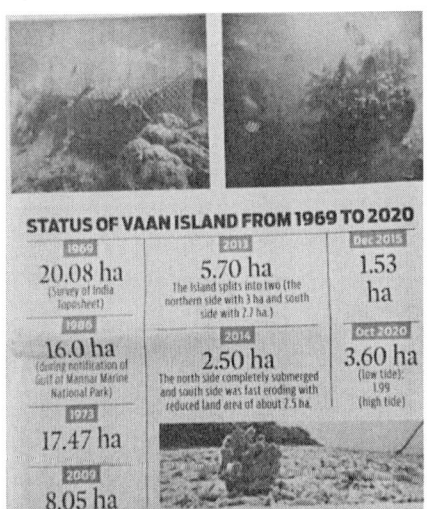

CLIMATE CONTROL

ORAL reefs in the Gulf of Mannar have shown a great degree of resilience to climate change, but experts say continuous monitoring is needed. As Marimuthu, Wildlife Warden, Gulf of Mannar Marine National Park, says, "Corals here bleach in summer if the water temperature surpasses 30° Celsius. But they recover when the temperature comes down, which usually happens in August. Last April, water temperature reached 31.8° Celsius and partial coral bleaching (less than 5%) was observed. The high temperatures persisted up to May 2020 (the highest level being 31.9° C) when widespread bleaching was witnessed. These triggered fears of mass bleaching and high mortality."

To measure the prevalence of coral bleaching, SDMRI carried out a comprehensive underwater assessment jointly with the TN forest department from April to June 2020. Eleven islands (Krusadai, Manoli, Hare, Valai, Thalaiyari, Poovarasanpatti, Puluvinichalli, Vilanguchalli, Kariyachalli, Koswari and Vaan) representing the three island groups were assessed. Average bleaching prevalence was 28.20%. Thoothukudi group of islands had the highest bleaching prevalence (30.80%) followed by Mandapam and Keelakarai groups. Among the islands, Koswari has the highest bleaching prevalence (38.40%) followed by Vaan (34.80%) and Kariyachalli (34.70%).

SDMRI director Edward Patterson said despite such high temperatures, the corals have recovered fully and no mortality was reported. "This is largely because of low pressure and cyclonic storms that brewed in Arabian Sea and Bay of Bengal in April and May. The water temperature dropped to 28.6° Celsius in early June, which helped the corals restore their zooxanthellae. The bleached corals would completely recover by the end of July. "Significantly, the reduction in sewage inflow, industrial and human activity and halt of fishing during the lockdown assisted in the improvement of reef health, resulting in enhanced fish population and faster coral recovery, Patterson said.

S.V. KRISHNA CHAITANYA@Thoothukudi
The new Sunday Express, (14.2.2021)

இணைப்பு 15

சேது சமுத்திரத் திட்டம் வர தடையாக சொல்லும் காரணங்களும் அதற்கான விளக்கங்களும்

இந்தியாவிற்கும், இலங்கைக்கும் இடைப்பட்ட தூரம் குறைந்த பட்சம் 25 கி.மீ-இல் இருந்து 107 கி.மீ வரை இருக்கிறது. இந்த கடல் பகுதியில்தான் சேது சமுத்திர திட்டம் கொண்டுவரப்படுகிறது. திட்டம் வர தடையாக சொல்லும் காரணங்கள் சிலவற்றையும் அதற்கான விளக்கத்தையும் பார்ப்போம்.

ராமர் கட்டிய பாலம். இரண்டு மில்லியன் ஆண்டு பழமையானது. எனவே அதனை சேதப்படுத்த கூடாது என்பது இது எத்தனை சதவீதம் உண்மை!

மனித இனம் தோன்றிய வரலாற்றினை அறிவியல் பூர்வமாக பார்த்தால் அந்த காலகட்டத்தில் எல்லாம் குரங்குகளாகதான் இருந்தோம். பின்னர் மனிதனாக பரிமாண வளர்ச்சி அடைந்த பின்னர் நாகரீகத்தின் முதல் கட்டமாக கருவிகளை உருவாக்கியதன் அடிப்படையில் காலம் பிரிக்கையில், கி.மு 3000-க்கு முன்னர் கற்காலம் வருகிறது, பின்னர் தாமிரக்காலம், இரும்பை பற்றி அறிந்து கொண்டதே கி.மு 1200-இல் தான். அப்படி இருக்கும்போது இரண்டு மில்லியன் ஆண்டுகள் காலத்திற்கு முன்னர் இராமாயண காலம்போல முழு நாகரீகம் பெற்ற இராமராஜ்யம் இருந்து இருக்குமா? பாலம் கட்டி இருக்கதான் முடியுமா?

நாசா எடுத்தது என ஒரு படம் காட்டுகிறார்களே அது என்ன?

அது ஒரு இயற்கை அமைப்பு, இரண்டு பெரிய நிலப்பரப்புகளை இணைக்கும் ஒரு குறுகிய நில இணைப்பிற்கு

இஸ்துமஸ் (isthmus) என்று புவியியல் பெயர். இப்படிப்பட்ட இணைப்பு வட, தென் அமெரிக்காவிற்கு இடையேகூட உண்டு, அதனை வெட்டித்தான் பனாமா கால்வாய் போடப்பட்டுள்ளது. சில இடங்களில் கடல் மட்டத்திற்குமேல் இருக்கும் இங்கே கடலில் மூழ்கி இருக்கிறது. மேலும் அந்த அமைப்பை ஒட்டி மணல் படிவதால் ஆழம் குறைவாக உள்ளது.

இயற்கை, சுற்று சூழல் பாதிப்புகள் வரும்? என்பது, ஏற்கனவே சொன்னதுபோல இந்தியாவிற்கும் இலங்கைக்கும் இடைப்பட்ட கடல் அகலம் 25 கி.மீ முதல் 107 கி.மீ வரையுள்ளது. இதில் சேதுக் கால்வாய் அமையப்போவது 300 மீட்டர் அகலத்தில் மட்டுமே, அவ்வளவு பெரிய பரப்பில் இது மிக சிறிய அகலமே. 12.8 மீட்டர் ஆழம் வெட்டுவார்கள். இதில் சராசரியாக 8 முதல் 10 மீட்டர் ஆழம் கடலில் உள்ளது. எனவே மேற்கொண்டு வெட்டும் ஆழமும் அதற்கு ஏற்றார்போல குறையும் (4-5 மீட்டர்). சில குறிப்பிட்ட இடங்களில் உள்ள மணல்திட்டுகள்தான் பெரிதாக தெரிகிறது. கடல் அடியில் மிகப்பெரிய பாதிப்பு வராது.

மன்னார் வளைகுடாப் பகுதிதான் கடல்வாழ் உயிரினங்களின் முக்கியமான பகுதி, அப்பகுதியில் இயற்கையிலே ஆழம் இருப்பதால் அங்கு கால்வாய் வெட்டப்படவில்லை. பால்க் நீரிணைப்பு பகுதியிலும், ஆடம் பாலம் பகுதியிலும் இரண்டு பகுதியாக கால்வாய் வெட்டப்படுகிறது. இது செயற்கை, இயற்கை சேர்ந்த கடல் வழி கால்வாயாகதான் இருக்கும்.

மேலும் மீனவர்கள் பாதிக்கப்படுவார்கள் என்பதும் சரியல்ல. இப்பகுதியில் குறைவாக மீன் கிடைக்கிறது. எனவே எல்லை தாண்டி மீன் பிடிக்கப் போய்தானே இலங்கை ராணுவத்திடம் குண்டடிப்படுகிறார்கள். அப்படி இருக்கும்போது இப்போது கால்வாய் வெட்டும்போது மட்டும் எப்படி மீன்கள் காணாமல் போகும். ஆழ்கடலில்தான் அதிக மீன்கள் பிடிக்கபடுகிறது.

சாதாரணமாக புதிதாக சாலை போட்டாலே அதற்காக மரங்கள் வெட்டுவது என ஏதாவது ஒரு சுற்றுசூழல் பாதிப்பு

இல்லாமல் இருக்காது. அப்படி இருக்கும்போது கடலில் கால்வாய் வெட்டும்போது சுத்தமாக பாதிப்பு இல்லாமல் இருக்கவேண்டும் என்றால் எப்படி! ஏற்படும் பாதிப்பு குறைந்த பட்சமாக இருக்குமாறு பார்த்து செயல்படவேண்டும்.

இப்படி தற்போது சில எதிர்ப்புகள் உள்நாட்டில் கிளம்பினாலும், ஆரம்பம் காலம் தொட்டே இதனை இலங்கை அரசு எதிர்க்கிறது. காரணம், அவர்களுக்கு வர்த்தக இழப்பு ஏற்படும், கொழும்பு துறை முகம் பாதிக்கப்படும் என்ற பயமே! எனவே இத்திட்டம் வரமால் இருக்க அனைத்து திரை மறைவு வேலைகளையும் செய்வதாகவும் பத்திரிகைகளில் வந்துள்ளது. வர்த்தக இழப்பு என்ற பயம் மட்டும் காரணம் அல்ல. ஆழமான கால்வாய் அமைய போவது வடக்கு இலங்கைக்கு அருகே அது முழுவதும் விடுதலைப்புலிகள் கட்டுப்பாட்டில் இருந்த பகுதி என்பதால் அப்போது சிங்கள அரசு எதிர்ப்புத் தெரிவித்தது.

ஏற்கனவே வலுவான கடற்படை வைத்து உள்ளார்கள். இதனால் அவர்களது கடற்படை கப்பல்கள். எளிதாக சர்வதேச கடல் எல்லைக்கு போய் வர முடியும். மேலும் வழக்கமாக சர்வதேச கடல் எல்லையில் நிற்கும் கப்பல்களில் இருந்து புலிகளுக்குத் தேவையான சரக்குகளை சிறிய படகில் போய் ஏற்றி வருவார்கள் தற்போது கால்வாய் வந்துவிட்டால் பெரிய கப்பல்களைப் பயன்படுத்த முடியும்.

மேலும் அவர்கள் இதனைப் பயன்படுத்தி கப்பல் படையை மேலும் வலுப்படுத்தக் கூடும். தலை மன்னார், ஆனை இரவு, காங்கேசன் துறைமுகம், யாழ்பாணம் ஆகியவற்றிற்கு இடையே கடல் பயணம் எளிதாகவும், பெரிய படகுகளுக்கும் வசதியாக அமையும் ஏன் எனில் சேதுக் கால்வாய் அப்பகுதிகளுக்கு அருகே செல்கிறது. எனவே இலங்கை அரசு இக்கால்வாயினால் ஆபத்து எனப் பயந்துபோய் கிடந்ததால் இத்திட்டம் வரவிடாமல் தடுத்து வந்தது.

முடிந்த வரை தடுக்க பார்த்த இலங்கை அரசு, முடியவில்லை எனில் திட்டம் வந்தால் அதிலும் ஒரு நன்மையை எதிர்பார்க்கிறது. அக்கால்வாய் பாதுகாப்பு, ரோந்து ஆகியவற்றில் இலங்கை கடற்படையை ஈடுபடுத்த அனுமதி தரவேண்டும் என்று! மேலும் மன்னார் வளைகுடாப் பகுதியில் கப்பல் போக்குவரத்தினை அனுமதிக்கும் நிர்வாக உரிமையையும் கேட்கிறது. சுருக்கமாக சொல்லபோனால் மேற்கு பகுதியில் இருந்து கிழக்கு பகுதிக்குவர கடலைப் பயன்படுத்த இலங்கை அரசின் அனுமதி இல்லாமல் யாரும் வரமுடியாத நிலை வரும்.

கால்வாய் முழுக்கமுழுக்க அமையப்போவது இந்திய கடல் எல்லைக்குள்தான். அப்படி இருக்கும்போது பாதுகாப்பினை காரணம் காட்டி சந்தடி சாக்கில் நம்ம கடலையும் சேர்த்து கண்காணிக்க ஆசைப்படுகிறது இலங்கை! நாம் செலவு செய்து கால்வாய் வெட்டுவோம், நிர்வகிக்கும் அதிகாரம் இலங்கை அரசுக்கு வேண்டுமாம்!

இந்நிலையில்தான் சேதுக் கால்வாய் செல்லும் வழியில் தடையாக இருக்கும் மணல்திட்டுக்களை அகற்றுவது, ராமர் பாலத்தை அகற்றி அழிப்பதாகவும், இது இந்துக்களின் மத உணர்வுகளை புண்படுத்துவதுடன், புராதான சின்னமான ராமர் பாலத்தை அழிக்கும் செயல் என்றும் கூறி, ஜனதா கட்சித்தலைவர் சுப்பிரமணியன் சுவாமி இந்திய உச்ச நீதிமன்றத்தில் வழக்கு தொடுத்தார்.

இந்த வழக்கை விசாரித்த உச்ச நீதிமன்ற சேதுக் கால்வாய் நீதிபதிகள், திட்டம் தற்போது நிறைவேற்றப்படும் வழிக்கு பதில், ராமர் பாலம் என்று அழைக்கப்படும் மணல்திட்டுக்களை சிதைக்காமல் வேறு வழியில் அமைக்க முடியுமா என்று பரிசீலிக்குமாறு யோசனை தெரிவித்தனர்.

இதைத் தொடர்ந்து, சுற்றுச்சூழலியலாளர் ஆர்.கே. பச்சோரி தலைமையில் ஒரு குழு அமைக்கப்பட்டது. தற்போது சேதுக் கால்வாய் அமைக்கப்படும் வழிக்கு மாற்று வழிகளை பச்சோரி

தலைமையிலான குழு ஆராய்ந்து பார்த்தது. முடிவில் மாற்று திட்டத்தை வழியில் சேதுக் கால்வாய் நிறைவேற்ற சாத்தியமில்லை என்றும், சேதுக் கால்வாய் திட்டத்தால் சுற்றுச்சூழல் பாதிப்புக்கள் ஏற்படும் என்றும், சேதுக்கால்வாயால் தென் தமிழ்நாட்டுக்கு பொருளாதார நன்மைகள் ஏற்படும் என்பதை உறுதியாக கூறமுடியாது என்றும், எனவே சேதுக் கால்வாய் திட்டத்தை கைவிடுவதே நல்லது என்றும் பச்சோரி குழு பரிந்துரை செய்திருந்தது.

பச்சோரியின் அறிக்கையை ஏற்று, சேதுக் கால்வாய் திட்டத்தை கைவிடவேண்டும் என்றும், ராமர் பாலத்தை தேசிய சின்னமாக அறிவிக்க வேண்டும் என்றும், சுப்பிரமணியன் சுவாமியும், ஜெயலலிதா தலைமையிலான தமிழக அரசும் உச்ச நீதிமன்றத்தில் தெரிவித்தனர்.

இந்த பின்னணியில், பச்சோரியின் அறிக்கை குறித்து தனது நிலைப்பாட்டை இந்திய நடுவணரசு திங்கட்கிழமையன்று உச்ச நீதிமன்றத்தில் எழுத்துப் பூர்வமாக தெரிவித்தது.

அதில், சேதுக் கால்வாய் திட்டத்திற்காக ஏற்கெனவே 766 கோடிக்கும் மேல் செலவழிக்கப்பட்டுவிட்டதை சுட்டிக்காட்டிய இந்திய அரசு, சேதுக்கால்வாயை ஏற்கெனவே திட்டமிட்ட வழியிலேயே செயற்படுத்த விரும்புவதாக கூறியிருக்கிறது. சேதுக் கால்வாய் திட்டத்தின் சுற்றுச்சூழல் பாதிப்புக்கள் குறித்து, இந்தியாவின் சுற்றுச்சூழல் குறித்த ஆய்வு செய்யும் பிரசித்தி பெற்ற நீரி அமைப்பு ஏற்கெனவே விரிவாக ஆய்வுசெய்து அதன் சாதக பாதகங்களை ஆராய்ந்து பார்த்து, இந்த கால்வாய் தோண்டுவதால் ஏற்படும் சுற்றுச்சூழல் பாதிப்புக்கள் ஏற்கத்தக்க அளவுக்குள் இருப்பதாக தெரிவித்திருப்பதாகவும், அதை பச்சோரி குழுவினர் கணக்கில் எடுக்கவில்லை என்றும் இந்திய அரசு தெரிவித்திருக்கிறது.

27.01.2023

இணைப்பு 16

Bridge this deficit between India and Sri lanka

The relationship between India and Sri Lanka in the areas of infrastructure development, energy links and trade should be much deeper than what it is now.

The announcement by Sri Lanka's President Ranil Wickremesinghe, recently, about a proposal to establish land connectivity with India has come none too soon. Twenty years ago, in Chennai, Mr. Wickremesinghe, then Prime Minister, while delivering a lecture, floated the idea of building a bridge linking Rameswaram in Tamil Nadu with Talaimanar in the Northern Province of Sri Lanka. This was part of his larger vision of regional economic integration, encompassing his country and the southern States of India and aimed at generating more opportunities for economic growth.

He has been discussing the concept of economic integration on many an occasion and at several international fora. But, whenever groups and parties claiming to represent the interests of Sinhalese-Buddhists expressed their opposition to the proposal on the ground that this would not benefit Sri Lanka, the talk of having expanded physical connectivity would die down. In December 2015, when India's Road Transport and Highways Minister Nitin Gadkari informed the Lok Sabha that the Asian Development Bank was willing to fund the bridge project of ₹24,000 crore, Sri Lanka's response was muted followed by sharp criticism from the project opponents.

However, to the credit of Mr. Wickremesinghe and Prime Minister Narendra Modi, the idea of land connectivity was not abandoned. It found a mention in a joint statement issued in July after the two leaders met in New Delhi. The document even stated that "a feasibility study for such connectivity will be conducted at an early date." As a follow up, Mr. Wickremesinghe, who is also Finance Minister, in his Budget address on November 13, referred to the project of land connectivity and and said "we expect to utilise Colombo port to meet the supply needs of south west India and Trincomalee port to meet the supply needs of south east India".

The case of a power grid

But, the relationship between the two countries in the area of infrastructure development should have been much deeper than what it is. For example, the idea of connecting the electricity networks of the two countries was floated even in 1970.

Over 13 years have lapsed since the two countries signed a memorandum of understanding on the bilateral grid, but not even one unit of electricity has been transmitted. In the case of Bangladesh, India has been exporting atleast 7,000 million units (MU) annually for the last couple of years. About a month ago, Mr. Modi and Bangladesh Prime Minister Sheikh Hasina jointly commissioned, in virtual mode, the second unit of the Rampal Maitree Power Project (660 megawatt), apart from launching two other infrastructure projects. In fact, Sri Lanka and Bangladesh had inked memoranda of understanding with India in the same year (2010) for collaboration in the power sector.

It is not that no energy projects are being taken up by the former, as there are certain projects underway involving

Indian participation in the energy sector, particularly renewable energy. Besides, the island-nation needed time to recover from the protracted civil war of 25 years. Yet, the progress of the transmission network project, envisaging the transfer of 1,000 MW and the establishment of a High Voltage Direct Current overhead link between Madurai (India) and New Habarana (Sri Lanka), does not reflect well on the two countries. Had the facility been in place in 2022, Sri Lanka would not have suffered power cuts and blackouts then. A day may come when India will be able to source cheaper power from Sri Lanka. The two countries should be focused to ensure that the deadline of 2030 is met.

On trade

Energy is not the only area where progress has been tardy. The India-Sri Lanka Free Trade Agreement was signed in December 1998, yet the two countries have not yet been able to go beyond it despite holding talks for years on entering into an economic and technology cooperation agreement. After a break of five years, negotiations resumed a few weeks ago.

Notwithstanding several constraints, even now, bilateral economic ties seem to be on better footing with India regaining its position last year as the largest source of imports and accounting for about 26% of total imports of Sri Lanka, though certain portions of imports were through credit lines offered by India in the wake of the economic crisis. In the area of tourism, which is a major source of revenue for Sri Lanka, India remained the largest single country of tourist arrivals, with its share being 17% of the overall number of arrivals. But, the potential is much higher and the underperformance of Sri Lanka is telling, going by India's bilateral trade in 2021 with its southern neighbour and Bangladesh, whose recent economic growth has been impressive. The size of the former was $5.45 billion in 2021 whereas that of the latter was $18.14 billion.

A start has been made

Sri Lanka, which has a long track record of the incumbent government ensuring the smooth transition of power to its successor after electoral defeat, should not be bogged down in the baggage of history. The presence of anti-Indian nationalist forces in the political class is nothing unique to this country. Still, Bangladesh has shown the way to have a mutually-beneficial economic relationship.

In fact, with respect to Sri Lanka, the momentum generated by certain developments in the last one year (resumption of air services between Chennai and Jaffna, the launch of passenger ferry services between Nagapattinam and Kankesanthurai and a joint venture agreement among India's National Dairy Development Board, the Gujarat Cooperative Milk Marketing Federation and Cargills of Sri Lanka for self-sufficiency in the dairy sector) should be sustained and improved upon. There is every reason why Sri Lanka, once viewed as a high standard of living and stable economy, should be keen on making this a reality.

T. Ramakrishnan
ramakrishnan.t@thehindu.co.in
The Hindu, (9.12.2023)

இணைப்பு 17

சேதுக் கால்வாய் திட்டம் - முழு விவரம் தூத்துக்குடி புதிய துறைமுகம் வந்தது எப்படி? பிரதமர் நேரு அவர்களை நேரில் சந்தித்த வரலாறு!

- பி. பொன்சுப்பையா, முன்னாள் தலைவர்
தூத்துக்குடி மாவட்டத் தமிழ்ச் சங்கம்

தூத்துக்குடி புதிய துறைமுகம் இன்று மிகப்பெரிய வளர்ச்சியடைந்து பெரும் சாதனை செய்து வருகிறது. புதிய துறைமுகம் வந்ததால்தான் ஆசியாவிலேயே மிகப் பெரிய தொழிற்சாலையான ஸ்பிக் உரத் தொழிற்சாலை வந்தது. இதைத் தொடர்ந்து கனநீர் தொழிற்சாலையும், அனல்மின் நிலையமும் செயல்படத் தொடங்கின. ரமேஷ் பிளவர்ஸ் தொழிற்சாலையும், ஸ்டெர்லைட் தொழிற்சாலையும் தூத்துக்குடியில் அமையப்பெற்றதற்குக் காரணம் தூத்துக்குடி புதிய துறைமுகம்தான்.

தூத்துக்குடியில் முன்பு பழைய துறைமுகம் நல்ல முறையில் செயல்பட்டு வந்தது. முயல்தீவு அருகே கப்பல்கள் நிற்கும் கப்பல்களில் உள்ள சரக்குகள் தோணிகள் மூலம் பழைய துறைமுகம் கொண்டு வரப்படும். பழைய துறைமுகத்தில் தோணிகள் தான் நிற்கும். கப்பல்கள் நிற்க முடியாத அளவுக்குக் கடல் ஆழம் இல்லாமல் இருந்தது. இதனால், துறைமுகத் தந்தை திரு.திரவியரத்தின நாடார் அவர்களும், உப்புத் தந்தை திரு.அமரர் ரெங்கசாமி நாடார் அவர்களும் மற்றும் தூத்துக்குடி பெரியோர்களும் ஆலோசனை செய்து, புதிய துறைமுகம் வேண்டும் என முடிவு செய்து 8.3.1958இல் தூத்துக்குடி துறைமுக அபிவிருத்திக் குழு என்ற பெயரில் ஒரு குழு அமைத்துச் செயல்பட்டார்கள். தமிழகத்தில் முதல் அமைச்சராகப் பெருந்தலைவர் காமராஜர் அவர்களும், பொதுப்

பணித் துறை அமைச்சராக மதிப்புமிகு கக்கன் அவர்களும் இருந்தார்கள். துறைமுக அபிவிருத்திக் குழுவினர், நெல்லை தொகுதி பாராளுமன்ற உறுப்பினர் தாணுபிள்ளை எம்.பி.யையும் எம்.சங்கரபாண்டியன் எம்.பி.யையும் பி.டி.ராஜனையும் சந்தித்துத் தங்களுக்குப் பக்கபலமாகப் பயன்படுத்திக்கொண்டார்கள்.

தூத்துக்குடியில் இருந்து டெல்லிக்கு அன்றைய பிரதமர் நேரு அவர்களைச் சந்திக்க 1958ஆம் ஆண்டு மார்ச் மாதம் 26ஆம் தேதி துறைமுக அபிவிருத்திக் குழுத் தலைவர் எஸ். எஸ்.பி. ரெங்கசாமி நாடார், துறைமுக அபிவிருத்திக் குழுச் செயலாளர் பி.எஸ்.டி.எஸ். திரவியரத்தின நாடார் தலைமையில் தூதுக் குழுவினர் புறப்பட்டுப் போனார்கள். இக்குழுவில் பி.டி. தாணுபிள்ளை எம்.பி., செவாலியர் ஜே.எல்.பி.ரோச் விக்டோரியா, எஸ்.சங்கரபாண்டியன் எம்.பி., முன்னாள் நகர சபைத் தலைவர் எஸ்.சங்கரநாராயணப் பிள்ளை, எம்.எம்.சுப்பிரமணியம், ஜே.வில்பிரட்பர்னாந்து, சுப்பாராமன், ஏ.வெங்கடாசலம் அய்யர், பி.பொன்சுப்பையா, கலைத்தென்றல் திருநாவுக்கரசு, என்.சிவராஜ் எம்.பி., பி.டி.ராஜன், எம்.எல்.சி. ஆங்கில மெயில் பத்திரிகை நிருபர் என்.ஏ.ஆரோக்கியசாமி, துறைமுக அதிகாரி ஜி.எம். சிக்காலிக்கர் ஆகியோர் இடம் பெற்றிருந்தனர்.

இக்குழுவினர் தத்தம் சொந்த செலவிலேயே டெல்லி சென்றார்கள். டெல்லியில் முகாமிட்டுப் பாராளுமன்றம் கிட்டே நெருங்கவோ முடியவில்லை. 30-3-1958இல் மிகவும் கஷ்டப்பட்டுப் பாராளுமன்ற உறுப்பினர்கள் 20 பேர்களைச் சந்தித்து, தூத்துக் குடியில் புதிய துறைமுகம் அவசியம் ஏன்? என்பது பற்றி விளக்கிக் கூறினார்கள். இதனால் ஒப்பற்ற கம்யூனிஸ்டு தலைவரும், பாராளுமன்றத்தில் புள்ளி விவரங்களை அள்ளி வீசுபவருமான கே.டி.கே. தங்கமணி போன்ற சிறந்த எம். பி.க்களின் உதவி கிடைத்தது.

இளைஞராக இருந்தபோது பம்பாய்க் கடையில் திரவியரத்தின நாடார் தொழில் பயின்றதால் அவருக்கு இந்தி பேசத் தெரிந்திருந்தது. ஏற்கெனவே இந்தி பேசும் ரெங்கசாமி

நாடார் அவர்களும், இந்தியிலும் ஆங்கிலத்திலும் மாறி மாறிப் பேசி, புதிய துறைமுகம் அவசியம் என்பதை எம்.பி.க்களுக்கு உணரச் செய்தார்கள். மறுநாள் 31-3-1958இல் டெல்லியில் உள்ள துறைமுக பெரிய அதிகாரிகளான ஐ.ஜி. சொக்லா, மத்ராணி ஆகியோர்களை இக்குழு சந்தித்துப் புதிய துறைமுகத்திற்கு வித்திட்டார்கள். ஏற்கெனவே, தமிழக முதல் அமைச்சராக இருந்த காமராஜரும், பொதுப்பணித் துறை அமைச்சராக இருந்த கக்கனும் புதிய துறைமுகத்திற்கு டெல்லி அதிகாரிகளிடம் பச்சைக் கொடி காட்டி இருந்தார்கள்.

1958ஆம் ஆண்டு ஏப்ரல் 1ஆம் தேதி மத்திய அமைச்சர் ராஜ்பகதூரை இந்தத் தூதுக்குழுவினர் சந்தித்துப் பேசினார்கள். மத்திய அமைச்சர், டெல்லி அதிகாரிகள் மத்ராணி, சொக்லா, டி.சிக்காலிக்கர் ஆகியோர் கலந்துரையாடி அன்று பிற்பகல் கப்பல் போக்குவரத்து அமைச்சர் எஸ்.கே.படேலைச் சந்தித்தும் பேசினார்கள். மறுநாள் ஏப்ரல் 2ஆம் தேதி பிரதமர் நேரு அவர்களைச் சந்திக்கத் தூதுக்குழுவினருக்கு நேரம் ஒதுக்கப்பட்டது.

1958ஆம் ஆண்டு ஏப்ரல் 2ஆம் தேதி தூத்துக்குடி புதிய துறைமுக வரலாற்றில் பொன் எழுத்துக்களால் பொறிக்கப்பட வேண்டிய நாளாகும். ஆம், அன்றுதான் பிரதமர் நேருவைத் தூத்துக்குடி துறைமுக அபிவிருத்திக் குழுவினர் சந்தித்த நாள் ஆகும்.

தூதுக்குழுவினர் நேருவைச் சந்தித்துப் புதிய துறைமுகம் வேண்டும் என்று பல குறிப்புகளை நேருவிடம் கொடுத்து உரையாடினார்கள். அப்போது நேரு 1931ஆம் ஆண்டு தான் கொழும்பில் இருந்து தூத்துக்குடி வந்த பழைய நினைவுகளை நினைத்துப் பேசினார். தூதுக்குழுவினரிடம், தாங்கள் கொடுத்த மனுவின் மேல் விவாதம் தேவையில்லை, தூத்துக்குடியில் புதிய துறைமுகம் நிச்சயமாக உருவாகும் என்று நேரு உறுதிமொழி கூறித் தூத்துக்குடி புதிய துறைமுகத்திற்கு ரூ.5 கோடி ஒதுக்கப்

பட்ட நேருவின் அறிவிப்பு ஆல் இந்தியா ரேடியோவில் ஒலிபரப்பப்பட்டது.

இத்தூதுக்குழுவினர் டெல்லியில் இருந்து சென்னை திரும்பி, சென்னையில் தமிழக அமைச்சர் கக்கன், மற்றும் பிற அமைச்சர்களையும், அதிகாரிகளையும் சந்தித்து மேல் நடவடிக்கைகளை உருவாக்கி வந்தார்கள்.

அடுத்த வருடம் 1959ஆம் ஆண்டு ஏப்ரல் 2-ஆம் தேதி பிரதமர் நேரு, தூத்துக்குடி வருகை தந்து வ.உ.சி. கல்லூரி மைதானத்தில் சொற்பொழிவாற்றினார். விரைவில் தூத்துக்குடியில் புதிய துறைமுகம் வர இருக்கிறது என்று தமிழக முதல்வர் காமராஜர், ஏ.பி.சி. வீரபாகு, பி.எஸ். பொன்னுசாமி ராஜா, எஸ். எஸ்.பி. ரெங்கசாமி நாடார், பி.எஸ்.டி.எஸ். திரவியரத்தின நாடார் ஆகியோர் முன்னிலையில் அறிவித்து வீர முழக்கம் செய்தார். இதைத் தொடர்ந்து புதிய துறைமுக வேலைகள் முதல் சீப் என்ஜினியர் கோயில்பிள்ளை தலைமையில் நடந்தது.

தூத்துக்குடி புதிய துறைமுகத்தை 1964-ஆம் வருடம் நவம்பர் மாதம் 5ஆம் தேதி அன்றைய பிரதமர் இலால்பகதூர் சாஸ்திரி அவர்கள் தொடங்கி வைத்தார். பிரமிக்கத்தக்க விழா ஏற்பாடுகளைப் புதிய துறைமுக முதல் சீப் என்ஜினீயர் ஜே.ஐ. கோயில்பிள்ளை அவர்கள் சிறப்பாகச் செய்திருந்தார். விழாவில் காமராஜர், முதலமைச்சர் பக்தவத்சலம், சபாநாயகர் செல்லப் பாண்டியன், இரயில்வே அமைச்சர் ஆகியோர் கலந்து கொண்டார்கள்.

இணைப்பு 18

SETHU CANAL PROJECT

Rajya Sabha proceedings on 12.3.86

SHRI V.GOPALSAMY: Mr.Chairiman, Sir, this most vital Sethusamudram project is pending for the past 120 years. On the recommendation of the Ramasamy Mudaliar Committee the project was cleared in the union cabinet meeting on 13th Spetember, 1963. It was sanctioned for advance action, but when there was an unreasonable request from SriLanka not to carry on with the project as it will hamper their own economic interest, this project was shelved. The Hon.Minister has now said that there are constraints of funds. Sir, this is not a development project. This is a project which is very vital for security reasons, in the interest of India. So, when there is a will there will be a flow of funds also but there is no will from your side. That is why you are talking about the constraints of funds. Will the Minister reconsider this, get the sanction from the Cabinet and get the project cleared this year itself?

SHIRI RAJESH PILOT: Mr.Chairman, I do share the feeling of the Hon.Member. Government is aware of the importance of the project, but because of the funds we are still on the way to take a decision.

SHRI V.GOPALSAMY: Mr.Chairnan, sir, there is a grave threat from Indian Ocean to the security of India. This is because of the in Diego Garcia by the US and attempt to get in Trincomalee another base. These ships have to go via. Sri Lanka that will come within the striking range of Sri Lanka. For these reasons, for strategic and security reasons, will the Government take an immediate decision to implement this vital Sethusamudram project. If it is implemented, these ships need not go via Sri Lanka.

SHRI RAJESH PILOT: As I have mentioned, when Government considers things, all factors affecting the security, economic and other factors are considered. I have said that Government is aware of the importance of this project but...

SHRI V.GOPALSAMY: Had you realised, you would not have said about constraints of funds.

SHRI RAJESH PILOT: I assure you that Government is equally keen and interested. (Interruptions). I certainly share your feelings on the subject.

இணைப்பு 19

பன்னாட்டுக் கால்வாய்கள்

உலகளவில் சூயஸ் கால்வாய், பனாமாக் கால்வாய், சென்லாரன்ஸ் கால்வாய் ஆகியவை சிறப்புப் பெற்றவையாகும். ஜிப்ரால்டர் போன்றவை உலகப்போக்குவரத்துக்கு இயற்கையின் கொடைகளாகும்.

1. **சூயஸ் கால்வாய்:** செங்கடலையும் மத்திய தரைக்கடலையும் இணைக்கின்றது. 99மைல் நீளமும் 198 அடி அகலமும் குறைந்த பட்ச ஆழம் 37லிருந்து 40 அடி எனவும் ஆகும். பயண நேரம் 15மணி நேரமாகும். இக்கால்வாய் வெட்டுவதற்கு பிரிட்டன் ஏகாதிபத்தியம் தடையாக இருந்தது. லெஸெப்ஸ் உடைய முயற்சியால் இந்தப் பணி முடிக்கப்பட்டது. இக்கால்வாய்க்கு 'விசுவாசமுள்ள இளவரசன்' கால்வாய் என்று ஆதியில் அழைக்கப்பட்டது. பிரிட்டனுடைய தடைகளையும், இடையூறுகளையும் மீறி லெஸெப்ஸ் பணிகளை மேற்கொண்டு இதில் வெற்றி கண்டார். இவர் 1858-இல் தனது கம்பெனியை 4000 பங்குகளுடன் தொடக்கி, பிரெஞ்சு எகிப்து ஆதரவோடு விடாமுயற்சியோடு தன் பணியை மேற்கொண்டார். 1859 ஏப்ரலில் 25 தொழிலாளரைக் கொண்டு இந்தக் கால்வாய் வெட்டும் பணி தொடங்கி 1869 நவம்பர் 17-ஆம் தேதி சூயஸ் கால்வாய் திறக்கப்பட்டது. தொடக்கத்தில் தடைகளைக் கொடுத்த பிரிட்டன் இந்தப் பணியைப் பாராட்டியதோடு மட்டுமல்லாமல் லெஸெப்ஸ்-க்கு விக்டோரியா ராணி இலண்டன் கௌரவ பிரஜை என்ற பட்டத்தை வழங்கினார். மேலை நாடுகளிலிருந்து கீழை நாடுகளுக்கு விரைவில் செல்லக்கூடிய மார்க்கமாக இது அமைந்தது.

2. **பனாமா கால்வாய்:** வட அமெரிக்காவையும், தென் அமெரிக்காவையும் பிரிப்பதோடு அட்லாண்டிக் பசிபிக்

பெருங்கடலை இணைக்கின்றது. நீளம் 51 மைல், அகலம் 300லிருந்து 1000 அடி குறைந்தபட்சம் ஆழம் 41 அடி பயண நேரம் பத்து மணிநேரம் இக்கால்வாயை வெட்ட மொத்த செலவு 373,600,000 டாலர்களாகும். 1914ஆம் ஆண்டு இக்கால்வாய் வெட்டப்பட்டுக் கப்பல்கள் பயணம் சென்றன. இந்தக் கால்வாய் வெட்ட பல இடையூறுகள் இருந்தாலும் தியோடர் ரூஸ்வெல்ட்டின் சலியாத முயற்சியால் இப்பணி வெற்றி பெற்றது. உலக நாடுகள் இதைக் குறித்துப் பிரச்சனைகள் எழுப்பியும் டச்சு குடும்பத்தில் பிறந்த தியோடர் ரூஸ்வெல்ட் சலியாமல் இப்பணியை மேற்கொண்டார். அதற்குப் பின்பு அமெரிக்க அரசியலில் தேர்தலில் வெற்றி பெற்று, குடியரசுத் தலைவரானார். பனாமாவில் இதுகுறித்து, பல பிரச்சனைகள் எழுந்தன. பிரெஞ்சு நிறுவனம் பனாமா மக்களைப் போராடத் தூண்டியது. அதன்பின் அமெரிக்க ஐக்கிய நாடு பனாமா குடியரசுடன் இக்கால்வாய் வெட்டுவதற்கான நிலப்பகுதி குத்தகையை 99 ஆண்டுகளுக்குப் பெற்றது. உலகில் அனைத்துக் கால்வாய்களும் பல தடைகளை மீறிதான் நடைமுறைக்கு வந்துள்ளன. அதுபோன்றே சேதுக் கால்வாய்த் திட்டமும் செயல்முறைக்கு வந்துள்ளது.

சேது சமுத்திரக
கால்வாய் பாதை
இலங்கை

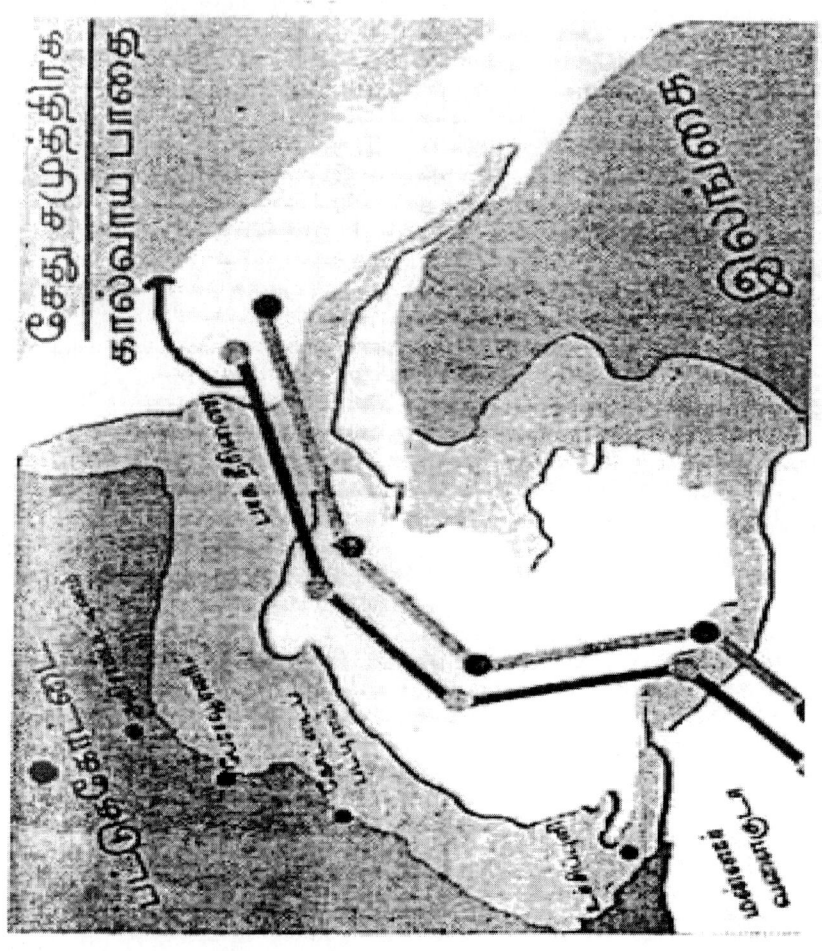

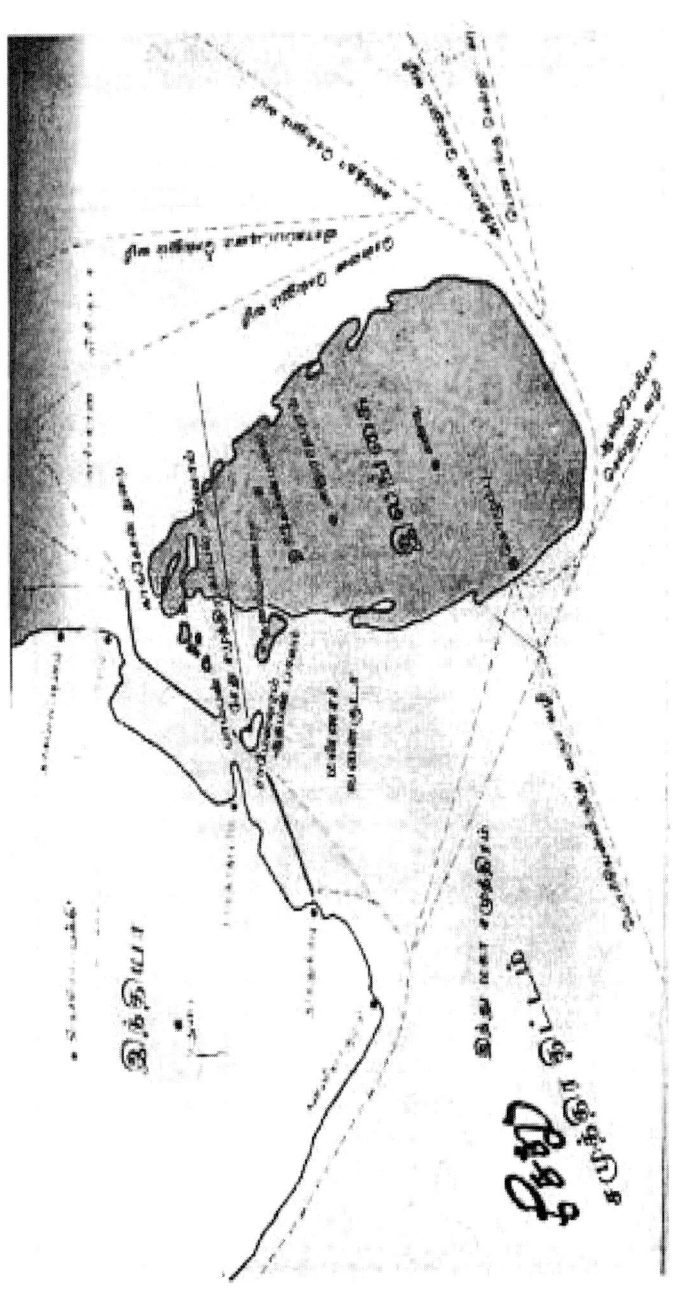

உத்தேசிக்கப்பட்டுள்ள சேதுக்கால்வாய் ஆழங்கள்

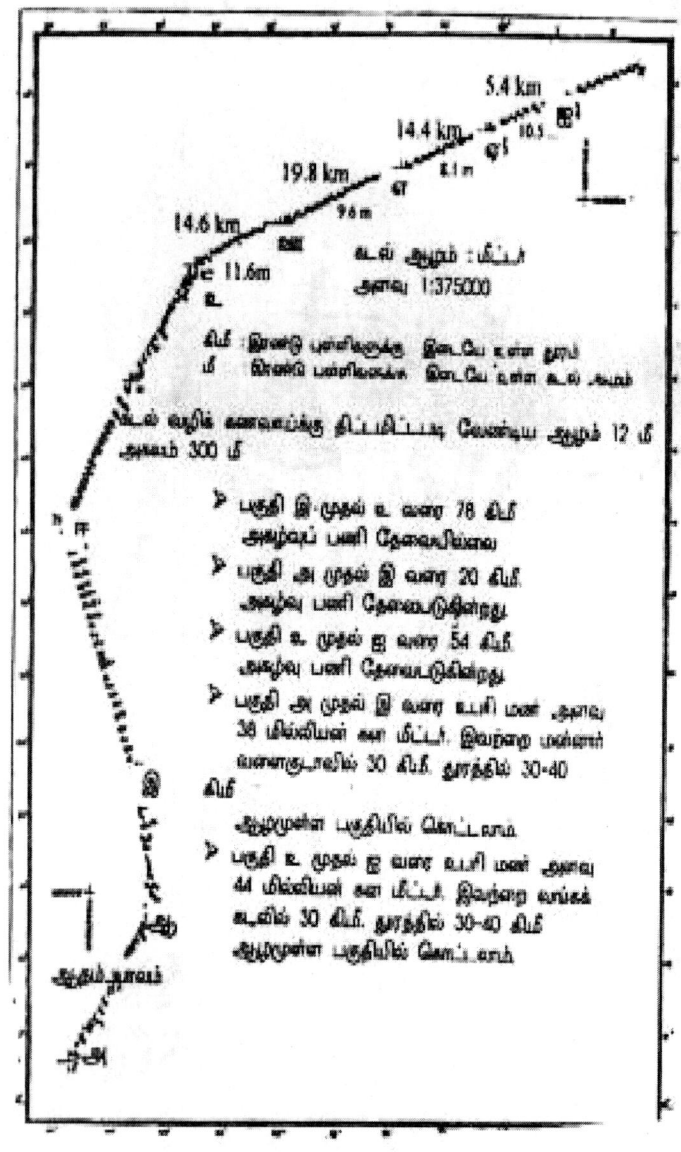

சேதுக்கால்வாய் திட்டத்தின் பல்வேறு நிலைகள்

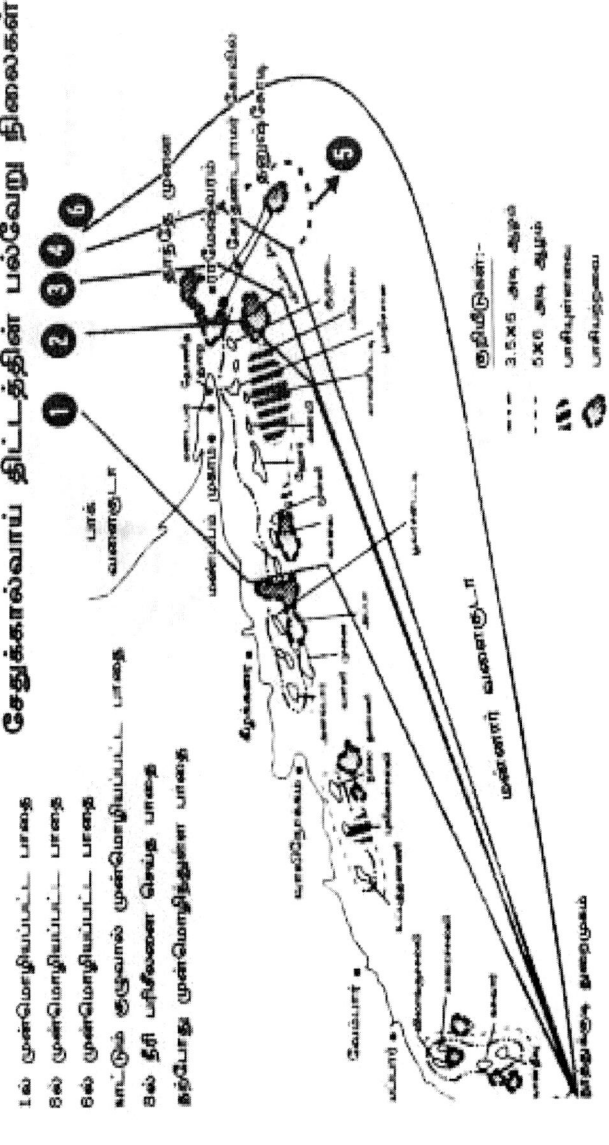

தூர அளவு
வடகடல் (பாக்கு நீரிணை)
தென்கடல் (மன்னார் வளைகுடா)
இலங்கை

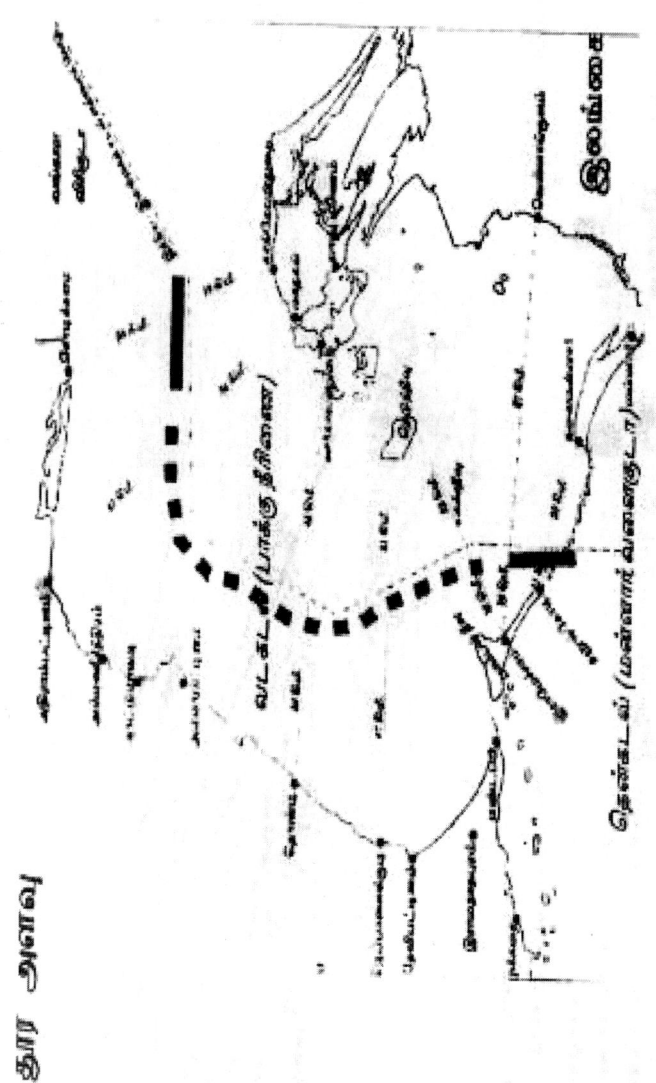

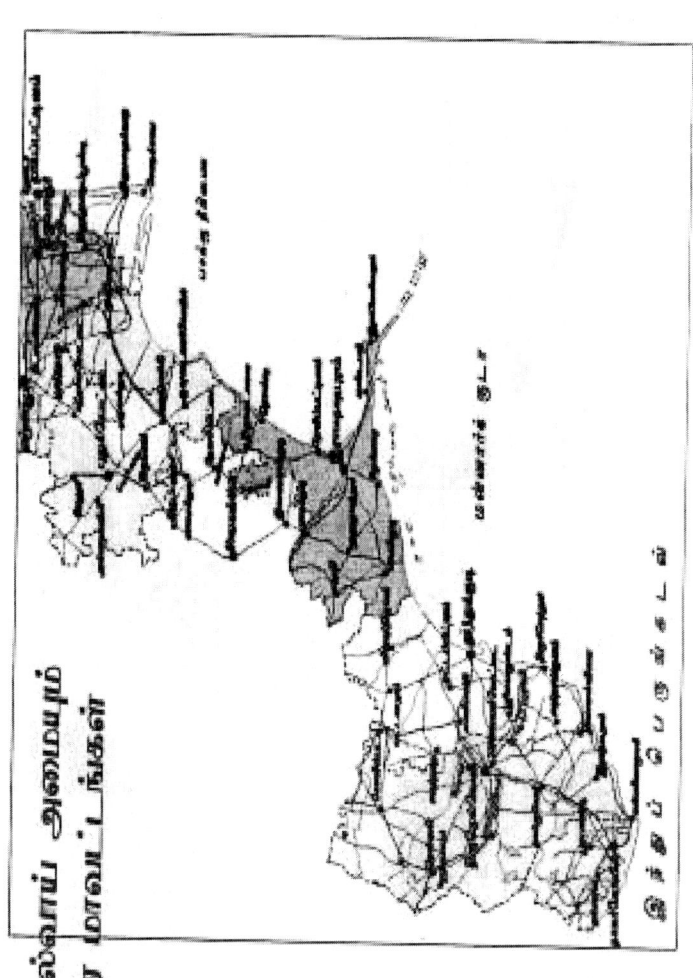

சேதுக்கால்வாய் அமைப்பும்
கரையோர மாவட்டங்கள்

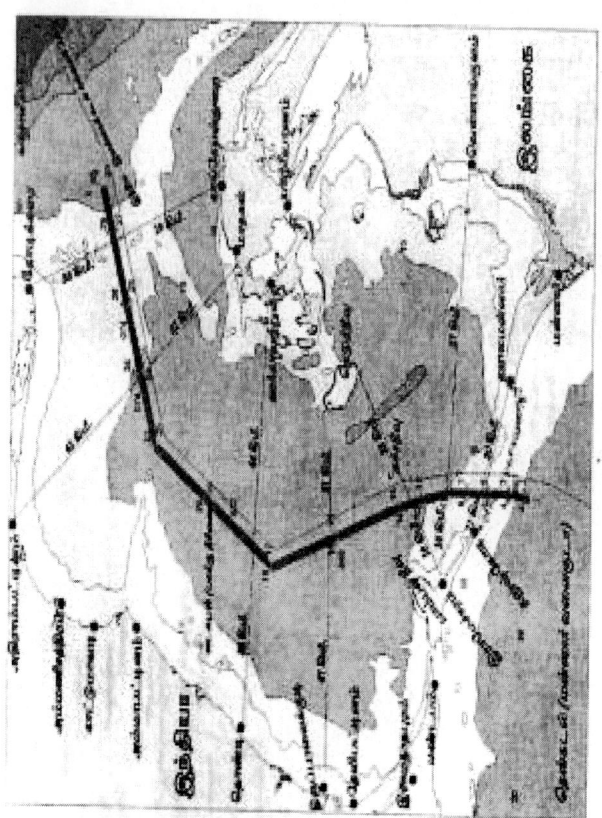

கால்வாய்
அமையும் வழி

கால்வாய் அமையும்
தூர அளவுகள்

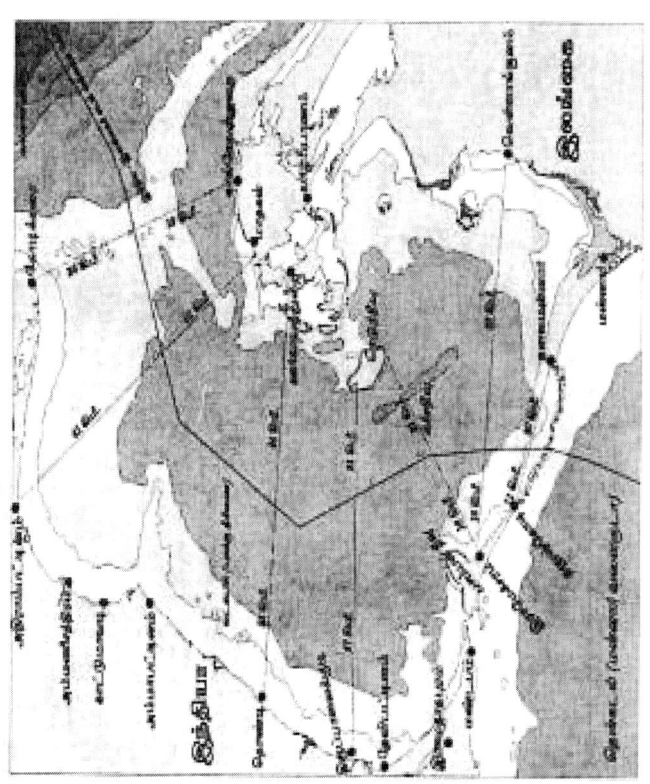

சிவகங்கை
திருவாடானை
தொண்டி
இளையான்குடி
பரமக்குடி
தேவிபட்டினம்
இராமநாதபுரம்
கமுதி
முதுகுளத்தூர்
மண்டபம்
இராமேஸ்வரம்
கீழக்கரை
விளாத்திகுளம்
சாயல்குடி
எட்டயபுரம்
ஓட்டப்பிடாரம்
மணியாச்சி
தூத்துக்குடி
கரையில் இருந்து இரு பக்கமும் நிலத்திலும்
நீரிலும் 10 கி.மீ. தூரம் வரை உள்ள பகுதி
பாதுகாப்பான வளையமாகும்.
சேதுக் கால்வாய் இப்பகுதிக்குள் வராது
மன்னார் குடா

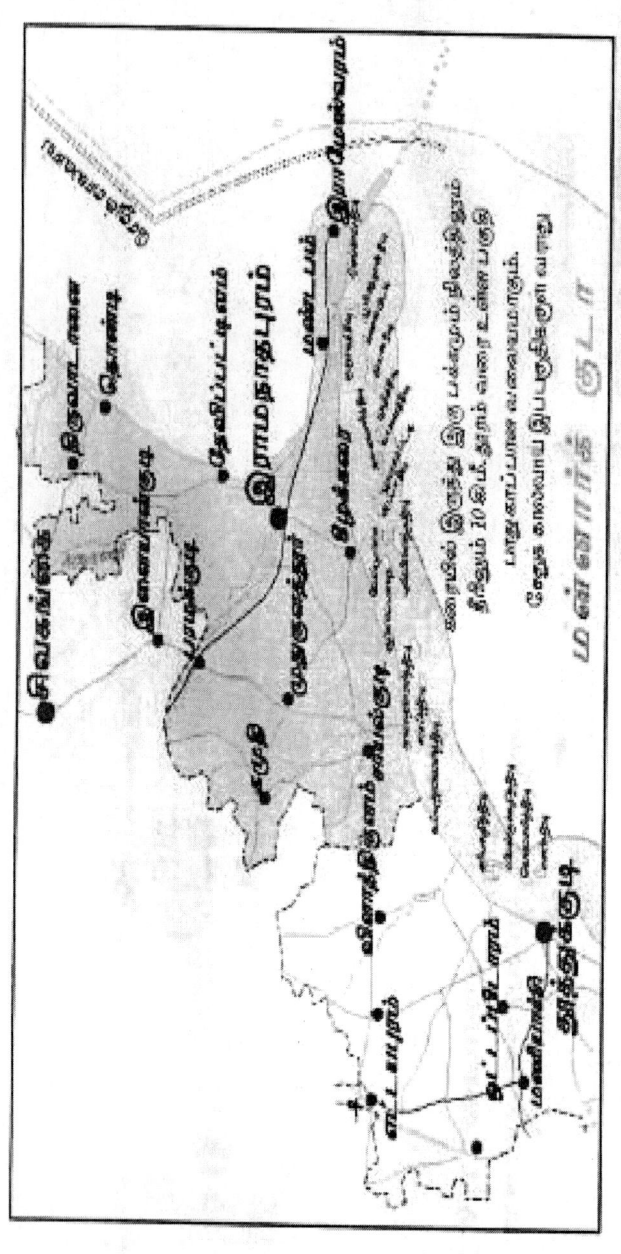

இணைப்பு 20

எம்.ஜி.ஆர் கால நூற்றாண்டு திட்டங்கள்

சேதுசமுத்திரம் திட்டம் (போக்குவரத்து அமைச்சகம்)

மன்னார் வளைகுடாவை பாக் ஜலசந்தியுடன் இணைப்பதற்கு பாம்பனுக்கு உள்ள குறுகிய பகுதியில் கப்பல் போக்குவரத்துக் கால்வாயை வெட்டுவதற்கு இத்திட்டம் வகை செய்கிறது. இதனால், கிழக்கிலிருந்து மேற்குக் கடற்கரைக்குச் கப்பலில் பயணம் செய்யும் தொலைவு சுமார் 300-லிருந்து 350 மைல் வரையில் குறைவதோடு, பயண நேரமும் 48 மணி நேரமாகக் குறையும். மாநில அரசாலும், மத்திய அரசாலும் நியமிக்கப்பட்ட பல குழுக்கள், முன்னுரிமை அடிப்படையில், இத்திட்டத்தைச் செயல்படுத்த மீண்டும் மீண்டும் பரிந்துரை செய்துள்ளன. இன்று இத்திட்டத்தின் முக்கியத்துவம், உள்நாட்டு நீர்ப்பரப்பில் தொடர்ந்து நாட்டிற்கு கப்பல் போக்குவரத்து வழித்தடம் ஒன்றை ஏற்படுத்துவதோடு மட்டுமல்லாமல், நாட்டின் பாதுகாப்பைக் கருத்திற்கொண்டு பார்க்கும்போதும் இதன் முக்கியத்துவம் புலப்படும்.

இத்திட்டத்திற்கான செலவு நடப்புக் கண்ணோட்டத்தில் பார்க்கும்போது ரூ. 110.00 கோடியாகும். இதன் வாயிலாக ஆண்டொன்றுக்கு ரூ. 290 இலட்சம் வருவாய் ஈட்டமுடியும் என்றும் எதிர்பார்க்கப்படுகிறது. ஆண்டு போக்குவரத்து வளர்ச்சி 4 சதவீதமாக இருக்கும் என்றும், அடுத்த முப்பது ஆண்டுகளில் மூலதன முதலீடு முழுவதையும் எளிதில் திரும்பப் பெறமுடியும் என்றும் எதிர்பார்க்கப்படுகிறது.

இணைப்பு 21

நிலப்பாலங்கள் என்றால் என்ன?

சுமார் 30 கோடி ஆண்டுகளுக்குமுன், இந்த பூமிப்பந்தின் தரைப்பகுதிகள் யாவும் ஒன்றிணைந்து முற்றிலும் கடலால் சூழப்பட்டிருந்தது. பின்னர் கடல் நீர் சிறிது சிறிதாக தரைப்பகுதிகளுக்குள் நுழைந்து அவற்றை உடைத்தது. இன்றைய இமயமலை, ஆல்ப்ஸ் போன்ற மலைத் தொடர்கள் உள்ள பகுதிகளில்தான் உண்மையான மத்திய தரைக்கடலான 'டெத்திஸ் கடல்' இருந்தது. டெத்திஸ் கடலுக்கு வடக்கே இருந்த பகுதிகள் 'லவுரீசியா' என்றும், தெற்கே உள்ள பகுதிகள் 'கோண்டுவானா' என்றும் அழைக்கப்பட்டன.

மத்தியப் பிரதேச மாநிலத்தில் இன்றளவும் வாழும் 'கோண்டு' இனப் பழங்குடி மக்களின் பெயராலேயே தென்கண்டம் கோண்டுவானா' என்று அழைக்கப்படுகிறது.

பின்னர் இவ்விரண்டு மாபெரும் தரைப்பகுதிகளுக்குள்ளும் கடல் புகுந்தது. கடல் நிலத்திற்குள் புகும்பொழுது, கடலுக்கு அடியில் உள்ள ஆழ்கடல் தரைப்பகுதிகளிலிருந்து பாறைக் குழம்புகள் வெளிப்பட்டு, கடல் புகுந்து உடைத்த தரைப் பகுதிகளை மேலும் மேலும் பிரித்து விலக்கின. இம்முறைக்கு கடல் தரை விரிவாக்கம் என்று பெயர். இவ்வாறு உடைந்த தரைப்பகுதிகளை 'கண்டத் தட்டுக்கள்' என்று அழைத்தனர்.

கடல் உட்புகுதல் என்றால், கடல் மட்டம் உயர்கிறது என்று பொருள். தற்பொழுது நாள்தோறும் பூமியின் வெப்பம் கூடிக்கொண்டேயிருக்கிறது. அதனால் கடல் மட்டம் உயர்ந்துகொண்டே உள்ளது. 'சுனாமிகள்' எனப்படும் 'ஆழிப்

பேரலைகள்' ஏற்பட்டபொழுது கடல்நீர் உட்புகுந்ததை நீங்களே கண்ணால் கண்டீர்கள்.

கடல் தரை விரிவாக்கத்தின் பொழுது நிலநடுக்கங்களும், ஆழப் பேரலைகளும் ஏற்படுவது இயற்கை. இப்புவியின் வயது 450 கோடி ஆண்டுகள். இந்தக் காலத்தில் எத்தனை லட்சம் சுனாமிகளும், நில நடுக்கங்களும் ஏற்பட்டிருக்கும் என்று எண்ணிப் பாருங்கள். கடல் மட்டத்திற்கு மேலே உள்ள முற்றிலும், கடல் சூழ்ந்த பகுதிகள் 'தீவுகள்' என்று அழைக்கப்பட்டன. முப்புறமும் கடல் சூழ்ந்த பகுதிகள் 'தீபகற்பங்கள்' என்று அழைக்கப்பட்டன.

தீவுகளுக்கு இடையேயும், தீபகற்பங்களுக்கும் தீவுகளுக்கும் இடையேயும் அவற்றை இணைக்கும் நிலப்பகுதிகள் கடலுக்குள் மூழ்கியுள்ளன. நிலப்பகுதிகள், மூழ்கியுள்ள கடல் பரப்பு ஆழம் குறைந்திருந்தால், அவை வெளிர் நீலமாகத் தோன்றும். நடுக்கடலிலும், ஆழம் அதிகமாக உள்ள பகுதிகளிலும் உள்ள கடல்நீர் கருநீலமாகத் தோன்றும். நீருக்கு நிறமில்லை. செயற்கைக்கோள் படங்கள், வான்தரைப் படங்கள் ஆகியவற்றில் ஆழம் குறைந்த பகுதிகள், வெளிர் நீலப் பகுதிகளாக, வெண்கோடுகளாக தோன்றும்.

ஏனென்றால். அவை கீழே உள்ள வெண்மணற் பரப்பைப் பிரதிபலிக்கின்றன. அப்படி நம்முடைய இராமநாதபுரத்தில் உள்ள மண்டபத்திற்கும், தலைமன்னாருக்கும், தள்ளாடிக்கும் (இலங்கை) இடையே ஒரு வெண்கோடாகத் தோன்றும். புவியமைப்பியலின்படி நிலப்பாலங்கள் என்று அழைக்கப்படுகிற பகுதியைத்தான் 'இராமர் பாலம்' என்று புளுகிக் கொண்டிருக்கிறார்கள்.

டாக்டர். அண்ணாமலை மகிழ்நன்,
ஆஸ்திரேலியா

இணைப்பு 22

சிவில் என்ஜினியர்கள் புவியியலாளர் கருத்து

பாலங்களும் – பொறியாளர்களின் கருத்துரைகளும்:

1. உலகில் முதன் முதலில் பாலம் கட்டப்பட்டது எத்தனை ஆண்டுகள் முன்?

ஒரு கால்வாய், ஒரு சாலை, ஒரு ரயில்பாதை அல்லது ஒரு பள்ளத்தாக்கு போன்ற தடைகளைத் தாண்டி சாலைப் போக்குவரத்து, ரயில் போக்குவரத்து மற்றும் சரக்குப் போக்குவரத்தைக் கையாளத் தேவையான ஒரு கட்டமைப்பே பாலம் என்பது. சாலை, ரயில் போக்குவரத்து அல்லது ஒரு குழாயின் மூலம் சரக்கு போக்குவரத்து ஆகியற்றை ஒரு கால்வாய் அல்லது ஒரு பள்ளத்தாக்கினைத் தாண்டிக்கொண்டு செல்லும்போது பாலம் என்னும் இக்கட்டமைப்பினை மேம்பாலம் என்று அழைக்கிறோம். வாகனப் போக்கு அதிகமாக உள்ள ஒரு பகுதியின் சாலையின்மேல் கட்டப்படும் மேம்பாலமும் ஒரு வகைப் பாலமே; அதனால் பாலத்தின் கீழ் இயங்கும் வாகனப் போக்குவரத்து பாதிக்கப்படாமல் இருக்கும்.

செல்வதற்கேற்ற கால்வாயை உருவாக்கும் முயற்சி வெற்றி பெறவில்லை. முன்னாட்களில் இந்தியாவும் இலங்கையும் நிலத்தால் இணைக்கப்பட்டிருந்தன என்பதை ஆதாம் பாலம் காட்டுகிறது என்று புவியியல் ஆதாரங்கள் காட்டுகின்றன.

3. இப்பாலம் பற்றிய தொல்பொருள் ஆய்வுத்துறையின் கருத்து: இலங்கை தொல்பொருள் ஆய்வுத் துறையே இந்தப் பாலம் 18.5 மைல் நீளம் கொண்ட ஈரப்பசையற்ற மணலாலும் பாறைகளாலும் ஆன ஒரு குறுகிய தொடர்ச்சியான திட்டு என்று தெரிவித்துள்ளது.

வரி. எண்	பாலத்தின் பெயர் ஆண்டு	கட்டிய விவரம்	பாலம் பற்றிய
1.	உலகில்: எகிப்து நாட்டில் நைல் நதிக்குக் குறுக்கே கட்டப்பட்ட வளைவுப் பாலம்	கி.மு. 2650	ஆவணப்படி முதன் முதலாக மெனிஸ் மன்னரால் கட்டப்பட்ட பாலம்
2.	ஆசியாவில்: பீஜிங்குக்குத் தெற்கே கற்களால் கட்டப்பட்ட சாவ்-சோ பாலம் (சீனா)	கி.பி. 600	நீளம் - 37.6 மீட்டர் உயரம் - 7.2 மீட்டர் சாலை அகலம்: 9 மீ.
3.	இந்தியாவில் அய்தராபாத்தில் முசி ஆற்றின் குறுக்கே கட்டப்பட்ட புராணா புல் பாலம்தான் மிகப் பழமையான இந்தியப் பாலம்	16-ஆம் நூற்றாண்டு	

ஆதாம் பாலத்தின் வரலாற்றுப் பின்னணி:

1. 1804–ஆம் ஆண்டில் கிழக்கு இந்திய கம்பெனியின் சர்வேயர் ஜெனரலாக இருந்த ஜேம்ஸ் ரேனல் என்வரால் முதன் முதலாக இது ஆதாம் பாலம் என்று அழைக்கப்பட்டது.
2. இங்குள்ள மணல்திட்டுகள் ஈரப்பசையற்று வறண்டிருக்கின்றன; எந்த இடத்திலும் இந்த மணல்திட்டுகள் 4 அடிக்குமேல் (1 மீட்டர்) நீருக்குள் அமிழ்ந்திருக்கவில்லை. தற்போது கைவிடப்பட்டுள்ள மணல் திட்டுகளை அகற்றும் பணிகள் 1838–ஆம் ஆண்டு காலத்திலேயே தொடங்கப்பட்டன.

ஆனால் சிறிய மரக்கலங்கள் தவிர பெரிய கப்பல்கள்

புவியியல் சூழ்நிலைகள்:

1. 65,000 ஆயிரம் ஆண்டுகளுக்கு முன்னர் கடல் மட்டம் மாறி மாறி உயர்ந்து தாழ்ந்த காரணத்தால் இந்தியாவும் இலங்கையும் நிலத்தால் இணைக்கப்பட்டிருந்தன என்பது நன்கு அறியப்பட்ட உண்மை. 27,000 ஆண்டுகளுக்கு முன்னர் கடல் மட்டம் உயர்ந்ததால் இந்தியாவும் இலங்கையும் நிலத்தால் தொடர்பு இன்றி பிரிந்தன. 17,000 ஆண்டுகளுக்கு முன்னர் மறுபடியும் கடல் மட்டம் குறைந்ததால் இரு நிலப் பகுதிகளும் ஒன்று சேர்ந்து மறுபடியும் பிரிந்தன. திருச்சி பாரதிதாசன் பல்கலைக் கழக புவியியல் அறிவியல் துறை மேற்கொண்ட ஆய்வு, 1.4 மில்லியன் ஆண்டுகளுக்கு முன்னர் மதுரைக்கு அருகே கடல் இருந்தது என்று தெரிவிக்கிறது.

2. புவியியல் சோதனைகளின்படி, கடலின் ஆழ்நிலையில் மணலும், சுண்ணாம்புக் கற்களும் படிந்துள்ளதாகத் தெரிகிறது.

☆☆☆

இந்தத் திட்டம் செயல்படும்போது தொடர்ந்து தூர்வாரும் பணி (Maintenance Dredging) நடைபெறும் என்று கூறுகின்றார்களே?

இது முற்றிலும் தவறான கருத்து. பழைய ஆராய்ச்சிகளின்படியும், 2002-ஆம் ஆண்டில் இருந்து நடத்தப்பட்ட ஆய்வுகளின் படியும், மிகக் குறைந்த அளவிற்கே தூர்வாரும் பணி தேவையாக இருக்கும் என நிரூபிக்கப்பட்டுள்ளது. இந்தக் கால்வாய் முழுதும் (கிட்டத்தட்ட 152 கி.மீ. நீளம்) என்று ஓர் ஆண்டிற்கு தேவையான தூர்வாரும் பணி சென்னை துறைமுகத்தில் நடக்கும் பணி அளவே, அல்லது அதற்கு சற்று கூடுதலாக இருக்கும். இந்தியாவின் மற்ற சில துறைமுகங்களுடன் ஒப்பிடும்பொழுது இது மிகமிகக் குறைவு. ஆண்டிற்கு கிட்டத்தட்ட 5 இலட்சம்

கன மீட்டர் அளவு மட்டுமே தூர்வாரும் தேவை இருக்கும் என இந்த ஆராய்ச்சிகள் காட்டியிருக்கின்றன.

இந்தத் திட்டம் நிறைவேறினால் ஆண்டிற்கு எத்தனை கப்பல்கள் இந்தக் கால்வாயில் செல்லும்?

இந்தக் கால்வாய் அமைக்கப்பெற்று கப்பல்கள் செல்லத் துவங்கும்பொழுது 10.7 மீ. மிதவை ஆழத்திற்கு ஏறத்தாழ 50,000 டன்கள் வரை சரக்குகள் கொண்ட கப்பல்கள் ஆண்டிற்கு 2000-த்திலிருந்து 3000 வரை செல்லக்கூடும். இது ஒரு நாளைக்கு கிட்டத்தட்ட 6-இல் இருந்து 9 மட்டுமே. இந்த எண்ணிக்கை தொடர்ந்து வரும் ஆண்டுகளில் மேலும் அதிகரிக்கலாம். கால்வாய் 300 மீட்டர் அகலம் இருப்பதால் ஒரே சமயத்தில் கப்பல் செல்வதற்கும் வருவதற்கும் எந்த சிரமமும் இருக்காது. மேலும் கால்வாயில் கப்பல்கள் தவிர மீனவர்களின் படகுகளும் செல்ல அனுமதிக்கப்படும்.

சேது சமுத்திர கால்வாய் திட்டத்தால் மீனவரின் வாழ்க்கை எவ்வாறு மேம்பாடு அடையும்?

1. மன்னார் வளைகுடாவிலிருந்து பாக் கடலுக்குச் சென்று வர தடையின்றி வழி கிடைக்கும்.
2. புதிதாக மீன்பிடித் துறைமுகங்கள் உருவாவதால் அவற்றைச் சார்ந்து குளிர்ச் சாதன சேமிப்புக் கிடங்குகள், முன் பதப்படுத்தும் தொழிற்சாலைகள் அமையும்; அதனால் மீனவர்கள் பிடிக்கும் மீன்களுக்கு நல்ல விலை கிடைக்கும் வாய்ப்பு ஏற்படும்.
3. கால்வாய்த் திட்டம் அதைச் சார்ந்த மற்ற சிறு திட்டங்கள் ஆகியவற்றில் நேரடி வேலைவாய்ப்பு மற்றும் மறைமுக வேலைவாய்ப்புகள் கிடைக்கும்.

4. எந்த ஒரு பகுதியும் தொழில் வளர்ச்சி அடையும்பொழுது, அதனால் உடனடியாக பயன்பெறப்போவது அப்பகுதி மக்கள்தான். அந்த வகையில் சேதுக் கால்வாய் திட்டத்தால் கடலோர மாவட்ட மக்கள் பெரிதும் பயன்பெறுவர். இதில் மீனவர்களும் அடங்குவர்.

5. சேது சமுத்திர கால்வாய் இந்திய - இலங்கை கடல் எல்லையைச் சார்ந்து அமையப் போவதால், எல்லை தெரியாமல் மீனவர்கள் இலங்கைக் கடல்பகுதியில் சென்று அங்குள்ள கடற்படையினரிடம் அவதிக்குள்ளாகும் நிலை மாறும்.

6. தூத்துக்குடி துறைமுகத்தை எடுத்துக்கொண்டால், அதனால் மிகுந்த பயன்பெற்றவர் மீனவர் இனத்தவர்தான். அங்குள்ள முகவர்களில் பெரும்பாலோர் மீனவ இனத்தைச் சார்ந்தவர்கள்தான். 30 ஆண்டுகளுக்குமுன் முகவர்களாக இருந்தவர்கள் இன்று முதலாளிகளாக இருக்கின்றார்கள். அதைப்போல சேதுக் கால்வாய்த் திட்டத்தால் இன்று சாதாரணமாய் மீன்பிடித் தொழிலில் இருக்கும் கடலோர மாவட்டங்களைச் சார்ந்த பல மீனவர்கள் தொழில் அதிபர்களாய் மாறும் வாய்ப்பு ஏற்படும்.

மேற்கண்ட காரணங்களால் சேது சமுத்திரத் திட்டத்தால் மீனவர்களின் வாழ்வு நிச்சயம் மேம்பாடு அடையும்.

இணைப்பு 23

SETHUSAMUDRAM SHIP CHANNEL PROJECT (SSCP)

Summary Report - February 2012
FEASIBILITY OF ALIGNMENT 4A

PREAMBLE

In pursuance of the observations made by the Hon'ble Supreme Court of India on 23rd July 2008 to consider an alternative alignment 4A the Cabinet Secretariat, Government of India set up a committee to examine the feasibility of this alignment vide order F.NO. 652/2/1/20007 - C.A. III dated 29.7.2008 chaired by Dir. R.K. Pachauri, Director-General, TERI. The committee was entrusted with the responsibility to examine the technical aspects, cost-benefit analysis, social and cultural impacts, environmental impact, law and order aspect and any other related matters. Per this order the committee could co-opt any other institutions / experts to facilitate this work, decide its own procedure for conducting its proceedings and was to be serviced by the Department of Shipping, Government of India. The Committee of Experts consisted of the following members:-

1. Dr. Rajendra K. Pachauri
   Director General
   The Energy and Resources Institute
   Darbari Seth Block, IHC Complex
   Lodhi Road, No
   Delhi-110003.

   - Chairperson

2. Dr.T. Chakrabarti
   Acting Director
   National Environmental Engineering Research Institute, Nagpur.
        – Member

3. Shri S.R. Shetye
   Director
   National Institute of Oceanography
   Dona Paula, Goa.
        – Member

4. Dr.S. Kathiroli
   Director
   National Institute of Ocean Technology
   Velacherry, Tambaram Main Road
   Narayanapuram Pallikaranai, Chennai.
        – Member

5. Rear Admiral B.R. Rao
   Chief Hydrographer to the Govt. of India
   P.O. Box No.75, 107-A, Rajpur Road, Dehradun.
        – Member

6. Shri P.M. Tajale
   Director General
   Geological Survey of India
   27, Jawahar Lal Nehru Road, Kolkata.
        – Member

Special Invitees

1. Dr. N. Sundaradevan
   Principal Secretary (Environment & Forests)
   Government of Tamil Nadu.

2. Shri R. Kirtoshkumar
Collector
Ramanathapuram District, Tamil Nadu.

The committee held its meetings on:-

1. 22.08.2008, Friday
2. 19.09.2008, Friday
3. 21.10.2008, Tuesday
4. 05.06.2009, Friday
5. 10.11.2009, Tuesday
6. 17.02.2011, Thursday
7. 14.07.2011, Thursday

In addition to this the Chair of the Committee visited NIO in Goa on 31.05.2010, Monday, for consultations with NIO, NEERI and IIM-Bangalore and get progress updates on the feasibility studies.

At the 5th meeting held on 10th November, 2009, after detailed discussion the Terms of Reference (TOR) taking for a detailed Environmental Impact Assessment for Alignment 4A of the Sethusamudram Ship Canal were approved. The finalized TOR took into account suggestions made by committee members based on the draft TOR circulated by NIO.

In addition to the above dates, the Expert Committee visited the site of the Sethusamudram Ship Channel Project at Rameshwaram and Dhanushkhodi on 01.09.2011 to understand the ground realities before submitting its report to the Hon'ble Supreme Court. The following members of the Expert Committee accompanied Dr. R.K. Pachauri, Chairperson to the site of the project:-

* Shri A. Sundaramoorthy, Director General, Geological Survey of India.

* Cmde KM Nair, Principal Director, Directorate of Hydrography.
* Dr. K.M. Sivakholundu, Scientist F and Group Head, NIOT.
* Shri Yogesh Dwividi, Additional Director, Department of Environment, GoTN.

Subsequent to the site visit and a video discussion between the Chairman of the Committee, TERI staff, NIO staff and Prof. Srinivasan of IIM-Bangalore, the final draft summary of the NIO, NEERI and Cost-Benefit Analysis was received by Dr. Pachauri based upon which a draft summary report was written including conclusions and recommendations and sent to the Ministry for circulation to the Committee members for their approval on September 22, 2011.

The finalized summary report as endorsed by members of the committee is attached. The detailed reports (Marine Impact Assessment, Land Environment and Socio-Economic Impact Assessment and Cost-Benefit Analysis) including references, appendices, and annexures on the basis of which this report has been written are appended with the summary report.

3.3.5. Biological Environment

3.3.6. Socio-Economic Environment

3.4. Environmental Management Plan

4.0. ECONOMIC ANALYSIS-SUMMARY

4.1. Design

4.2. Capital Cost

4.3. Economic Savings

4.5. Operating and maintenance costs

4.6. Viability

5.0. CONCLUSIONS AND RECOMMENDATIONS

1.0 INTRODUCTION

Ships travelling between the west and east coasts of India go around Sri Lanka because the sea channel between them is blocked by the Adam's Bridge (AB) and the islands of Mannar (to the east of this bridge) and Rameshwaram (to the west of this bridge). To shorten the shipping distance between the two coasts of India, a number of engineering proposals were floated to cut a ship channel to connect the Palk Bay (PB) with the Gulf of Mannar (GoM). The route finalised was called Alignment 6 by National Environmental Engineering Research Institute, Council of Scientific and Industrial Research (CSIR-NEERI). The Government of India appointed the Tuticorin Port Trust as the nodal agency for developing the Sethusamudram Ship Channel Project (SSCP) and the Detailed Project Report (DPR) was accordingly prepared by the consultants, L&T-RAMBOLL Consulting Engineers, Chennai. The Sethusamudram Corporation Ltd. (SCL) was set up to undertake the project. Alignment 6 cuts through AB, leading to considerable opposition to the channel and the project. The matter went to the Honourable Supreme Court of India, who suggested consideration of an alternative alignment that avoids AB. The new alignment suggested by the then Chief Justice of the Supreme Court cut through the spit of land just east of Dhanushkodi, as envisaged in the pre-independence-era proposals. Since it was close to the Alignment 4 that had been earlier considered by CSIR-NEERI, the new alignment has been termed Alignment 4A (Figure S1).

Figure 1: A view of the SSCP region, as seen in the NHO chart (Nos. 358 and 262), is shown. The numbers denote the following geographical features and places. 1: Mandapam; 2: Pamban Pass; 3: Pamban; 4: Dhanushkodi; 5: Adam's Bridge; 6: Tuticorin; 7: Mannar Island; 8: Delft Island. Distance along the channel from point S to E4 for alignment 4A is 165 km and from point G to E4 along alignment 6 is 167.8 km. The distance from Tuticorin Port to point E4 along alignment 6 is 309.8 km and that along alignment 4A is 303.3 km.

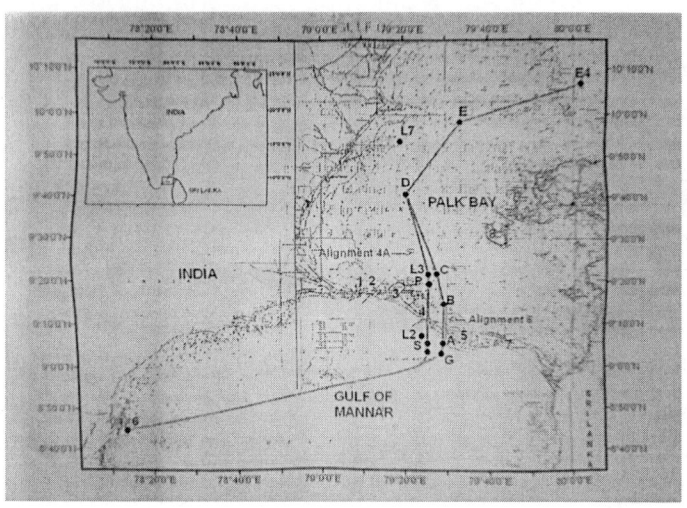

In order to examine the feasibility of Alignment 4A from a variety of angles, including technical aspects, environmental impact, cost-benefit analysis, social and cultural impact, and law and order, the Government of India constituted an Expert Committee under the Chairmanship of Dr. R.K. Pachauri, Director General of The Energy and Resources Institute. This Expert Committee is serviced by the Department of Shipping in the Ministry of Shipping. A study on the design and construction methodology of Alignment 4A was done by IIT-Madras, Chennai. The channel crosses the land area 1 km from the eastern end of Rameshwaram Island.

In the absence of concrete data on the basis of which the committee could make a decision on environmental feasibility, the committee recommended that a full-fledged EIA be carried out. The strong seasonal cycle imposed by the monsoons on the region's climate, including the variability of the PB and the GoM, implies the need for measurements spanning a full year to reach reasonable conclusions. On the decision of the Expert Committee, the EIA of Alignment 4A was awarded to the National Institute of Oceanography, Council of Scientific and Industrial Research (CSIR-NIO). The socio economic analysis and land EIA were carried out by CSIR-NEERI, and the cost-benefit analysis by the Indian Institute of Management (IIM), Bangalore. This summary includes methodologies applied and description of research along with a summary of findings of the 3 assessments.

2.0 MARINE ENVIRONMENTAL IMPACT ASSESSMENT

The proposed channel has three distinct parts. The first part covers the GoM and the second part covers the PB. The third part consists of the channel that will cut across Rameshwaram Island. The GoM is much deeper than the shallow PB, which is sheltered from the large-scale circulation of the Bay of Bengal. Therefore, the requirement for an Environmental Impact Assessment (EIA) of these two basins is different. Furthermore, while there exist but meager data on the GOM, even that is not available for the.

2.1. Project description

The channel is designed as a two-way channel for vessels up to 50,000 DWT. The design ship speed is 8 knots and the depth of the channel is maintained at 12 m with respect to the chart datum and bottom width of the channel is 300 m. The draft of the vessel travelling through the SSC will be restricted to 10 m. The project requires capital and maintenance dredging. The dredging quantity for Alignments 6 and 4A is presented in Table 1.

Table 1. The dredging quantity for Alignments 6 and 4A

	Alignment 6		Alignment 4A	
Segment	Length (km)	Dredge Quantity (Million m^3)	Length (km)	Dredge Quantity (Million m^3)
Adam's Bridge	35	48		
Palk Bay	54	34.5	54	34.5
Dhanushkodi				
1) Sand pit			0.8	4.2
2) North in PB			20.2	33.2
3) South in GoM			12.5	22.8
Total	89	82.5	87.5	94.7

For dredging in Dhanushkodi up to 8 m, the proposal envisages deployment of Cutter Suction Dredger (CSD). Dredging below 8 m and up to 12 m depth is to be done by Trailing Suction Hopper Dredger, except in the region where dense or hard material is encountered; in such regions, CSD is proposed. The proposed plan for disposal of the dredged material is as below.

* The dredged material from the PB is proposed to be dumped offshore in the Bay of Bengal at a depth of about 25-30 m.
* The dredged material from Dhanushkodi area is proposed to be dumped offshore into the sea in the GoM at a location of 20-30 m natural depth within Indian territorial waters but 25-30 km away from Dhanushkodi.
* 8 million m3 of the dredged material is proposed to be used for reclaiming degraded areas in Rameshwaram Island as an option.

For Alignment 4A, IIT-Madras carried out the design and construction methodology. They have proposed construction of a diaphragm wall on either side of the channel to prevent sliding of land. The top level of the diaphragm wall will be 3 m above the CD. Two schemes are being considered for the layout of the diaphragm wall. In the first scheme, diaphragm walls are proposed on both sides of the channel only in the land portion. In the second scheme, diaphragm walls will extend from the land portion up to the 5 m depth contour level in the sea. The rough cost estimate for Schemes I and II is given in Table 2.

Table 2. The rough cost estimate for Schemes I and II

Sl.No	Items	Cost (crores)	
		Scheme I	Scheme II
1	Diaphragm Wall	37.25	300
2	Sand Bund	0.80	6.0
3	Geotube filled with sand	0.25	2.0

Apart from the channel itself, the project includes ancillary facilities that are essential for construction and operation of the channel each with its own resultant environmental impact. At the start of the project, an administrative building complex having a plinth area of about 1000 m2 and field office complex of 500 m2, with amenities and security cabins, have been recommended at accessible locations at Rameshwaram or Pamban or Mandapam. Later, the same buildings are proposed to be used for administrative and operational purposes. Two service jetties, one each at Dhanushkodi and Point Calimere, will be provided in 5 m water depth. At the root of the service jetties on the reclaimed land, the proposal recommends construction of a repair workshop complex of 1000 m2 and a Buoy Yard of 7500 m2 with access facilities such as a two-lane road and railway sidings. A slipway is planned in the vicinity of the service jetty at Dhanushkodi. The slipway will be equipped with facilities for repairing pilot and mooring launches. The Fisheries Harbour at Rameshwaram may be developed with fish-landing stations and augmentation of shore facilities to meet modern requirements.

2.2. Baseline data

The baseline data presented in the report include data collected by CSIR-NIO during February 2010 to March 2011 and also data collected by credible and published academic sources. The environmental study for hydrographic, chemical, biological and microbiological parameters was carried out during March 2010, September 2010 and January 2011. The survey of corals was carried out during 24 January to 23 March 2011.

2.2.1 Geological setting, geomorphology and tectonics

The geological setting of the region is described based on data published by others.

Adam's Bridge: AB consists of a chain of seven shoals with an overall length of about 30 km and has several parallel ledges of conglomerates and sand dunes, a geological formation of coral atoll with appreciable sand cover.

Dhanushkodi: The coastal strip of the above area, including Rameshwaram Island up to the tip of Dhanushkodi, consists of Phanerozoic and Cenozoic formations. The beach berm along the Dhanushkodi sand spit is found to be elevated on the GoM side, but is low and flat along the PB side with a marked depression in the sand spit level between the PB and GoM and between

Dhanushkodi and Arimunai. Water overflows during spring tide from the PB to GoM, carrying fine sediment to the backshore regions. Most of the time, the water in the trough of the spit is stagnant. The low-lying region of the spit is covered by water during the rainy season. The subsidence and submergence of the southern part of Dhanushkodi Township in 1948-1949 along a WNW-ESE trending fault has been established, indicating that the area has undergone neo-tectonic movement.

Shallow bathymetry and sidescan-sonar surveys, along with seabed sampling and underwater videography, have suggested vertical tectonic movement along the fault parallel to the coastline. The latest neo-tectonic movement recorded in the area has shown that the fault has a displacement of about 5 m, which led to the subsidence of the southern part of Dhanushkodi township.

Sub-surface sediment characteristics are described based on the geotechnical investigation carried out by SCL through Vax Consultants Pvt. Ltd., Chennai in accordance with the accepted standard measurement practices. Boreholes of 150 mm diameter were made and holes were drilled up to 30 m depth at 6 locations on land. From the bed level up to 12-19.5 m, medium fine sand was found in different boreholes.

2.2.2. Sedimentology

Surficial sediments collected from the GOM, PB, and along the east coast north of Vedaranyam and up to Poompuhar indicate that the GOM has very sandy sediments. The clay-sized sediments show near- similar composition from the Kaveri mouth to the GoM and suggest a thorough mixing of fine-grained sediments and point to their source lying north of Vedaranyam. Sediment accretion at Vedaranyam is seen in satellite pictures. Clay dispersal seen in satellite pictures agrees well with the clay content determined from modern sediments. Clay mineral data of bottom sediments and suspended sediments are nearly similar and suggest that sediment accretion and resuspension are the main mechanisms for homogenizing the clay composition. The GoM has very little clay content. The modern-day sedimentation pattern studied here also do not support the earlier contention of sediment source in the GoM. The GoM has very little clay or fine-grained sediment content (at most 2-3% and maximum of 12%). High sand and carbonate shell content suggest a high energy environment which is not allowing retention of the fine-grained sediment. It is entirely possible that clayey sediments are transported to deeper areas.

2.2.3. Climatology

Climatological rainfall data for seven meteorological stations in the region highlight the role of the winter monsoon in the climate of southeast India. This rainfall climatology, as also the other climatological data, is presented for these seven stations based on monthly-mean data for 10 years (2000-2009). In spite of the striking difference in rainfall between the two monsoons, proximity to the sea implies that relative humidity (RH) remains high over most of the year in the region. As with rainfall, however, there is a difference in the seasonal cycle of wind speed in this region compared to the rest of India. Winds over India generally tend to be much stronger during the summer monsoon than during the winter monsoon. Over the study region, however, the winds during the summer and winter monsoon are either comparable, as at Kanyakumari, or are stronger during winter, as at the other meteorological stations on the southeast coast of India. One climatic variable that is important for shipping is visibility. In spite of rainfall occurring in two seasons, the visibility is high in the region throughout the year. The mean number of days of very poor visibility (i.e., visibility < 4 km) does not exceed 2.5 days/year at the stations in the PB and GoM. Measurements of air temperature, atmospheric pressure, wind speed and direction, and relative humidity during February 2010 to February 2011 at an interval of 10 minutes were made at Mandapam, which is near Pamban. The monthly means of the Mandapam data are comparable to the climatological values at the nearby stations.

An examination of the cyclones that crossed the study area indicates that the cyclone of December 1964 is one of the severest storms to occur in the Indian seas and the most severe storm to affect the Rameshwaram area. During this cyclone, the estimated wind speed was of the order of 60 m/s in Trincomalee, Sri Lanka on 22 December 1964. The storm struck Rameshwaram Island on the night of 22 December 1964 and the island experienced wind speeds of 30-40 m/s. The return period of cyclones with a wind speed of 40 m/s is 95 years, and that for cyclones with a wind speed of 60 m/s, the maximum wind measured during the 1964 cyclone, is 999 years. The probability of occurrence of a - cyclone having wind speed of 40 m/s during the next 30 years is 32%. Nevertheless, this is a subject that requires in-depth study, involving projections of climate change using global climate models, run on powerful supercomputers, and an assessment of the frequency, and intensity of cyclones could be altered in the region as a result of climate change.

2.2.4. Physical processes

Surface-wave measurements made at three locations covering the project domain in project domain indicate that both seas and swells are seen in the GoM, but the semi-enclosed nature of the PB leads to a dominance of the seas. Waves are higher in the GoM than in the PB: maximum significant wave height (SWH) was 2.7 m in the GoM and 1.9 m in the PB. There was seasonal variation in the wave height recorded in both basins: SWH was higher during the summer monsoon in the GoM and during the winter monsoon in the PB.

The observations of water level and currents made at several locations suggest that the circulation in the PB is distinct from that in the GoM. The water-level and current data suggest that the circulation in the PB is driven by tides and the local wind, but that in the GoM includes a significant component that is linked to the large-scale, wind-driven circulation of the Bay of Bengal and the Arabian Sea. Circulation models of this region will be able to simulate the locally driven current, whether due to tides or winds, but not the remotely driven current. Simulating the latter will require further research.

A comparison between the 1953 toposheet and the 2010 satellite image indicates that the sand spit along Dhanushkodi has grown by 1.03 km during this period.

2.2.5. Water quality

The data collected during three seasons generally showed that both the GoM and PB have excellent water quality with minimum seasonal variations. The fairly saturated dissolved oxygen levels coupled with low chemical oxygen demand (BOD) values are the signs of a healthy water body, capable of processing still higher inputs of organic matter. The low levels of Nitrogen and Phosphorus compounds also classify this region as an oligotrophic coastal area where the planktonic growth is balanced with nutrient availability. Furthermore, the absence of phenolic compounds and dissolved petroleum hydrocarbon indicate that both regions are not subjected to any kind of environmental pollution.

2.2.6. Biology

Several aspects of the regional biology were monitored during 2010-2011. The GoM is identified as a "Biodiversity Hot-spot" as it contains more than 25% of the known marine floral and faunal species of India. In fact, the diversity of sessile forms (coral, sponges, seaweeds and others) is much higher in the GOM compared to other parts of India. Moreover, a majority of other benthic forms, in general, are sedentary and sessile in nature and therefore cannot avoid any environmental perturbation (Danulat et al. 2002).

2.2.6.1. Microbiology

Three seasons of bacteriological investigations in the GoM and PB show that both GoM and PB possess water quality well-suited for propagation of wild life and fisheries. The health- indicator bacterial groups like PALO and SHLO were marginally higher in the PB waters compared to the GOM waters. A similar difference was seen in the retrievability of active bacteria. These differences imply that the PB waters are slightly organically richer than GoM waters. The GoM and PB waters satisfy the water quality standards for coastal waters and marine outfalls under SW-II category (Bathing, Contact Water Sports and Commercial Fishing), in which pH is between 6.5 and 8.5, Dissolved Oxygen is more than 5 mg/l and Biochemical Oxygen Demand is less than 3 mg/l.

2.2.6.2 Phytoplankton

Even though the hydrographic characteristics of the GoM and PB vary with season, they do not influence the structure and community of phytoplankton in the study area. The observations show that the GoM waters are more productive than the PB waters in terms of chlorophyll a. Considering the spatial distribution of phytoplankton, both GoM and PB showed unique features with high abundance at the surface in the GoM and at the bottom in the PB during all the sampling periods. Diatom was the most dominant micro phytoplankton group in both the GoM and PB, even though minor variations in species composition did exist. The seasonal variation in chlorophyll a and phytoplankton abundance was more apparent in the GoM, indicating that the region is more dynamic than the PB.

2.2.6.3 Mesozooplankton

The overall results show high biodiversity of zooplankton and copepods in the GoM. The major difference between the GoM and PB is that coastal species of zooplankton are mostly present in the PB, but coastal, inshore, and offshore species are present in the GoM.

2.2.6.4 Benthos

India is one of the 12 mega-biodiversity countries, and has 25 hotspots of the richest highly endangered eco-regions of the world. Benthos are organisms that live in, on or are associated with the bottom of the ocean and form the main food items of demersal fish communities. Macrobenthic diversity was high in the GoM and PB: a total of 172 taxa were identified. The highest value was observed in the GoM and abundance was generally low in the PB. There was a marked temporal variation in sediment organic content, with higher values observed in September than in March. Spatially, organic carbon content was high in the PB compared to the GoM. Macrofaunal standing stock (abundance and biomass) varied significantly between the two basins. Total faunal biomass (wet wt.) of different benthic groups varied from 0.10 to 111.90 g m-2. Compared to faunal biomass in the GoM, values were lower in the PB. The macrofaunal abundance ranged from 34-4960 ind m-2. Increase in abundance of crustaceans and molluscs were seen during September and may be due to the seasonal variation. The biomass values for with a mean of 0.202 and a standard deviation of 0.336 (N=55). The inter-tidal macrofauna were mainly comprised of soft-body, form dominated by polychaetes and crustaceans. The differences between the GoM and PB imply that the SSCP will have differing impacts on the benthic fauna in the two basins.

inter-tidal region ranged from 0.01 to 1.663 3 g m2 with a mean o

2.2.6.5 Status of corals in the Palk Bay and Gulf of Mannar reefs

The highest percentage coral cover was recorded in the Mandapam group of islands and lowest in the Kilakarai group. This difference is influenced by the proximity of the islands to the mainland and the access of the law enforcement agencies such as Department of Forests to the former group islands. Fishing in the core area was limited in the Mandapam group compared to the other islands. Disease index was high in the Kilakarai group, which was much more influenced by the local fishing activity than was the Mandapam group. Prevalence of diseases such as white pox disease caused by the Enterobacterium, which is a human pathogen, indicates the extent of human intervention in the reef area. Almost all the islands appeared to be algal-dominant. Death of corals due to various reasons such as sedimentation, diseases, and algal overgrowth needs to be investigated further to conserve this ecosystem.

2.2.6.6 Fishery

Several studies show that there has been a definite and steady decline of the marine fishery in this region after it reached its peak in 1989. The fishery resources of the PB and GoM constitute the richest biodiversity in the Indian seas, but overfishing and the failure of regulatory practices have led to a decline in fish catch. Such a decline is often masked by natural interannual variability and is often undetectable until it is severe and often irreversible.

2.2.6.7 Seagrasses and seaweeds

In the GoM, seagrasses are mostly found around the 21 islands, while in the PB, they are found in the tidal and sub-tidal areas where the water column is shallow and the bottom substratum is sandy or silty. The seagrass cover around the GoM islands is more towards the shore than towards the sea. Out of the 63% area of seagrass cover estimated around these islands, 42% is distributed towards the shore and 21% towards the sea side. There is no clear estimate of the seagrass coverage in the PB even though several earlier reports state that there are good and extensive seagrass meadows in the region. One of the recent estimates based on satellite imageries shows that there are extensive seagrass meadows in the PB between Devipattinam and Munnaikkadu region. More than 147 species of seaweeds have been recorded in the GoM and PB region. Common species of seaweeds in the GoM and PB belong to Sargassum, Gelidiella, Gracilaria, Hypnea, Acanthophora, Turbinaria, Cystoseira, Ulva, Halimeda and Padina.

The decline of the seagrass population is governed by both natural and anthropogenic processes. Storms, sedimentation, intense wave action, intensive grazing, infestation of fungi, epiphytes, die back disease, exposure to ebb tide, and river runoff are the natural causes of damage to seagrasses. The destruction caused by anthropogenic activities include propeller damage, bottom trawling and anchoring of boats. Fishing activities and anchoring of boats on the seagrass beds are a major threat to the seagrasses of this region. Several hundreds of mechanized boats are operating in the coastal area and these boats are mostly anchored on the seagrass beds along the shore. While lifting the anchors, at least a minimum of 1-2 kg of various seagrass species are uprooted and destroyed by a boat, and such destroyed and broken parts of seagrasses are a common feature in most of the jetties along the PB coast. Seagrass population has also been impacted by inputs of toxic pollutants from the industries, more sewage inputs from the land, reclamation of land, dredging and land fillings, and constructions activities within the coastal. In some parts of Mandapam region, more than 50% of the seagrass destruction is due to paper-shell collection by the local fisher community.

Any control measures on seaweeds in the GoM and PB should consider the following important aspects. First, seaweed collection is a major income source for a large number of poor people. Second, seaweeds are a renewable resource that can be maintained at a sustainable level by adopting proper scientific methods of production and exploitation.

2.2.6.8 Endangered and ecologically sensitive species

Eleven species of animals in the GoM and PB have received considerable scientific attention due to their economic importance or ecologically vulnerable status. They are either few in number or their survival is negatively influenced by a changing environment or predation factors. Typical threats to the species are listed in the table below.

Table 3. Typical threats to the endangered species

Name	Species	Typical threats
Pearl oyster	Pinctada fucata	Although physico - chemical and biological factors are generally considered to be natural factors responsible for low production of oysters, the following are also suggested as potential reasons. (a) An enormous increase in bottom - trawl fishing on and around the oyster beds. (b) Ship movements have increased following Tuticorin Harbour construction. (c) Effluent discharge from chemical industries and the thermal power station developed along the coastline.
Sea horse	Hippocampus Kuda, Hippocampus kelloggi, Hippocampus trimaculatus	In general, indiscriminate catch, habitat degradation and exploitation are potential threats to this species.
Whale shark	Rhincodon typus	Habitat damage is the most important threat to the survival of whale sharks. Healthy ecosystems are essential for the continuing presence of whale sharks and the desruction or spoiling of habitat directly affects the whale shark population.
Sea turtle	Chelonia mydas, Eretmochelys imbricata, Lepidochelya olivacea, Caretta caretta, ermochelya coriacea	The population of sea turtles is vulnerable to anthropogenic impacts during all life stages, from eggs to adults. The human threats affect both terrestrial and habitat degradation at nesting beaches and feeding areas. Mortality associated with entanglement in marine fishers is the primary incidental threat.

| Sea cow | Dugong dugon | The population of sea cow has been declining worldwide owing to various anthropogenic and natural factors. Their low reproduction rate and very slow and sluggish locomotion make them easily susceptible to population decline. Habitat destruction is suggested as the main reason for the apparent decline of the dugong numbers. |

2.2.7. Sedimentation in the channel

As a pilot study, an attempt was made to investigate the change in bathymetry of a segment of the channel in the PB between 5 September 2009 and 3 November 2010 for a narrow stretch of 2 km. In the segment studied, there was accretion on the northwestern side of the channel and erosion on the southeastern side. The maximum accretion was 0.5 ± 0.12 m on the northwestern side of the channel axis, whereas the maximum erosion was 0.3 ± 0.12 m on the southeastern side.

2.3. Numerical modelling

2.3.1 Waves

Waves in the GoM and PB were simulated for January-December 2010 and the results were validated with the measured wave data. Winds generated by a mesoscale atmospheric model (MM5) were validated against the measured winds and used for modelling. In general, winds were northeasterlies from mid-November to mid-March and wind direction changes to southwesterlies from mid-March to mid-November. The match between the modelled and measured wave parameters was good, implying that the model results can be applied to assess the impact of wave activity in the region.

2.3.2 Circulation

Circulation in the PB shows the strong effect of topographic steering. Inflow from the Bay of Bengal into the PB, driven by the northeasterly winds, occurs during the winter monsoon; the inflow peaks in December-January and weakens in February. In the GOM, the current is southward along the coasts of both India and Sri Lanka, driven partly by the inflow through the channels near the coast and partly by the inflow over AB. The inflow over AB divides on the shelf in the GoM, flowing partly to the west and partly to the east. The circulation on the slope in the GoM, however, is clockwise: on the Indian side, the slope current is opposite to the shelf current. The circulation in March is sluggish. With the onset of weak south-westerly winds in April, the cross-basin current reverses to flow into the PB. There is, consequently, an export of water from the PB to the Bay of Bengal. The circulation during summer monsoon (May-October) is opposite to that during the winter monsoon, but the currents are stronger. The circulation on the slope in the GoM is directed opposite to that in winter: it flows anticlockwise, with the current on the shelf and slope on the Indian side again in opposite directions. In the transition to winter (November), the monthly mean circulation is weak, but the winds during this month are not weak. The reason for the sluggish circulation lies in the high-frequency variability in the wind, which will force high-frequency currents.

The impact of cutting a channel through the region was studied by modifying the bathymetry to incorporate the SSC into the regional topography. Since two schemes (Schemes 1 and 2) have been proposed for the channel design, we ran the model for both schemes to test their impact on the circulation. The along-channel current is strong, with monthly maxima exceeding 1 m/s in several months. For both schemes, the along-channel current flows in the direction of the along-channel component of the wind, i.e., it is directed southward during the winter monsoon and northward during the summer monsoon. The flow field shows recirculations and eddying motions at the end of the channel, which extends about 700 m for Scheme 1, but is over 6 km long for Scheme 2. There is a decrease of 20 cm in the mean elevation within the channel during the summer monsoon and an increase of 10 cm during the winter monsoon. In summary, the channel does not seem to have an impact on the current elsewhere. There is practically no effect of the channel on the currents at Pamban Pass, and the change at Dhanushkodi is marginal...

2.3.3 Sediment transport

The cumulative bed level change over a year shows that the accretion phase is mainly associated with the winter monsoon currents and lasts for about 5 months (January-May). A disproportionate fraction of this accretion occurs in a burst during the onset phase of the summer monsoon in May-June. The predominant feature is the siltation on either side of the sand spit. It is followed by an erosion phase associated with the summer monsoon currents, but, unlike the rapid accretion in May, this erosion is more gradual.

Cutting a channel through the spit does not change the pressure gradients that drive the flow between the GoM and PB, but the presence of the channel implies a strong current now flows through the channel. This change in circulation pattern has an impact on the sediment transport. For Scheme 1, in which the lining does not extend much beyond the spit, the model predicts an increase in annual erosion both in the channel within the spit and to the east of the spit, with accretion to the north of the channel and on either side of the erosion zone to its south. This accretion in the PB is due to the presence of the channel and the accretion to the south may be attributed to the eddying motions at the edge of the channel. For Scheme 2, in which the lining extends over 6 km and even into the GOM, erosion over the year decreases in comparison to Scheme 1 both within the channel and to the east of the spit. There is, however, an increase in the accretion to the southeast of the channel owing to the extension of the lining south of the channel into GoM. This deposition of sediment to the south of the channel suggests the possibility of the formation of a sand bar.

For Scheme 1, about 0.5 m of sediment is deposited in the channel during January-May, but it increases to over 2 m towards the north of the channel over the year. Erosion in the southern portion of the dredged channel is also of the order of 2 m over the year. For Scheme 2, the numbers for January-May are comparable to those for Scheme 1, but the extent of erosion is comparatively less. Over the year, the erosion is less than for Scheme 1, but the sediment deposition southwest and southeast of the channel and north of the spit within the channel is of the order of 2 m.

2.3.4 Oil spill

Oil spill modelling using MIKE21-SA was carried out for February, May, July and September for a spill occurring at the following locations: M1 (in GoM: south of SSC, northeast of Tuticorin Port), M2 (near the southern end of SSC), P1 (near the northern end of SSC) and P2 (in PB: north of SSC). From the location M1, in February, the spill moved towards south. In May, the spill moved towards northeast and reached Rameshwaram Island after 89 hours. In July, the spill moved north-eastward; it reached Dhanushkodi and crossed AB after 44 hours. In September, the spill moved north-eastward, and after 38 hours, it touched the chain of Islands located south of Mandapam. The spill at location M2 moved southward in February; in May, the spill moved northward and touched the southern side of AB after 30 hours; in July, initially, the spill moved towards AB for 3 hours after its release, then moved north-eastward and reached the eastern boundary in 24 hours.

In September, the spill moved northward, touched AB 5 hours after its release and bypassed Delft Island. From location P1, in February, the spill moved southward, and 7 hours after its release, it hit the northern coast of Dhanushkodi. In May, the spill moved northward during the first 24 hours, and it bypassed Delft Island. In July, the spill moved towards northeast; in September, the spill moved towards Delft Island and bypassed the island after 72 hours. Oil spill at location P2, moved south-westward in February, northward in May, north-eastward in July and northward in September.

2.3.5 Dredge plume movement

A significant amount of capital dredging is required when the shipping channel is deepened to 12 m, and the plume that results moves under the influence of the prevailing currents. Likewise, a plume is created when the dredged material is dumped at the identified dumping site. We tested the plume movement from three locations. Location #1 was situated to the south of the channel, Location #2 at the centre of the channel and Location # 3 to the north of the channel. The dumping site is located to the south of the channel at a depth of 20 m.

The sediment plume at #1 spread southward as well as along the tip of Dhanushkodi in February, but moved westward along the Dhanushkodi coast in May. In July and September, the plume exhibited lower concentrations associated with higher dilutions due to strong currents during the summer monsoon. The spread was restricted to a distance of about 6 km during the fair-weather season and about 3 km during the summer monsoon for a onemonth simulation. The plume concentration was less than 1 kg/m3. The most critical months are February and May, when the plume advects towards the coast off Dhanushkodi. From Location #2, the sediment plume moved southward in February; in May, July and September, it moved towards north as well as along the Dhanushkodi coast. As the currents are strong, the plume gets diluted faster, even though it spreads to a relatively larger distance, of the order of 10 km. As at other two locations, there was southward movement of the plume from location #3 in February, and northward movement during May, July and September. In February, the plume also moved along the northern coast of Dhanushkodi. At the dumping location, however, the plume spreads only around the same location, and it does not spread towards the coast.

2.3.6 Passage of cyclone

The physical processes described above were for the winds during 2010-2011, when there was no cyclonic storm in the region. Climatological data suggest that a storm can be expected once every 2-3 years. Hence, in order to examine the potential impact of a cyclone, the MIKE21 wind-prediction tool box was used to generate the wind field that forms the input for the wave and circulation models. When the channel is cut according to Scheme 1, it has a marginal impact on the waves generated by the cyclone owing to its small width. Only a small amount of diffracted wave energy propagates through the channel. When the channel is cut according to Scheme 2, the sheet piling attenuates waves significantly. The effect is most pronounced north of the spit, where lengthy sheet piles are placed. The waves from N/NE are completely blocked, and a small amount of diffracted wave energy from S/SW enters the channel.

The wave height inside the channel, where the diaphragm walls are placed for channel stability, is of the order of 0.3-0.9 m. During a cyclone, the erosion at the centre of the channel was greater for both channel schemes and accretion also increased near the outlet in the GoM. If a cyclone approaches from the Sri Lanka side, as in the case of the 1978 cyclone, the GoM side of the channel will have low water level and the PB side will have high water level. Hence, the currents simulated at Locations M1, M2, P1 and P2 were southward. Therefore, an oil spill at locations M1 and M2 would move southward. Spills at locations P1 and P2 would cross into the GoM and move southward. However, as stated earlier the projected changes in frequency and intensity of cyclonic activity would need to be studied in the context of projected climate change.

2.4. Impact assessment

The impact of the project on the environment during construction and operation are assessed based on the project details, baseline data and the numerical modeling studies. Effect of dredging, harbor and port development in relation to geology (including tectonics), climatology (including cyclones), physical processes (including tidal and wind-driven currents) and soil and water quality were studied. Biospheres of concern coral reefs, abundant phytoplankton and zooplankton that maintain nutrient balance and contribute to the rich biodiversity of these waters, were also studied for potential impacts.

During February, June and July, waves approach at 45 degrees the broad side of a ship entering the SSC in the GoM and may pose difficulty in maneuvering. Ship maneuvering studies need to be carried out to know the impact of the wave approach on the navigation of the ship. During other seasons, the wave approach angle will be less. Waves are weak during the period between the winter and summer monsoons, which constitutes the fair-weather period and is therefore more suitable for dredging. The SWH exceeds 1 m for 141 days in a year in the GoM and for 35 days in the PB: this SWH has implications for the allowable draft of the vessels using the SSC.

Introduction of the channel in Alignment 4A has a minor impact on the currents in the Pamban Pass and over AB. The major changes are seen in the vicinity of the channel. With a channel constructed according to Scheme 1, the flow in the channel is strong, with the speed exceeding 1.5 m/s (3 knots) during June-August. The current diverges immediately after crossing the channel length of 700 m. With Scheme 2, the current is strong in the channel and diverges on crossing it. The strong currents will have an impact on the stability of the channel wall, and the vessels will have to take the current into account for estimating the time it will take them to cross the SSC. If dredging is carried out during February, the fair-weather season, the sediment plume moves towards the Dhanushkodi coast. In May and July, during the summer monsoon, the plume from all the three locations touches the Dhanushkodi coast.

In September, however, the plume due to dredging in the GoM and PB does not touch the Dhanushkodi coast, but the plume during spit cutting does so. It may, however, be noted that the sediment plume. from none of the locations selected in the channel reaches the Biosphere reserve. The studies also rule out the possibility of the dumped material from the dumping location (79.429°E; 9.194°N) reaching the Biosphere Reserve during any season.

A major worry is the effect on water quality from resuspended sediments and their impact on biological resources at the dredge site. Eutrophication can lead to enhanced bioerosion, reduced coral growth and calcification. Spot studies at the dredging sites have shown that even the very high increase in the nutrient levels due to sediment resuspension were confined locally for very short duration and did not cause serious environmental deterioration. Since the growth of macro-algae and their shading effect following nutrient enrichment leads to the eventual decline of seagrass, it is used as an indicator of environmental deterioration. The seagrasses are more dominant in the PB than in GoM and would be only marginally affected because they are far from the dredging area. Earlier studies have shown that depletion of DO and release of contaminants during dredging will be minimal (1 to 2 ppm), localized and with minimal impacts. Similarly, nutrient enrichment can increase turbidity of the water column by enhancing the growth of phytoplankton, which also will create only minimal local impact.

Dredging the PB and GoM in the vicinity of Dhanushkodi, will result in removal of bottom sediments in an area of 7.2 km2 in PB and 4.5 km2 in GoM. The estimated biomass loss is about 80 tonnes (wet wt.) due to proposed dredging. Furthermore, a shift of benthic assemblages to domination by small burrowing polychaetes will result in the removal of an important food source for larger organisms.

Oceanographic conditions influence distribution, transport and survival of fish larvae on a variety of spatial scales, horizontally and vertically. Addition of anthropogenic substances and human activities in the coastal waters (such as plumes of suspended material) can alter the water quality and oceanographic conditions, which in turn, may affect the distribution and natural assemblage of fish larvae.

The construction of the channel leads to erosion at the edges of the channel on both sides of the GoM coast. Construction of diaphragm walls up to 5 m water depth helps to reduce the erosion along the banks, but will induce erosion along the GoM coast. The erosion can be reduced by adopting suitable shore protection measures on the eastern side of the channel up to the tip of the sand spit.

Ship accidents include grounding of ships over the reefs, which can damage the reefs, and spillage of fuel oil or cargo oil from the ship and the transportation of the same over the reefs. An oil spill at Location M1, northeast of Tuticorin will pose a serious threat to the reefs of Pullivasal and Poomarichan Islands. Likewise; a spill at Location P2 leads towards the PB reefs. In addition, the ship's ballast water, if released in the canal and the passive transport of organisms in the ship's hull may introduce exotic organisms to the PB and GoM reefs.

Depending on the season, the spill moves towards either north/northeast (in the summer monsoon) or south/southwest (in the winter monsoon). For example, if a spill occurs at M2 (GoM) in February, it will move southward without touching the coral-reef islands. In May, July and September, the spill at M2 will move northward or north-eastward and enters the PB through the AB. In May, it will bypass the Delft Island, which is part of Sri Lanka, after 3 days of release. Therefore, we find that if a spill occurs in the GOM, there is a possibility of it touching the Biosphere reserve, especially during the summer monsoon. If a spill occurs in the PB, especially within 5 km of the spit, irrespective of season, it may touch either the Dhanushkodi coast or Delft Island. The spill will move along the channel either in the north-north-eastward or south-south-westward direction when it occurs in the vicinity of the channel. Both sides of the proposed channel are very shallow, and hence grounding of ships due to deviation cannot be ruled out. In addition to corals, some endangered marine mammals such as Dugong and turtles are also known to inhabit the GoM. Hence, in addition to damaging the sessile forms (coral, sponge, and algal communities); the oil spills have the potential of eliminating some of the endangered mammalian species. Among the endangered species, sea cow and sea turtles spend a considerable part of their life spans in seagrass beds. Others are all filter feeders and the quality of their food can be affected in the event of an oil spill.

The December 2004 tsunami entered the GoM from the south and its effect was recorded in the tide gauge at Tuticorin. That the tsunami occurred during low tide minimised its impact in this region. No such tsunami effect was noted in the PB. The construction of the channel is unlikely to make the PB any more susceptible to tsunami waves. The impact of a tsunami on the channel itself, however, may be considerable.

The other geophysical hazard comes from local seismic activity. Neo-tectonic activity led to the subsidence of the southern part of Dhanushkodi township in 1948-1949. Recurrence cannot be predicted. The impact of any recurrence of neotectonic activity after the construction of the channel and related structures need to be assessed and precautionary measures have to be adopted in the design.

The global sea-level rise estimated from tide-gauges for the 20th century is about 1.70 ± 0.50 mm/year. Estimates using satellite altimeter data during the period 1993-2007 yield a global sea-level-rise trend of 3.3 ± 0.4 mm/year. In the case of the Sethusamudram channel, the top level of the proposed diaphragm wall will be 3 m above the CD. The maximum tidal range at the diaphragm wall location is 1 m. The additional 2 m height provided would be able to address the expected sea-level rise.

2.5. Mitigation measures

The impact assessment does not suggest major threats to the environment arising from the construction of the channel. The consequences of accidents, etc., however, may be serious, and the operation of the channel therefore calls for the adoption of mitigation measures to minimise damage. For mitigating the impacts arising out of construction and operational phase of the SSC, continuous monitoring of status of reefs and their species diversity has to be undertaken and any new organism noticed during monitoring has be investigated thoroughly for the possible threat it may pose to the existing organisms in the reefs or to the whole ecosystem. Mitigative measures to be adopted to minimize the impacts are listed below.

Mitigating impacts during construction: During the construction phase, the proposed activities are to be notified to mariners and the area is to be demarcated by marker buoys. Prior to commencement of construction activity, local residents and fishermen should be advised about the dredging operations, period of dredging and associated activities.

Mitigating impacts of dredging and disposal of dredge material: The dredged material should be disposed of strictly at the identified site. Differential Global Positioning System (DGPS) may be used to ensure that the dumping of the dredge plume is within the identified dredge spoil disposal location. The per doors of the dumping barge should be completely closed prior to leaving the spoil disposal location. The hopper doors of the dumping barge should be completely closed prior to leaving the spoil disposal ground at the end of each disposal. The vessels used for dredging and disposal must comply with the relevant state, national or international standards with respect to seaworthiness, safety and environmental requirements, or any rules and conditions laid down by the authority.

Good dredging practice should be followed to minimize sediment suspension and dispersal at the dredging sites. Silt Curtain is to be used during dredging operation to reduce the movement of fine particles and for protection of marine life. During dredging in the GOM, a silt barrier is to be deployed on the western side of the channel. Proper deployment of silt curtains, such that the lower end of the curtain extends deep enough into the water column, is necessary to effectively minimize sediment transport towards the reef area.

Dredging is to be carried out in a phased manner and continuous inspection of dredging activities is to be conducted.

Independent environmental monitoring of the project is necessary to ensure use of silt screens, disposal of dredged material only at the approved sites, and compliance with turbidity standards over the reef area.

Movement of dredged material during various seasons and at different locations has been studied using numerical models, which show that the sediment plume from none of the locations selected in the channel reaches the Biosphere reserve. The possibility of the dredge plume reaching the Dhanushkodi coast is to be noted and the dredging has to be planned carefully.

Mitigating impacts of ship traffic: Anchoring of ships should be prohibited in the ecologically sensitive areas such as Marine National Park and Gulf of Mannar Biosphere Reserve. In the event of any ship accident, the nature of risk to the reef has to be assessed. The physical damage due to grounding of ships can be restored by transplanting the corals in the damaged area; an oil spill, if any, has to be monitored for its transport towards the reefs. If the oil spill is found to be threatening, it has to be contained physically and a clean-up operation has to be initiated immediately. Subsequently, transformed products of the oil such as tar balls, etc., have to be monitored in and around the reefs and removed appropriately.

During a cyclone warning, ships should avoid using the SSC. Dumping ballast water inside the Exclusive Economic Zone (200 nautical miles from the shore) is to be prohibited. Abiding by the strict international rules and regulations requires that filtered oily wastes (< 15 ppm oil contents) should be discharged at least 12 nautical miles offshore.

Mitigating the impacts of an oil spill: In order to protect the fragile GoM environment from oil pollution, a strategy as well as a response plan must be prepared. The SSC should have Tier-1 spill-combating equipment to meet the requirements in the event of a spill within the channel or at the entrance/exit locations. Necessary oil-spill response equipment be kept in a warehouse at Tuticorin Port and at Dhanushkodi for rapid mobilization. Tugs and boats should be available for rapid mobilization of spill equipment for combating oil spills in the vicinity of the channel.

Mitigating the impacts of shoreline erosion: The coastline along the GoM up to the tip of the sand spit for a distance of 1 km on the eastern side of the channel and coastline along the PB on the western side of the channel for a distance of 150 m is to be protected by suitable shore-protection measures. Sand bypass system should be established to the west of the diaphragm wall on the GoM coast. A sand trap of 400 x 300 x 3.5 m is proposed to the west of the diaphragm wall in the GoM. A pipeline is to be permanently laid to pump sand from the west to the east of the channel. The dredged material obtained from maintenance dredging of the channel across the sand spit is to be used for nourishing the eastern shoreline for a length of 1 km in addition to the sand bypassing.

Mitigating impacts on corals: Continuous monitoring of status of reefs and their species diversity has to be undertaken and any new organism noticed during monitoring has be investigated thoroughly for the possible threat it may pose to the existing organisms in the reefs or to the whole ecosystem.

2.6. Environmental Management Plan

2.6.1 Dredging

During the proposed construction of the canal, dredging and dredge-spoil disposal activities are to be undertaken in compliance with the relevant international and Indian legislative requirements. The impacts on the marine water quality can be reduced through effective management measures applied for the construction, dredging and disposal activities. An Environment Management Plan (EMP) for dredging activity is suggested in Table 4.

Table 4: Environmental Management Action Plan for dredging activity

S.NO.	Aspect	Miligation	Monitoring and Control
1.	Disturbance of seabed	Dredging to be resricted to the channel. Due to suction of turbid material by CSD, the turbidity level should be controlled within the sub – surface ocean itself. Surface water in the location should be clear from turbidity and impact on the living organisms will then be minimum.	Control the dredging activity within the specified location. Water quality and turbidity monitoring to be carried out 500 m away from dredging location. Turbidity level to be maintained within the tolerance limit.

2.	Transport of dredged materials	Dredged material to be transported through barges and there should not be any spillage of material. Overflow material to be collected by side valve and there should not be any sedimentation.	Sea water monitoring to be carried out in the dredging area for water quality check.
3.	Discharge of bilge / ballast, effluent, waste, oil, grease sewage	All dredgers deployed for the dredging work should comply with MARPOL convention and other regulations. Dredger and survey boats should not be allowed to discharge bilge or waste into marine waters.	The General Manager (project) to inspect the dredger and dredging location.

2.6.2 Emergency Response Plan

An emergency response plan has to be prepared to meet natural calamities such as cyclone, tsunami and accidental oil spill. The list below gives a broad idea of the various items under an EMP, for which funds need to be allocated in the cost estimate of an EMP.

PERSONNEL

* Training

* Periodic health check-up

* Protective devices like masks, helmets, earplugs, etc.

ENVIRONMENTAL MONITORING (INVOLVEMENT OF THIRD PARTY)

* Water quality
* Shoreline

WASTE MANAGEMENT

* Construction of sludge tanks, slop pits, associated piping & treatment
* Construction of tanks for solid wastes and treatment
* Incinerators for waste disposal

OIL SPILL MANAGEMENT

* Procurement and maintenance of the following equipment.
* Booms
* Skimmer
* Dispersant
* Recovered oil storage bins

2.6.3 Post-Project Monitoring

A comprehensive marine quality-monitoring program with periodic investigations at predetermined locations by a competitive agency is essential to ensure quality data acquisition. This program can be a continuation of the work designed for baseline quality and the parameters such as water quality, flora and fauna and shoreline are to be included in the post project-monitoring program.

The post-project monitoring can be done after 6 months of commencement of operations and once annually from the commencement of operation.

2.6.4 Hydrography and Safe Navigation

In order to ensure safety of navigation, and maneuverability of ships a Vessel Traffic's Service (VTS) must be installed to closely monitor the passage and traffic of ships through this region. Maneuverability studies in the months of Feb, Jun and July will need to be carried out using a large vessel of 10 m draught to assess the feasibility of safe transit.

Since the channel is only 300 m wide at its narrowest point, pilotage services as well establishment of suitable anchorages at either end of the channel, one each at GoM and PB are recommended.

Given the established risk to the biosphere from oil spills or other dangerous liquid all ships transiting through the SSC are fully MARPOL compliant and there may be a need to hand over this responsibility to the Coast Guard.

3.0 LAND ENVIRONMENTAL IMPACT ASSESSMENT

The objective of the study is to carry out an assessment of environmental impacts, their quantification and delineating an environmental management plan for Sethusamudram Ship Canal project to obtain environmental clearances from concerned local, state and central Government authorities. Environmental assessments are to be carried out in keeping with applicable guidelines and notifications of regulatory agencies as also the International transboundary concerns.

The EIA study has primarily drawn upon available information in the proposed project, the hydrography, ground water quality and ecological resources in the project area, and the primary data generated during the course of study. This environmental impact assessment study with intensive data collection has resulted in a fuller description and appreciation of the natural processes occurring in the study area, and delineates the environmental consequences including the ecological risk associated with or without proper environmental management plan.

3.1 Environmental Regulations

At the National level, the environmental clearance to the project is subject to compliance with stipulated safeguards under the provisions of Environment (Protection) Act, 1986; Forest (Conservation) Act, 1980; The Water (Prevention and Control of Pollution) Act, 1974; The Water (Prevention and Control of Pollution) Rules, 1975; The Water (Prevention and Control Pollution) Cess Act, 1977; The Water (Prevention and Control of Pollution) Act, 1981; and other rules and regulations in force. Land use on the coastline will be subject to regulation as per the Coastal Regulation Zone (CRZ) Notification issued by the Ministry of Environment and Forests (MOEF), Government of India (GoI) in 1991 and subsequent amendments under the Environmental Protection Act. This notification is administered by the State Department of Environment and Forests.

The Wildlife (Protection) Act of India (1972) provides legal protection to many marine animals including reef associated organisms. Chapter IV of this Act deals with Sanctuaries, National Parks etc. and is applicable to marine reserves, marine national parks and biosphere reserves. The Gulf of Mannar Marine Biosphere Reserve (GOMMBR) has been notified in 1989 through an executive communication from the Secretary to the GoI, MOEF to the Chief Secretary, Government of Tamil Nadu.

3.2 Key Findings

3.2.1 Environmental Status and Management Plans

The Palk Bay (PB) and the Gulf of Mannar (GoM) cover an area of 10,500 sq. km and are amongst the most productive, biologically rich seas of the world and their diversity is considered globally significant. In the GoM, between the coast line and the proposed alignment, there are 21 islands which have been declared National Marine Parks by the Tamil Nadu Forest Department and the MoEF, Government of India.

The data on ambient air quality, physico-chemical characteristics of ground water, soil and biological resources was collected from various sampling stations 25 km from Dhanushkodi upto Rameswaram. Primary data on ambient air quality shows SPM, PM_{10}, PM 2.5, SO_2, NO_X, NH_3, O_3, CO, benzene and metals within prescribed limits. Data on physico-chemical characteristics of ground water shows no significant variation in alkalinity (102-400 mg/l) and pH (7.2-8.2) along the proposed channel alignment. The DO values varied from 2.8 to 6.0 mg/l. Soil samples collected from land show the presence of organic carbon, total nitrogen, total phosphorous and sulphates in concentrations below adequate for biological growth.

3.2.1.1. Biological Resources and biodiversity

The biological environment consists of description of flora, fauna, natural resources and other habitats. Certain selected flagship species are identified and species descriptions included for those selected species for each community in 25 km study area.

3.2.1.2 Floral Study

There is evidence of plant destruction on roadsides by people for their day-to-day requirements because development of tourism has led to commercial and useful planting. The roadside area from Mandapam to Muguntharayar Chathiram is primarily occupied either by Casuarina or by Babul trees. The predominant flora found along the roadside are Ficus religiosa, Azadirachta indica, Samanea saman, Cocos nucifera Casuarina equisetifolia, Acacia auricaliformis, Achras sapoa, Acacia nilotica, Chloroxylon swietenia, Oscimum sanctum and Cicea acida. In some places, Tamarind trees are present. The roadside area from Muguntharayar Chathiram to Dhanushkodi is full of marshy land where plants like Spinifex squarrosus, the sand binder (Ravanan's moustache), Ipomoea pes-caprae and Acacia nilotica can be seen. Mangrove restoration is being carried out in this area and NGOs are planting mangroves on this Their route. Some species of Suaeda fruticosa were observed on the marshy land by the way to Arichalmunai. A large number of coconut trees are present on the beach side in and around Pamban and Thangachimadam.

Some birds commonly visible in Rameshwaram are Large Gray Babbler, Common Pariah Kite, Red Vented Bulbul, Common Myna, Indian Robin, Black Winged Kite, Indian House Sparrow, Scavenger Vulture, House Swift, King Vulture, Little Egret, Swallow, Koel, Common Crow, Crow Peasant and other common birds. Apart from that the swamp near the Kodandaraman Temple near Rameshwaram gives shelter to a flock of about 10,000 Flamingos every year, during the months of December to March along with various other species of waders and wetland birds.

Rameshwaram is an idyllic island that smells strongly of fish since the largest industry here is fishing, followed by tourism. Fish like Prawn, Sea Cucumber are processed here for export. Dried fish are also largely produced in and around. Rameshwaram. The waters are rich in fish variety as well as coral reef.

3.2.1.3 Land Environment

Based on analysis and interpretation of IRS IC LISS-III satellite data, merged with PAN data, the degraded area in Pamban Island has been delineated for anticipated disposal of dredged material to the extent possible with prior approval under CRZ regulations. A large stretch about 753 hectares, of such land between Rameshwaram and Dhanushkodi is available. There are no archaeologically significant structures along the proposed channel alignment.

3.2.1.4 Socio-economic Environment

Along the coasts of Gulf of Mannar and Palk Bay there are 138 villages and towns belonging to 5 districts. The socio-economic profile of the fishermen in the villages of Gulf of Mannar coast is low, and more than 40% of all families are in debt. The local people are concerned that the creation of this channel would result in the reduction of their income due to fishery.

3.3. Impacts due to the Project

3.3.1. Emissions

The atmospheric emission of SO_2, NO_X, PM_{10} and CO from domestic fuel burning (AP-42/web fire emission factors) are estimated based on the population and fuel consumption per hour and emission factors of pollutants. The pollutant emission of SO_2, NO_X, PM_{10} and CO due to vehicular transport near Dhanushkodi (place nearest to the proposed activity) are estimated based on pollutant emission factors (proposed by ARAI, Pune) and vehicular traffic volume near Dhanushkodi. It is estimated that the emission of SO_2, NO_X, PM_{10} and CO into the atmosphere is 0.093 T, 0.12 T, 0.06 T and 3.27 T respectively in the study area. During the winter season winds were recorded from N-E sector, thereby, projecting the impact zone in S-W sector. Wind speeds are found to vary between 0.5 m/s and 3 m/s. The impact of domestic fuel burning and vehicular activities within the study area and due to vehicular activities near Dhanushkodi area has been assessed using air quality models. The ground level impact of SO_2, NO_x and PM_{10} from domestic fuel burning and vehicular transport are computed using the ISC model. The maximum ground level concentrations (MGLC) of SO_2, NOX and PM_{10} are found to be 24.2 μg/m3, 30.6 μg/m3 and 14.8 μg/m3 due to area source emissions in the study area. As the proposed activities are concentrated near Dhanushkodi, the MGLCS remain same in both existing and proposed scenarios. It can be noticed that the pollutant concentrations are below the NAAQS for ecologically sensitive areas prescribed by CPCB.

3.3.2 Noise Environment

An increase of approximately 50 vehicles (buses, jeeps, trucks) near Dhanushkodi area is envisaged in the proposed scenario. The noise levels due to total of 100 vehicles (existing and proposed) are predicted to range between 32-36 dBA at distance of 50-100 m from the centre of the road. The noise level attains back ground levels at a distance of 500 m from the road edge. Thus, the impact of vehicular movement will be for short-duration and is within prescribed limits.

3.3.3 Water Environment

The likely impacts on water environment typical to Sethusamudram Canal project are on the physico - chemical, bacteriological characteristics of ground water. It is anticipated that during the construction phase, if wastewater generated is disposed into the sea it will affect sea water as well as the aquatic environment therein. If wastewater is not properly managed or treated then it will lead to the impact on nearby surface water bodies and ground water bodies. Pile driving, deposition of rubble, sand compaction and other construction work in water would cause re-suspension of sediments and turbid water.

3.3.4 Land Environment

Sethusamudram Canal project involves acquiring significant area of land for clearing the sites, soil excavation and other activities, which affect land use patterns, Secondary impacts are those of induced developments related to the project, which would place stresses on land use. Physico-chemical changes in soil quality may occur during construction mainly due to clearing of sites thereby causing soil erosion resulting in turbidity in surface run-off. Changes in the gradient of existing slopes may also occur as earth slides resulting due to blasting, rock cuts, greater over burden, excessive pore pressure. Geologic structures, soil and bed rock properties can get affected by soil excavation. Removal of vegetative cover and root structures can cause soil erosion. The project would stimulate a lot of ancillary developments like shops, restaurant, repair shops, etc. in and around the proposed activity leading to use of barren land for commercial activities.

The baseline soil quality in this region shows that soils are sandy. Areas with wasteland and marshy land are very common around the proposed site and the vegetative cover is poor. Greenbelt development on the bank along the route will help in improving the ecology and aesthetic value of the site.

3.3.5. Biological Environment

The ecosystem comprises abiotic (non-living) and biotic (living) assemblages. Coastal zones are considered the most productive ecosystems on Earth. In rural areas similar to industrially undeveloped areas, primary economic activities such as agriculture, forestry and fisheries are based on living natural resources and biological environment. From an ecological point of view estuaries: and coastal areas are important because they may contain sensitive areas, vulnerable to destruction. Coastal wetlands provide critical links between terrestrial and aquatic ecosystems.

The proposed site and surrounding areas do not have any reserved forest, mangroves etc., thus there is danger to wild life. The danger of biota getting exposed to pollutants released from sediment pore water when the bed is disturbed is minimal since the sediments of the area are free from gross contamination.

Construction and operation require manpower and labor on-site involving shifting heavy loads on slippery floors occupational hazards exist and dusty environments may cause respiratory and lung related diseases.

3.3.6. Socio-Economic Environment

The channel will establish a continuous navigable sea route around the peninsular coast within Indian territorial waters; reduce shipping distances and voyage time and also the attendant operating cost. This will become a valuable asset from national defense and security point of view enabling easier and quicker access between the coasts.

During the construction phase the land access now available to the local fisher folk to Dhanushkodi area for traditional fishing will be hindered unless alternative arrangements area made. The dredging and shipping operations will be regulated so as to cause minimum disturbance to the normal fishing activities. The movement of heavy earthmovers, excavators, transporting vehicles may increase the risk of accidents and injuries. A road safety awareness campaign should be put in place to better inform the communities about safer road habits. During the construction period there will be short-term socio- economic impacts in the study area that may include increase in floating population (contract laborers), marginal strain on the civic amenities like drinking water, sanitation, road transport and other facilities. Social security problems may increase in the community due to influx of population.

During the operations phase, effluents, e.g., treated sewage and floor washing are the significant wastes, which will be recycled and reused. However, proposed project would create certain beneficial socio-economic impacts as well as adverse ones. Before the activity is considered as complete by authorities, appropriate measures should be taken to restore the project and surrounding areas as near as possible to pre-construction condition or to conformance with project landscaping plans, and to remove all temporary structures, equipment, surplus material, refuse, and construction fencing from the project site. An emergency preparedness plan should be prepared in advance, to deal with firefighting, excavation and local communication.

3.4 Environmental Management Plan

EMP outlines the mitigation, monitoring and institutional measures to be taken during project implementation and operation to avoid or mitigate adverse environmental impacts, and the actions needed to implement these measures. Environmental impacts during construction phase, will be mainly due to civil works such as site preparation, RCC foundation, construction etc.; material and machinery transportation, fabrication and erection etc.; storage and handling of different kinds of flammable/ hazardous materials etc. The construction phase impacts are temporary (approx. 1-2 years) and localized phenomena except the permanent change in ocal landscape and land use pattern at the project site. However, they require due consideration with importance during project execution and also wherever applicable detailed protocol/procedures shall be implemented to prevent/mitigate adverse impacts and occupational hazards.

4.0 ECONOMIC ANALYSIS-SUMMARY

An economic analysis of the SSCP was carried out based on projected cash flows for a 33-year horizon, starting with the year ending 1 April, 2012. This analysis focused on the capital cost, savings to shipping, and the operating and maintenance costs. It excluded other impacts (such as of oil spills and on biodiversity). If work on the SSCP is resumed, the project is expected to be completed within 24 months from the date of approval, with the capital outlay incurred in three financial years. Commercial operations can commence from the year ending 1 April 2015. Internal rates of return (IRRs) for various scenarios have been calculated. The cash flows are at constant prices and a benchmark rate of 12% per annum has been used. This is consistent with the Planning Commission methodology for project analysis.

4.1 Design

For alignment 6, the design specified in the Detailed Project Report (DPR) prepared in February, 2005 has been used. For alignment 4A, Scheme II of the report prepared by Indian Institute of Technology, Madras (IITM, October 2008) has been used, with an additional 1.2 km sea wall; as recommended by NIO.

4.2 Capital Cost

The capital cost in domestic prices for economic analysis differs from capital cost estimates intended for financial analysis in that service tax and interest during construction (IDC) are first excluded. Subsequently a standard conversion factor (SCF) is used to convert the capital cost in domestic prices to reflect international prices.

The capital cost of alignment 6 (table 1.1) is based on information furnished by the Sethusamudram Corporation Ltd (SCL). Out of this, an amount of Rs 766.82 crores (including service tax) has been incurred. A standard text book approach is to ignore this "sunk cost." In our considered opinion, that approach is conceptually inappropriate in the current context. The capital cost of alignment of 4A (table 1.2) was obtained by adjusting the capital cost of alignment 6, by a methodology recommended by the NIO. The capital cost estimates, given the time elapsed since preparation; very likely err on the side of optimism. Table1.3 for instance shows how a major item of capital cost-the dredging cost-increased significantly from 2005 to 2007.

4.3 Economic Savings

As with the DPR, the primary focus has been on forecasting relevant traffic that would use the Sri Lanka route, and then determining the sub-set of this traffic that would find it technically feasible and financially optimal to use the SSCP. The methodology is shown in figure 1. Savings on time (using charter rates) and fuel have then been estimated. Three traffic forecast scenarios were worked out for each alignment: expected (most likely), optimistic and pessimistic. Key assumptions are in table 2. Some assumptions in the "expected" scenario (such as the depth: draft ratio, the speed in the SSCP, the number of days of operation, and the time taken for pilot boarding/de-boarding) may be viewed as somewhat optimistic. Standard guidelines provide for a 1.1:1 depth: draft ratio in sheltered water, a depth: draft ratio of 1.3:1 in waves up to 1 metre height, and 1.5:1 in higher waves with unfavourable periods and directions. Again, given information on currents in the NIO report, the specified speed of 8 knots may not be feasible. Operational days may reduce because of the monsoon. Some of these assumptions have been modified in the sensitivity analysis.

4.5 Operating and maintenance costs

The annual operating and maintenance costs comprise maintenance dredging and other operating and maintenance costs. NIO has confirmed that the maintenance dredging physical quantities are as per the DPR. Maintenance dredging costs have been computed using a rate of USD 4 per cubic metre. Insurance was computed at 1% annually on other shore and offshore infrastructure, and civil works (excluding dredging). Other operating costs have been arrived at using the DPR costs adjusted with the WPI (Wholesale Price Index). Subsequently a standard conversion factor (SCF) was used to convert the capital cost in domestic prices to reflect international prices. It is important to note that environmental management costs during the operational phase are not included.

4.6 Viability

The analysis shows (table 3) that neither alignment meets the benchmark rate of return of 12% for a "base case" – it may be recollected that both capital cost and economic savings have an element of optimism. A range of scenarios for alignment 4A (that has a slightly higher return than alignment 6) are also shown– more "realistic" assumptions impact viability further. The omission of sunk costs does not change the viability outlook. Valuation of oil spills, impact on biodiversity and so on will only add to significant costs impacting viability further.

Figure 2: SSCP-Economic Savings Forecast Methodology

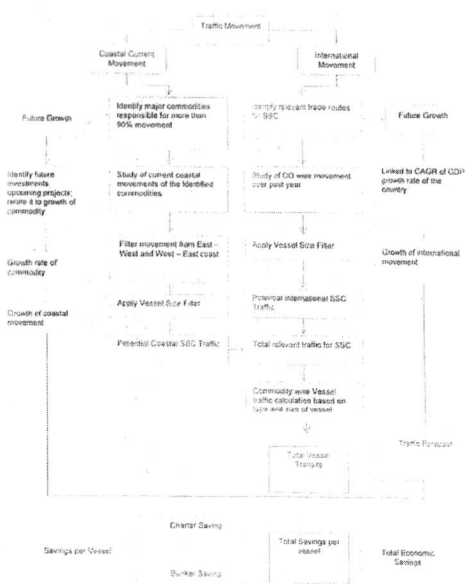

Table 5: SSCP Capital Cost [Alignment 6]

Amount in Rs Crores		
	DPR	SGL
	February 2005	February 2010
Preliminary expenses	10.00	10.00
Land acquisition	5.00	10.00
Dredging [excluding service tax]	1719.60	3234.21
Navigation aids	10.90	10.90
Tugs and boats	157.60	204.10
VTMS	65.90	155.00
Other shore and offshore infrastructure	234.40	370.00

Construction	84.00	236.00
Coastal community development	60.00	179.00
Civil works	144.00	415.00
Consultancy and supervision	20.00	30.42
Contingency	100.00	94.5
TOTAL PROJECT COST	2233.00	4164.21
[Excluding service tax and IDC]		
Service tax	0.00	339.88
Project cost with service tax	2233.00	4504.09

Source: DPR (February 2005) and SCL (February 2010)

Table 6: SSCP-Savings in Dredging Cost: Alignment 4A over Alignment 6

Excludes Service Tax

	Alignment 6				Alignment 4A		
	Quantity	Rate	Amount		Quantity	Rate	Amount
	Millioncu m	Rs	Rs Crores		Million cu m	Rs	Rs Crores
Work 'A'	28.5	609.8	1737.930	Gulf of Manner[b]	60.0	271.24	1627.44
Add: Over dredging @4%			69.52	Add: Over dredging @4%			65.10

Work 'B'[a]	19.55	213.07	416.55	Land Channel Scheme II[c]			300.00
Add: Over dredging @4%			16.31	Sea - wall[d]			9.60
			2240.31				2002.14
Savings in Dredging cost: Alignment 4A Alignment 6[e]							238.17

[a]Work 'B': Dredging Rate-Already completed @ Rs 196.33 and future work @ Rs 271.24 [Source: SCL February 2010]

[b]Gulf of Mannar: Dredging Rate @ Rs 271.24 [same as Work 'B' in alignment 6]

[c]Source: IITM report (2008)

[d]Computation: 1.2 kms at Rs 0.80 lakhs/metre [Source: NIO]

[e]Assumes that mob/de-mob, environmental monitoring costs, project specific expenditure and provision for bad weather same for both alignments

Table 7: SCCP Dredging Costs-Alignment 6

Excluding Service Tax

	DPR			MOST			MOST (Adjusted)			SCL	
	February 2005			December 2007			December 2007			February 2010	
Work Segment	Qty Million cu m	Amount Rs crores	Work Segment	Channel width	Qty Million cu m	Amount Rs crores	Channel width	Qty Million cu m	Amount Rs crores	Qty Million cu m	Amount Rs crores

			A	180m	19.50	1170.49	300m	28.50	1710.72	28.50	1904.88
A&B	48.00	1143.57	B	300m	19.55	497.48	300m	19.55	497.48	19.55	468.84
C&D	34.50	576.03	C&D	300m	33.80	847.31	300m	33.80	847.31	33.80	860.49
		1719.60				2515.28			3055.51		3234.21
						In-crease over DPR			1335.91 over MOST	In crease	178.70
The MOST assumed part of the channel to be 180 metres wide, the adjusted column reflects a 300 m width											

Source: DPR (February 2005), MOST (December 2007), and SCL (February 2010)

Table 8: SSCP-Key Assumptions in Forecasting Economic Savings

Item	Assumption
Channel length	Alignment 6: 167.8 kms/ 90.6 NM [Source: DPR] Alignment 4A: 165 kms/ 89 NM [Source: NIO]
Port – pair distances	Alignment 6: As per the Chief Hydrographer to GOI [Source: Report of Committee of Eminent Persons, November 2007] Alignment 4A: Above Port – pair distances for SSCP reduced by 65 kms/ 3.5 NM [Source: NIO]
Depth: Draft Ratio	1.1:1 NIO recommended 1.3:1, this ratio is used in sensitivity analysis

Fuel	IFO (intermediated fuel oil) outside Channel, MDO (marine diesel oil) in SSCP. Fuel prices based on 46 month (ending October 2010) international price average. (Prices for economic analysis exclude Indian duties.)
Average speed	8 knots in SSCP, 12 Knots outside [Source: DPR]
Number of days operation, annually	330 days
Pilot boarding/de boarding time	2 hours [Source: DPR]

Table 9: SSCP-Internal Rates of Return

	Base: Expected Traffic	Optimistic Traffic	Pessimistic Traffic
Alignment 6	4.36%	7.78%	1.00%
Alignment 4A	4.82%	8.23%	1.46%
Alignment 4A: Sensitivity			
Capital Cost increased by 20%	3.83%	7.23%	0.49%
Speed Reduction to 7 Knots	4.20%	7.65%	0.78%

Depth: Draft Ratio increased to 1.3:1	3.91%	7.36%	0.44%
Operating Cost increased by 10%	4.65%	8.12%	1.20%

5.0 CONCLUSIONS AND RECOMMENDATIONS

There are several elements of the analysis presented in the foregoing pages which are relevant in arriving at a set of conclusions and framing recommendations for action. Firstly, it would be necessary to understand that the area surrounding the proposed Alignment 4A is characterized by several stresses on the ecosystems, some of which are human induced and others that are the result of natural phenomenon. The essential conclusions to be drawn should focus on:

1) All considerations covering risk management that would be relevant to the proposed project

2) Various cost and benefit considerations that would define the economic viability, or otherwise, of the proposed project

A risk management approach would require complete understanding and proper description of existing stresses in the ecosystems of that entire location. In that regard, it needs to be noted that:

a. Death of corals due to various reasons such as sedimentation, diseases, and algal overgrowth needs to be investigated further to conserve this ecosystem. This would require long-term investigation and analysis because the decline in the coral wealth of the location is clearly the result of drivers which are long-term in nature

b. Overfishing and the failure of regulatory practices have led to a decline in fish catch.

C. The decline of the seagrass population is governed by both natural and anthropogenic processes.

d. Eleven species of animals in the GoM and PB have received considerable scientific attention due to their economic importance or ecologically vulnerable status. Typical threats to the species concerned have been identified in this study.

One important factor that was not possible to be covered in this study for a variety of reasons, but which would very likely prove relevant to the operational viability and the very design features of the project, would be the impacts of climate change. Indeed, the investigation has estimated the extent of sea-level rise that has taken place over the last century. And more importantly, during the period 1993- 2007, the global sea-level rise trend has been higher than the trend during the 20th century. The additional 2 m height provided has been assessed as being adequate to address the expected sea-level rise in the future. However, storm surges and extreme weather events could be expected to exacerbate the effect of average sea-level rise in that location. Further, it would be difficult to conclude that past trends in the frequency and intensity of cyclonic activity would remain unaltered. This again is a matter that requires rigorous analysis using global climate models suitably down-scaled to come up with some range of estimates on projected cyclonic activity. In other words, for infrastructure to be created in such a fragile ecological zone, a rigorous analysis of possible scenarios related to the impacts of climate change would be critical in decision-making that aims to minimize risk both in economic as well as ecological terms.

Another important aspect of risk management relates to the possibility of oil spills which, even with the most stringent measures and precautions, would be difficult to rule out completely. The study clearly finds that oil spills could possibly pose a risk to the biosphere reserve, which needs to be protected under all conditions. A number of measures have been identified for minimizing the impacts of possible oil spills, but it would not be possible under any circumstances to conclude that (a) oil spills can be eliminated or prevented completely and (b) that in the event of an oil spill, there would be no threat to the biosphere reserve.

From the foregoing, it can be seen that the project, including the possibility of adopting Alignment 4A, could potentially result in ecological threats that could pose a risk to the ecosystems in the surrounding area and, in particular, to the biosphere reserve. It should also be emphasized that prudent adaptation strategy to deal with projected impacts of climate change should ensure that infrastructure investments are made in a way that will not pose any risk to life or property. In this case, the consideration of life would also extend to the biosphere reserve apart from the engineered infrastructure that is constructed.

Turning to the economic analysis of the project, it is concluded that the benchmark rate of return of 12% is not met for the range of scenarios examined in the case of Alignment 4A. It is also concluded that a more realistic set of assumptions would impact viability adversely even further. The economic analysis also brings out the fact that the assumptions used are somewhat optimistic, and obviously do not take into account the possibility of adverse effects of delays, engineering "surprises," and other factors that could affect the cost of the project upwards.

On the basis of the foregoing analysis and the importance of observing a risk management approach, both in ecological as well as economic terms, it appears questionable whether Alignment 4A represents an attractive or even an acceptable option. Given the doubts raised by the detailed analysis which has been carried out, it is unlikely that the public interest would be served by pursuing the project on the basis of Alignment 4A.

February 2012

இணைப்பு 24

சேது சமுத்திரத் திட்டம் - ஏன்? எதற்காக?

தமிழகத்தின் முதலமைச்சராக எம்.ஜி.ஆர். இருந்த போது, சேது சமுத்திரத் திட்டத்திற்காக முயற்சிகள் ஏதாவது எடுத்தாரா?

தமிழகத்திலுள்ள அனைத்து அரசியல் கட்சிகளுக்கு எதில் கருத்து வேற்றுமை இருந்தாலும், சேது சமுத்திரத் திட்டத்தைப் பொறுத்தவரை அதற்கு ஆதரவாக தீர்மானம், அறிக்கைகள் மூலமாக குரல்கொடுத்து வந்திருக்கின்றன. அந்த வகையில் தமிழகத்தின் முதலமைச்சராக இருந்த எம்.ஜி.ஆர். தமது ஆட்சிக் காலத்தில், சேது சமுத்திரத் திட்டத்தை மத்திய அரசு கால தாமதம் செய்யாமல் உடனடியாக நிறைவேற்ற வேண்டும் என்று தமிழக சட்டப் பேரவையில் 10.05.1986-இல் தனித் தீர்மானம் கொண்டுவந்து நிறைவேற்றினார். அ.தி.மு.க.வைச் சேர்ந்த செ. செம்மலை, தீர்மானத்தை முன்மொழிந்தார்; அதே கட்சியைச் சேர்ந்த ச. ஞானசுந்தரம் வழிமொழிந்தார்.

இந்தத் தீர்மானத்தின்மீது அ.தி.மு.க.வைச் சேர்ந்த செ. செம்மலை, பா. வளர்மதி, டாக்டர்.கே. சமரசம், தி.மு.க.வைச் சேர்ந்த மு. ராமநாதன், காமராஜ் காங்கிரஸ் கட்சியின் சார்பாக க. பாரமலை, காங்கிரஸ் கட்சியின் சார்பாக டி. யசோதா, டி.ஆர். வெங்கட்ரமணன், காந்தி காமராஜ தேசிய காங்கிரஸ் சார்பாக குமரி அனந்தன், முஸ்லிம் லீக் சார்பாக ஏ.கே.எஸ். அப்துல் சமது ஆகியோர் 'சேது சமுத்திரத் திட்டத்தை இனியும் காலம் தாழ்த்தாமல் மத்திய அரசு உடனடியாக நிறைவேற்ற வேண்டும்' என்று கோரி உரையாற்றினார்கள்.

எம்.ஜி.ஆர். முதலமைச்சராக இருந்தபோது, சேது சமுத்திரத் திட்டத்தை மத்திய அரசு விரைந்து நிறைவேற்ற வேண்டும் என்று கொண்டுவரப்பட்ட தீர்மானத்தின்மீது அ.தி.மு.க. சட்டமன்ற உறுப்பினர்கள் ஆற்றிய உரையின் சில பகுதிகள் மட்டும் இங்கே பதிவு செய்யப்பட்டுள்ளது.

Map showing six alignements

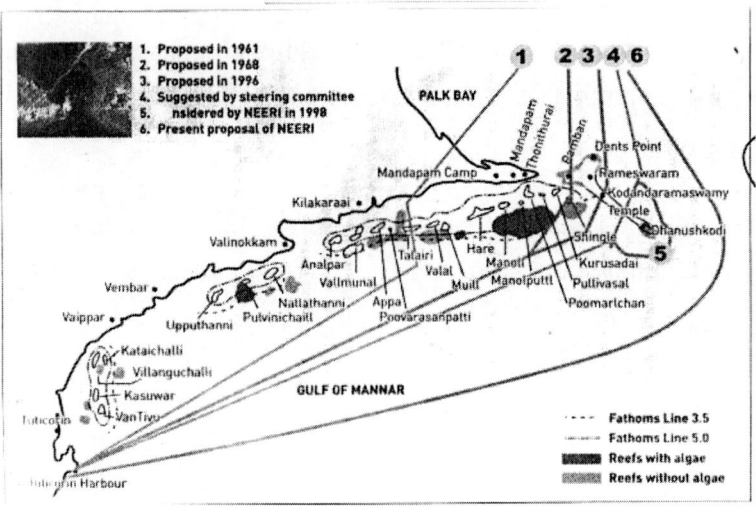

இணைப்பு 25

சேது சமுத்திரத் திட்டம்

மீனவச் சமுதாயம் அடையும் நன்மைகள்:

சேது சமுத்திரத் திட்டத்தால் மீனவச் சமுதாயம் உள்ளிட்ட திட்டப்பகுதி மக்கள் அடையவிருக்கும் நன்மைகள்:

* ஆதாம்பாலம் வழியாக மன்னார் வளைகுடாவிற்கும் பாக் விரிகுடாவிற்கும் இடையில் மீன்பிடிப் படகுகள் தடையின்றி செல்லமுடியும்.

* திட்டப்பகுதியில் இராமநாதபுரம் மாவட்டம் - தொண்டி, தஞ்சாவூர் மாவட்டம் - சேதுபாவாசத்திரம், நாகப்பட்டினம் மாவட்டம் - மல்லிப்பட்டினம் ஆகிய இடங்களில் மீன்களை இறக்கவும், சேகரிக்கவும் வசதி கொண்ட மீன்பிடித் துறைமுகங்கள் உருவாக்க இத்திட்டத்தில் வழிவகை செய்யப்பட்டுள்ளது. மாநில அரசுக்கு இதுகுறித்து மத்திய அரசும், தூத்துக்குடித் துறைமுகமும் அறிவித்து நிதியுதவி அளிக்கும் வகையில் திட்டங்கள் கோரப்பட்டிருக்கின்றன.

* இராமநாதபுரம் மாவட்டத்தில் 'ஒரு பலநோக்கு சிறிய துறைமுகம்' அமைக்க ஏறத்தாழ 45 கோடி ரூபாய் நிதி இத்திட்டத்தில் ஒதுக்கப்பட்டுள்ளது.

* நாகப்பட்டினம், கடலூர், பாண்டிச்சேரி ஆகிய சிறு துறைமுகங்கள் துரித வளர்ச்சிப் பெறும்.

* மீன் பதப்படுத்தப்படும் நிலையங்கள், குளிர்சாதன சேமிப்புக் கிடங்குகள் அனைத்து மாவட்டங்களிலும் உருவாகும்.

* கடற்கரையோர மக்களின் வருவாயை பெருக்கும் விதமாக 'கடல்சார் தொழிற் பயிற்சிகள்' நடத்தப்படும்.

* கடற்கரையோர கிராமங்களில் மக்களின் வசதிக்காக சிறு கட்டமைப்புகள் சேது சமுத்திர நிறுவனத்தால் செய்து தரப்படும். இதற்காகவும் நிதி ஒதுக்கப்பட்டுள்ளது.

* சேது சமுத்திரத் திட்டம் மற்றும் அதைச் சார்ந்த திட்டங்கள் மூலம் நேரடி மற்றும் மறைமுக வேலைவாய்ப்புகள் பெருகும்.

* திட்டப்பகுதியில் தொழில் வளர்ச்சி பெருகும்பொழுது, அதனால் உடனடியாக பயன்பெறப்போவது அப்பகுதி மக்கள்தான். அதில் மீனவச் சமுதாயமும் அடங்கும்.

* சேது கால்வாய் இந்திய - இலங்கை கடல் எல்லையைச் சார்ந்து அமையப்போவதால், மீனவர்கள் எல்லை தெரியாமல் இலங்கை கடல் பகுதியில் சென்று அதனால் அவதிக்குள்ளாகும் நிலை நீங்கும்.

* சிறு துறைமுகங்கள் மற்றும் மீன்பிடித் துறைமுகங்கள் உருவாக்கம் மாநில அரசின் மூலம்தான் செய்திடமுடியும். அத்தகைய உருவாக்கத்திற்கு சேது கால்வாய்த் திட்டத்தில் ரூ. 60 கோடி ஒதுக்கப்பட்டு மாநில அரசோடு தொடர்புகொள்ளப்பட்டு வருகிறது. மாநில அரசு ஒத்துழைத்தால் இவைகள் உடனடியாக நிறைவேறும்.

இணைப்பு 26

சேதுவில் கப்பல் விடுவோம்

கி.பி. 1342-இல் இராமேசுவரத்திற்குப் படையெடுத்து வந்த போசள அரசன் மூன்றாம் வீரவல்லாளன் சேது மூல ஜயஸ்தம்பம் (சேது ஓரத்தில் வெற்றித்தூண்) நட்டான் என்று அதே எஸ். கிருஷ்ணசாமி அய்யங்கார் (Sout India and Her Muhammadian Invaders - பக்கம் 172) அதே நூலில் தெரிவித்துள்ளார்.

நாயக்க மன்னர்களின் படைகளும் இலங்கைக்குக் கப்பலில்தான் சென்றன. கி.பி. 1414-ல் யாழ்ப்பாணத்தை ஆண்டு கொண்டிருந்த பரராசசேகரன் திரிகோண மலையிலிருந்து கற்களைக் கொணரச்செய்து, அவற்றைச் செதுக்கிச் சிற்பங்களாக்கியபின், படகுகளில் அவற்றை இராமேசுவரம் கொண்டுவந்து, கோயிலின் ஒரு பகுதியைக் கட்டினான் என்று கே.கே. பிள்ளை (South India and Sri Lanka - பக்கம் 108) தனது நூலில் கூறியுள்ளார்.

கி.பி. பதின்மூன்றாம் நூற்றாண்டில் பாண்டி நாட்டுத் துறைமுகத்திற்கு வருகை தந்த மார்க்கோ போலோ முதல் கி.பி. பதினாறாம் நூற்றாண்டில் வந்த ஓடோவிகோ டீ வர்த்தெமா வரை வந்த வளைகுடாவைக் கடந்து சோழமண்டலக் கடற்கரைக்கு வந்ததாக மாநில நிர்வாக ஆவணத்தில் (பக்கம் 12) தெரிவிக்கப்பட்டுள்ளது.

1480-இல் கடுமையான புயல் வீசி ஆதாம் அணைக்குப் பெருத்த சேதம் ஏற்பட்டதாக இராமேசுவரம் கோயில் பதிவேடுகள் தெரிவிப்பதாக ஜோன்ஸ் வால்த்தெர் தன்னுடைய ஆய்வுக் கட்டுரையில் (பக்கம் 4) சுட்டிக்காட்டியுள்ளார்.

கண்டி மன்னன் ஒருவன் கண்டியில் கற்களைச் செதுக்கிச் சிற்பங்களாக்கியபின், அவைகளைப் படகுகளில் இராமேசுவரம்

கொண்டு வந்து, கோயிலின் ஒரு பகுதியைக் கட்டினான் என்று எஸ். கிருஷ்ணசாமி அய்யங்கார் (South India and Her Muhammedian Invaders - பக்கம் 3) தனது நூலில் தெரிவித்துள்ளார்

இடைக்காலத்தில், இந்தியா வந்த ஐரோப்பிய பயணிகள்கூட பாக் விரிகுடாவில் இருக்கும் தொண்டி துறைமுகத்தைப் பற்றியும் மன்னார் வளைகுடாவில் இருக்கும் கீழக்கரைத் துறைமுகத்தை பற்றியும் அவ்விரு துறைமுகங்களுக்கு இடையே உகந்த போக்குவரத்திற்குரிய கடல் ஆழம் இல்லாத நிலையிலும் கடல்வழி சரக்குப் பரிமாற்றம் இருந்தது குறித்து குறிப்பிட்டு இருக்கிறார்கள்.

ஆங்கிலேயர்கள் பலர் ஆழமில்லா பாக் நீரிணையில் பயணம்செய்ய முயற்சித்து, பாக் நீரிணையில் பல கப்பல்கள் மூழ்கியதாக வரலாறு தெரிவிக்கின்றது.

இராமேசுவரத் தீவுகள் ஏறத்தாழ 1,25,000 ஆண்டுகளுக்கு முன்பு உருவாகியிருக்க வேண்டும் என்றும் இந்திய மண்ணியல் ஆய்வுத்துறை கூறியுள்ளது.

1804-ஆம் ஆண்டு கிழக்கிந்திய கம்பேனியின் சர்வேயர் ஜெனரலாக இருந்த ஜேமீஸ் ரேனல் என்பவர்தான் முதன் முதலில் ஆதாம் இணைப்பு என்ற பெயரை உலகிற்கு அறிமுகப்படுத்தியவர்.

1838-ஆம் ஆண்டு காலத்திலேயே, இன்று இராமர்பாலம் என்று பொய்ச்சாயம் பூசி அகற்றவிடாமல் கலகம் செய்யும் பகுதிகளை உடைத்து ஆழப்படுத்தும் பணி துவங்கிவிட்டது: 1838-இல் நடைப்பெற்ற அகழ்வுப்பணியில் மிகச்சிறிய மரக்கலங்கள் சென்று வரும் அளவிற்குத்தான் கடற்பகுதிகள் ஆழப்படுத்தப்பட்டன: ஆனால் அதிக அளவில் அகழ்வுப்பணிகள் தொடர்ந்து நடைபெறவில்லை.

பத்தொன்பதாம் நூற்றாண்டில் இலங்கைத் தேயிலைத் தோட்டங்களுக்குச் சென்ற தொழிலாளர்களும், பிற காரணங்களுக்காக இலங்கை சென்றவர்களும் இராமேசுவரத்திலிருந்து மன்னாருக்குத் தோனிகளில்தான் சென்றனர்.

மக்கள் காலால் நடக்க உகந்ததாக சேதுக் கரை, அந்த மணல்திட்டு வரலாற்றில் எந்தக் காலத்திலும் இருந்ததில்லை என்பதைத்தான் இந்தப் போக்குவரத்து கப்பல் செய்திகள் கூறும் உண்மைகள் ஆகும். எனவே சேதுக்கரை ஒரு பாலமும் இல்லை: அதன் வழி மக்கள் போய் வரவும் இல்லை என்பது தெளிவாகும்.

ஜூன் 9-ம் தேதி 2007-இல் கார்வாரில் இருந்து, அதானி எக்ஸ்போர்ட் லிமிடெட் என்ற நிறுவனத்திற்குச் சொந்தமானக் கப்பல் பார்ஜர் 05 விடி.ஆர்.டி.வி 00862 என்ற எண் கொண்டு இராமேசுவரம் வழியாக விசாகப்பட்டினத்திற்கு வந்து கொண்டிருந்தது. அதிக நீள அகலம் கொண்ட அந்தக் கப்பல் ஆதாம்பாலம் பகுதியைக் கடக்கும்பொழுது இரண்டாம் மணல்திட்டில் தரை தட்டி நின்றது.

கப்பல் தரை தட்டிய செய்தி கிடைத்ததும், சம்பவ இடத்திற்குத் தனது கடலோரக் காவல்படையினருடன் விரைந்து சென்று பார்வையிடுகிறார் உத்திரவு அதிகாரி (கமாண்டிங் ஆபிசா) ஜனார்த்தனன்.

சூயஸ் கால்வாய்

இன்று மத்திய தரைக் கடலையும் செங்கடலையும் இணைத்து அருமையான கப்பல் போக்குவரத்து 75 ஆண்டுகளாக வெற்றிகரமாக நடந்து வருகிறது. பிரிட்டன் ஏகாதிபத்தியம் அன்று இக்கால்வாய் வெட்டுவதற்குத் தடையாக இருந்தது. லெஸெப்ஸ்ஸின் முயற்சியால் இந்தப்பணி முடிக்கப்பட்டது. விசுவாசம் உள்ள இளவரசன் கால்வாய் என்று துவக்கத்தில் அழைக்கப்பட்டது. இவர் 1858-இல் தனது நிறுவனத்தை 400 பங்குகளுடன் தொடங்கி பிரஞ்சு, எகிப்து ஆதரவோடு விடாமுயற்சியோடு கால்வாய் வெட்டும் பணியைச் செய்தார். 1859-இல் தொடங்கி 1869-இல் நவம்பர் 17-இல் சூயஸ் கால்வாய் வெட்டிமுடிந்து திறக்கப்பட்டது. தடைகளை ஏற்படுத்திய பிரிட்டன் ஏகாதிப்தியம் பாராட்டியது. ஆனால் 1875-ஆம் ஆண்டு இந்தக்

கால்வாயைத் தன் படைகளால் ஆக்கிரமித்துக் கொண்டது. பிறகு 1956-இல் தான் பிரிட்டன் இந்தக் கால்வாயிலிருந்து தனது படையை விலக்கிக்கொண்டது. எகிப்தியர் முன்னிலையில் இதனைக் தேசியமயமாக்கப்படுவதாக அதிபர் நாசர் அறிவித்தார். அதனால் பிரிட்டன், பிரான்ஸ் படைகளின் உதவியோடு எகிப்துமீது இஸ்ரேல் படை எடுத்தது. இதனால் 1969-ஆம் ஆண்டு முதல் 1975-வரை நீண்டக்காலம் மூடப்பட்டு இருந்தது.

படம்: மறவன்புலவு க.சச்சிதானந்தம்

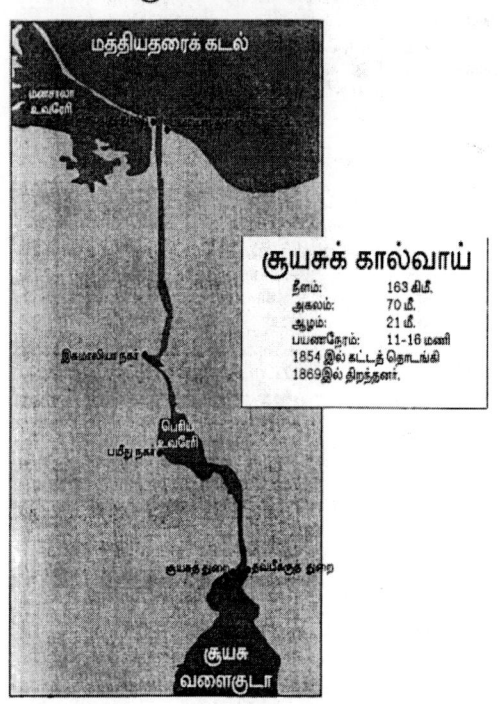

சூயசுக்கால்வாய்

தென் அமெரிக்கா மற்றும் வட அமெரிக்கா கண்டங்களின் கடல் பகுதிகளை இணைக்கும் ஆதாம்பாலம் போன்ற மணல் பாலத்தின் மீதுதான் பனாமா கால்வாய் வெட்டப்பட்டு இன்றுவரை கப்பல் போக்குவரத்து மிகச்சிறப்பாக நடைபெற்றுவருகிறது.

பனாமாக்கால்வாய்

வட அமெரிக்காவின் கிழக்குக் கரையிலிருந்து மேற்குக் கரைக்குக் செல்லத் தென் அமெரிக்காவைச் சற்றி 22,000 கி.மீ. கப்பலில் பயணிக்க வேண்டி இருந்தது. இடையே உள்ள நில இடுக்கில் நிலத்தை வெட்டிக் கால்வாய் அமைத்தால் அந்தப் பயணம் 600 கி.மீ. ஆகக் குறையும். எனவே கி.பி. 1880-இல் பனாமாக் கால்வாயை வெட்டத் தொடங்கி கி.பி. 1914-இல் கப்பல் பயணத்திற்குத் திறந்தனர்.

பனாமாக் கால்வாய்

டச்சு குடும்பத்தில் பிறந்த தியோடர் ரூஸ்வெல்ட்டு என்பவர் உலக நாடுகள் பல இடையூறுகள் பற்றி எழுப்பியும் தொடர்ந்து இப்பணியைச் செய்துமுடித்தார். இதற்கு 373,600.000 டாலர் செலவு செய்யப்பட்டது.

கனடாவிற்கு அருகில் இருக்கும் நியுட் பவுண்ட் லாண்ட் தீவுகளுடன் இணைக்கும் மணல்திடலையும். ஆஸ்திரேலியா விற்கு அருகில் இருக்கும் டாஸ்மேனியா தீவுகளையும் புருனீ தீவுகளையும் இணைக்கும் மலையையும் வெட்டித்தான் கால்வாய் அமைத்துக் கப்பல் போக்குவரத்துகள் நடைமுறைப் படுத்தப்பட்டுள்ளன.

நியூசிலாந்து தீவை, அதன் அருகில் இருக்கின்ற ஆக்லாந்து தீவுகளுடனும், கிரேட்டர் ஆக்லாந்து தீவுகளோடும் இணைப்பதும் மணல் இணைப்பை வெட்டி ஏற்படுத்தப்பட்ட கால்வாய்களே.

உலகம் முழுவதும் ஆங்காங்கே ஆதாம்பாலம் போன்ற மணல்திட்டுகள் உள்ளன. ஆனால் அந்தந்த நாடுகளிலெல்லாம் யாரும் இங்குக் குழப்பம் செய்பவர்களைப்போல புராணங்களைக் காட்டியோ, இதிகாசங்களைக் காட்டியோ குழப்பம் ஏற்படுத்தாமல், நாட்டின் முன்னேற்றத்தில் தங்களின் தனிப்பட்ட பங்கை நிரூபிப்பதற்காக ஒவ்வொரு குடிமகனும் போட்டி போட்டுக்கொண்டு மிகுந்த அக்கரையுடன் செயல்பட்டு வருகிறார்கள்.

மாதிரிக்கால்வாய்கள்

இன்று மத்திய தரைக் கடலையும் செங்கடலையும் இணைத்து அருமையான கப்பல் போக்குவரத்து 75 ஆண்டுகளாக வெற்றிகரமாக நடந்து வருகிறது. நியூசிலாந்து தீவை, அதன் அருகில் இருக்கின்ற ஆக்லாந்து தீவுகளுடனும், கிரேட்டர் ஆக்லாந்து தீவுகளோடும் இணைப்பதும் மணல்திடலை வெட்டி எடுக்கப்பட்டு ஏற்படுத்தப்பட்ட கால்வாய்களே.

கனடாவிற்கு அருகில் இருக்கும் நியுட் பவுண்ட் லாண்ட் தீவுகளுடன் இணைக்கும் மணல் திடலையும் ஆஸ்திரேலியாவிற்கு அருகில் இருக்கும் டாஸ்மேனியா தீவுகளையும் புருனீ தீவுகளையும் இணைக்கும் திடலையும் வெட்டித்தான் கால்வாய் அமைத்துக் கப்பல் போக்குவரத்துகள் நடைமுறைப்படுத்தப்பட்டுள்ளன.

இணைப்பு 27
சேதுக் கால்வாய் திட்டம் தோன்றிய நிகழ்வுகள்

1860 - சேதுக் கால்வாய் கமாண்டர் டெய்லர் திட்டம் - 1

இந்தியக் கடல்சார் பணிகள் துறையில் பணியாற்றிய கமாண்டர் டெய்லர் என்பவர் 1860-ஆம் ஆண்டில் கொடுத்த செயற்குறிப்புதான் இவ்வகையில் தென்கடற் பகுதியில் முதன்முதலில் கொடுக்கப்பட்ட திட்டமாகும்.

1861 - சேதுக் கால்வாய் டவுன்செண்ட் திட்டம் - 2

1861-இல் டவுன்செண்ட் கடப்பதற்கு அரியதாக இருந்த பாம்பன் கால்வாயைப் பெரிய கப்பல்கள் வந்து செல்ல வசதியாக ஆழப்படுத்துவதாக இவரது திட்டம் இருந்தது.

1862 - சேதுக் கால்வாய் நாடாளுமன்றக் குழுத் திட்டம் - 3

ராமேசுவரம் தீவின் குறுக்காக ஒரு கால்வாய் வெட்டுவது குறித்து அந்நாள் மேதகு இங்கிலாந்து அரசியாரின் அரசைச் சேர்ந்த நாடாளுமன்றக் குழு ஒன்று சுமார் இரண்டு மைல் தொலைவில், அத்தீவை நேர் வடக்காகக் கடந்துசெல்லும் வகையில் ஒரு கால்வாய் அமைக்க பரிந்துரை செய்தது.

1863 - மேதகு ஆளுநர் சர். வில்லியம் டென்னிசன் திட்டம் - 4

சென்னை மாகாண ஆளுநர் பொறுப்பில் இருந்த மேதகு சர்.வில்லியம் டென்னிசன் திட்டம்.

1871 - சேதுக் கால்வாய் ஸ்டோடார்ட் திட்டம் - 5

1873 - சேதுக் கால்வாய் ராபர்ட்சன் திட்டம் - 6

இந்திய அரசின் துறைமுகப் பொறியாளர் ராபர்ட்சன் திட்டம்.

1884 - சேதுக் கால்வாய் சர் ஜான்கோட் திட்டம் - 7

தென்னிந்திய கப்பற்கால்வாய்த் துறைமுக நிலக்கரியேற்று நிலைய நிறுவனம் ராமேசுவரம் தீவின் குறுக்காக ஒரு கால்வாய் அமைப்பது குறித்த திட்டத்தைப் பரிசீலித்தது.

1903 – சேதுக் கால்வாய் தென்னிந்திய ரயில்வே பொறியாளர்கள் திட்டம் – 8

1922 – சேதுக் கால்வாய் சர் ராபர்ட் பிரிஸ்தோ திட்டம் – 9

1.11.1955 – இந்திய அரசு இன்று தீர்மானம் எண். 9-பி.-2(23)55 இன் மூலம், சேது சமுத்திரத் திட்டக் குழு என்றொரு திட்டக் குழுவை அமைத்தது. 1956 சேது சமுத்திர குழுவின் அறிக்கையையும் அதனுடன் இணைந்த மதிப்பீடுகளையும் அளித்தது.

31.3.1958 – டெல்லியில் துறைமுக அதிகாரிகள் ஐ.ஜி.சுக்லா, மத்ராணியை திரவியரத்தின நாடார் குழு சந்திப்பு.

8.4.1958 – பிரதமர் நேருவைச் சந்தித்து மேற்கூறிய திரவியரத்தின நாடார் குழு திட்டத்தை வலியுறுத்தல்.

2.4.1959 – தூத்துக்குடியில் பிரதமர் ஜவகர்லால் நேரு அவர்களிடம் முதலமைச்சர் காமராசர் முன்னிலையில் சேதுக் கால்வாய் திட்டத்திற்கான மனு கொடுக்கப்பட்டது.

1960 – தமிழ்நாடு சட்ட பேரவையில் அண்ணா உரை.

12.9.63 – ஜவகர்லால் நேரு அமைச்சரவைக் கூட்டத்தில் இத்திட்டத்தை நான்காவது ஐந்தாண்டு திட்டத்தில் சேர்க்க முடிவுச்செய்யப்பட்டது.

1964 – தூத்துக்குடி துறைமுகத்தை லால்பகுதூர் சாஸ்திரி தொடங்கி வைத்தல்.

1965 – வி.சி. வெங்டேசுவரன் அறிக்கை.

1967 – டாக்டர் நாகேந்திர சிங் குழு அறிக்கை.

23.7.67 – எழுச்சி நாளாக அறிவித்தல்.

1972 – இந்திராகாந்திடம் தூத்துக்குடியில் மனு.

1980 - ஜேம்ஸ் ஐசக் கோவில் பிள்ளை அறிக்கை.

8.8.81. - எச்.ஆர். லட்சுமி நாராயணன் குழு அமைக்கப்பட்டது.

11.8.81 - எம். கல்யாணசுந்தரம், ஆர்.வீ. சீனிவாசன் பொதுவுடமைக் கட்சியினர் மத்திய அரசிடம் மனு.

5.4.82 - பழ. நெடுமாறன் தமிழ்நாடு சட்ட பேரவையில் தீர்மானம் கொடுத்து உரையாற்றுதல்.

15.4.82 - முதல் 15.5.1982 வரை தமிழ்நாடு முழுவதும் பழ. நெடுமாறன் கலந்துக்கொண்ட தொடர்கூட்டம்.

27.4.82 பாராளுமன்ற மக்களவையில் திட்ட அறிக்கை.

25.5.82 மத்திய அரசு அலுவலகம்முன் ஆர்ப்பாட்டம்.

1983 எச்.ஆர் .லட்சுமி நாராயணன் குழு அறிக்கை.

12.3.86 - பாராளுமன்ற இராசிய சபையில் வைகோ வலியுறுத்தல்.

10.5.86 - எம்.ஜி.ஆர். ஆட்சியில் சட்டபேரவையில் தீர்மானம் நிறைவேற்றப்பட்டது.

17.4.89 - தமிழக முதலமைச்சர் மு. கருணாநிதி பிரதமர் ராஜுவ் காந்திக்குத் திட்டத்தை வலியுறுத்தி கடிதம்.

22.8.91 - பிரதமர் பி.வி. நரசிம்மராவ் அவர்களுக்கு முதலமைச்சர் ஜெயலலிதா கடிதம்.

9.9.91 - பிரதமர் பி.வி. நரசிம்மராவ் முதலமைச்சர் ஜெயலலிதா அவர்களுக்குப் பதில் கடிதம்.

1996 - பல்லவன் ஆலோசனை பணிகள் நிறுவனம் அறிக்கை அளித்தது.

4.11.96 - ஐக்கிய முன்னணி ஆட்சி நடைபெற்றபோது சேது சமுத்திரத் திட்டம் குறித்து மத்திய தரைவழிப் போக்குவரத்து அமைச்சரகங்களுக்கு இடையிலான முதற்கூட்டம் நடைப்பெற்றது.

3.2.97 - சேது சமுத்திரத் திட்டத்தை நிறைவேற்ற தூத்துக்குடித் துறைமுகப் பொறுப்புக் கழகத்தை இணைத்து இணைப்பு முகவராக நியமனம் செய்யப்பட்டது.

8.10.97 - மத்திய தரைவழிப் போக்குவரத்து அமைச்சக கூட்டத்தில் வழிகாட்டும் குழு அமைக்கப்பட்டது. திட்டத்திற்கான ஆய்வைச் செய்ய தேசிய சுற்றுச்சூழல் பொறியியல் நிறுவனத்தை (தே.சு.சூ.பொ. நிறுவனம் நீரி) பணித்தனர்.

22.06.98 - நீரி தே.சு.சூ. பொ. நிறுவனம் மற்றும் வழிகாட்டும் குழு கலந்தாய்வுக் கூட்டங்கள் பல நடந்தன.

6.7.98 - பாராளுமன்ற மக்களவையில் வைகோ வலியுறுத்தல்.

15.9.98 - சென்னைக் கடற்கரையில் நடைபெற்ற ம.தி.மு.க. பொதுக்கூட்டத்தில் பிரதமர் வாஜ்பாய் திட்டத்தை நிறைவேற்றுவோம் என அறிவித்தார்.

1998 - வருட இறுதியில் தே.சு.சூ.பொ. நிறுவனம் நான்காவது கடல்வழிப் பாதை பரிந்துரை செய்யப்பட்டது.

1999 - மத்திய அரசின் நிதிநிலை அறிக்கையில் திட்ட ஆய்விற்காக 4.2 கோடி ரூபாய் ஒதுக்கப்பட்டது.

9.3.2001 - சுற்றுச்சூழல் விளைவுக்குறித்த ஆய்வு அறிக்கைப்படி பா.ஜ.க. மத்திய தரைவழிப் போக்குவரத்துத் துறை அமைச்சர் அருண் ஜெட்லி ஒப்புதல் வழங்குதல்.

10.5.01 - அ.தி.மு.க. தேர்தல் அறிக்கையில் திட்டத்தை நிறைவேற்ற வலியுறுத்தல்.

20.12.01 - கப்பல் போக்குவரத்துத் துறை அமைச்சர் வி.பி. கோயல் ஒரு வருடத்தில் ஆய்வுகளைச் செய்திட நீரி தே.சு.சூ.பொ. நிறுவனத்திடம் ஒப்படைத்தார்.

2002 - நாசா விண்வெளி ஆராய்ச்சி நிறுவனம் சேதுச் சமுத்திரத்தின் கடல்தரை படத்தை வெளியிட்டது.

10.3.02 - நிதிநிலை அறிக்கையில் வைகோ வலியுறுத்தல்.

2002 - மே மாதத்தில் தூத்துக்குடித் துறைமுகப் பொறுப்புக் கழகத்திற்கும் தே.சு.சூ.பொ. நிறுவனத்திற்கும் ஒப்பந்தம் ஏற்படுதல்.

8.5.02 – சேதுக் கால்வாய் திட்டத்தை வலியுறுத்தி தி.மு.க. தலைவர் மு. கருணாநிதி பிரதமர் ஏ.பி. வாஜ்பாய்க்குக் கடிதம் எழுதல்.

17.6.02 – மத்திய கப்பல் போக்குவரத்துத் துறை அமைச்சர் வி.பி. கோயல் உட்பட அமைச்சர்கள், நாடாளுமன்ற உறுப்பினர்கள், துறை அதிகாரிகள் தூத்துக்குடித் துறைமுகத்தில் கூட்டம் நடந்தது. இதில் தே.சு.சூ.பொ. நிறுவனம் ஆறாவது வழித்தடத்தை விவாதத்தில் வைத்தது.

2002 – செப்டம்பர் மாதத்தில் தே.சு.சூ.பொ. நிறுவனம் திட்ட அறிக்கை அளித்தது.

14.10.02 – தி.மு.க. தலைவர் மு. கருணாநிதி பிரதமர் ஏ.பி. வாஜ்பாய்க்குத் திட்டத்தை நிறைவேற்ற கடிதம் எழுதினார்.

23.0.02 – மத்திய கப்பல் போக்குவரத்துத் துறை இணை அமைச்சர் சு. திருநாவுக்கரசர் திட்டத்தைப் பரிசீலனை செய்தார்.

25.10.02 – மத்திய கப்பல் போக்குவரத்துத் துறை இணை அமைச்சர் சு. திருநாவுக்கரசர் ஆறாவது வழித்தடந்தான் சிறப்பான்த் தேர்வாக இருக்கும் என்று கூறி மத்திய கப்பல் போக்குவரத்துத் துறை அமைச்சர் வி.பி. கோயலுக்குப் பரிந்துரை அனுப்பினார்.

29.10.02 – மத்திய கப்பல் போக்குவரத்துத் துறை இணை அமைச்சர் சு. திருநாவுக்கரசர் பரிந்துரையைக் கப்பல் போக்குவரத்துத் துறை அமைச்சர் வி்.பி.கோயல் ஏற்று ஒப்பமிட்டார்.

23.9.03 – நா.ம.உ. பேராசிரி. சங்கரலிங்கத்திற்குக் கப்பல் போக்குவரத்து துறை அமைச்சர் சத்ருக்கன் சன்கா கடிதம் எழுதினார்.

2003 – செப்டம்பர் மாதத்தில் தே.சு.சூ.பொ. நிறுவனத்தின் விரைவு. அறிக்கையில் ஆறாவது பாதையைப் பரிந்துரைத்தது.

29.9.03 – கப்பல் போக்குவரத்து அமைச்சர் சத்துருகன் சின்கா ஆதாம் பாலத்துக்குக் குறுக்கே சேதுக் கால்வாய் தோண்டப்படும் என்றார்.

31.5.04 - ஆறாவது வழித்தடத்திற்குச் சுற்றுச்சூழல் இசைவு அளிக்கப்பட்டது.

22.5.04 - மத்தியில் ஐக்கிய முற்போக்குக் கூட்டணி ஆட்சி மன்மோகன் சிங் தலைமையில் அமைந்தது.

2.9.04 - திட்டத்திற்கு ஐ.மு.கூ. அரசு 2.427 கோடி ரூபாய் நிதியை ஒதுக்கியது.

7.9.04 - முதல் 2.2.2005 வரை தமிழ்நாடு மாசுக்கட்டுப்பாட்டு வாரியம் பொது மக்களிடம் விசாரணையை தமிழகத்தின் பல இடங்களில் நடத்தியது.

8.9.04 - இத்திட்டத்திற்கு எதிராக ஈடுபட்ட ஜெயலலிதாவைத் தமிழ்நாடு காங்கிரசு கமிட்டித் தலைவர் ஜி.கே. வாசன் கண்டித்து அறிக்கை.

6.12.04 - சேதுச் சமுத்திரக் கழகம் பதிவுசெய்யப்பட்டது.

17.12.04 - ஓ. பெர்னாண்டஸ் என்பவர் மீனவர்கள் பாதிக்கப்படுவதாகக் கூறித் தொடுத்த வழக்கில் தடையாணை வழங்க சென்னை உயர்நீதிமன்றம் மறுப்பு.

2002.05 - இந்திய மண்ணியல் ஆய்வுத்துறை சேதுச் சமுத்திரத் திட்டத்திற்கான ஆய்வுகளைத் தொடர்ந்து நடத்தியது.

31.3.05 - மத்திய அரசின் சுற்றுச்சூழல் மற்றும் வனத்துறை அமைச்சக ஒப்புதல்.

4.5.05 - டி.ஆர். பாலு செய்தியாளர்களிடம் பேட்டி.

25.6.05 - இந்திய அகழ்வு நிறுவனத் தலைவர் என்.கே. குப்தா சேதுச் சமுத்திர திட்டத் தலைவர் ரகுபதி கையொப்பம் இடப்பட்டு தூர்வாரும் ஒப்பந்தம் ஏற்பட்டது.

30.6.05 - ஓ. பெர்னாண்டஸ் சேதுத் திட்டத்திற்கான மத்திய சுற்றுச்சூழல் வனத்துறை அமைச்சகத்தின் ஆணையை எதிர்த்து சென்னை உயர் நீதிமன்றத்தில் தொடர்ந்த வழக்கு தள்ளுபடியானது.

2.7.05 - சேதுச் சமுத்திரத் திட்டத் துவக்க விழா மதுரை வண்டியூரில் நடைபெற்றது. பிரதமர் மன்மோகன் சிங் தொடங்கி வைத்தார்.

26.9.05 – உச்ச நீதிமன்றம் திட்டத்திற்குத் தடைவிதிக்க மறுத்தல்.

17.12.05 - சூயஸ் கால்வாய் நிறுவனத்துடன் தூத்துக்குடித் துறைமுகப் பொறுப்புக் கழகம் புரிந்துணர்வு ஒப்பந்தம் செய்துக்கொண்டது.

12.12.06 - மத்திய அமைச்சர் டி.ஆர். பாலு சேதுச் சமுத்திரத் திட்டத்தின் அகழ்வுப் பணிகளைத் தொடங்கி வைத்தார்.

4.5.07 – தமிழ்நாடு சட்டபேரவையில் முதல்வர் அறிப்பு.

13.5.07 - சென்னை உயர்நீதி மன்றத்தில் சுப்பிரமணியசுவாமி இத்திட்டத்தை எதிர்த்து தொடுத்த வழக்கில் தடையாணை வழங்க மறுப்பு.

16.5.07 - முதல்வர் கலைஞர் மு. கருணாநிதி தலைமையில் சென்னை அமிஞ்சுக்கரையில் சேதுச் சமுத்திரத் திட்டம் பற்றி விளக்கப் பொதுக்கூட்டம் நடைப்பெற்றது.

17.6.07 - சென்னை ஐ.ஐ.டி. கடல் பொறியியல் துறைத் தலைவர் டாக்டர்.ஆர். சுந்தரவடிவேலு மற்றும் பேராசி.எஸ்.பி. சுப்பிரமணியன் இராமர் பாலம் இயற்கையானது என்று கல்கியில் பேட்டி.

31.8.07 - சேதுச் சமுத்திரத் திட்டத்தின் ஆதாம் திடலில் மட்டும் அகழ்வுப் பணியை நிறுத்தி வைக்க உச்ச நீதிமன்றம் இடைக்கால தடை வழங்கியது.

11.9.07 - இந்தியத் தொல்பொருள் ஆய்வுத் துறை, உச்ச நீதிமன்றத்தில் மனுவைத் தாக்கல் செய்தது.

அத்வானி. இது தேவ தூஷணம் என்றும் இந்துக்களுக்கு அவமதிப்பு என்றும் இந்தியா என்ற கருத்தாக்கத்தையே இது நிராகரிப்பதாகவும் கூறி, மன்மோகன் சிங்கை தனியே சந்தித்து ஆட்சேபம் தெரிவித்தார்.

12.9.07 - இந்தியத் தொல்பொருள் ஆய்வுத் துறை உச்ச நீதிமன்றத்தில் தாக்கல் செய்து இருந்த மனுவை திரும்பப் பெற்றுக்கொண்டது.

4.9.07 - உச்ச நீதிமன்றத்தில் சேதுத் திட்டத்தை எதிர்த்து ஜெயலலிதா வழக்குத் தொடுத்தார். அறிஞர் குழு அமைக்கப்பட்டது.

20.9.07 - சேதுச் சமுத்திரத் திட்டத்தை நிறைவேற்ற அனுமதிக்கமாட்டோம் என்று நெல்லையில் எல்.கே. அத்வானி கூறினார்.

23.9.06 - திட்டத்தை எதிர்த்து ஜெயலலிதா அறிக்கை.

30.9.07 - அன்று உச்ச நீதிமன்றம் 1.10.2007 அன்று முழு அடைப்பு நடத்தக்கூடாது என்று தடை. இராமவிலாஸ் வேதாந்தியின் ஆனந்தவிகடன் பேட்டி.

1.10.07 - அன்று தமிழக முதல்வர் தலைமையில் உண்ணாவிரதம் இருத்தல். பி.என். அகர்வால், பி.பி. நவலேகர் நீதிபதிகள் தமிழ்நாட்டில் அரசியல் சாசனம்படி ஆட்சியில்லை என்று கூறுதல். முதல்வர் உண்ணாவிரதத்தை இடையில் விலக்கிக்கொள்ளுதல்.

5.10.07 - நாசா உயர் அதிகாரி மார்க்ஹெஸ் அளித்த நேர்காணலில் படங்களை நாங்கள் வெளியிட்டோம். ஆனால் அதற்கான விளக்கங்கள் எங்களுடையது அல்ல என கூறினார்.

17.10.07 - ஜெயலலிதா நேர்காணல். இலங்கையை சுற்றிவருவதே சிக்கனம் என்று கூறுதல்.

5.03.08 - உச்சநீதிமன்றத்தில் ம.க.த.போ. அமைச்சக செயலர் ஏ.பி.வி.என். ஷர்மா எதிராணை உறுதிமொழியை தாக்கல் செய்தார்.

இணைப்பு 28

சென்னை உயர்நீதி மன்றத்தின் தீர்ப்பு

சென்னை உயர்நீதி மன்றத்தில் ஓ. பெர்னாண்டஸ் என்பவர் கோஸ்டல் ஆக்ஷன் நெட்வொர்க் சார்பாக தொடுத்த வழக்கில் 7.12.2004 அன்று சென்னை உயர்நீதிமன்றத் தலைமை நீதிபதி மார்க்கண்டேய கட்ஜு மற்றும் நீதிபதி வி. பாலசுப்பிரமணியம் தீர்ப்பு அளித்தனர். அதில் தேசிய நலனிற்காக கொண்டுவரப்படும் சேது சமுத்திரத் திட்டத்தைத் தடைசெய்யும் நோக்கத்துடன் மனுதாரர் இந்த நீதிமன்றத்திற்கு விரைந்து வந்து வழக்கைத் தொடர்ந்துள்ளார். சேதுச் சமுத்திரத் திட்டம் நாட்டிற்கு மிகுந்த நற்பலனைக் கொடுக்கக்கூடியது என்பது எல்லோருக்கும் தெரிந்த ஒன்றாகும். ஏனென்றால், தற்பொழுது கப்பல்கள் ஸ்ரீலங்கா நாட்டைச் சுற்றி வங்காள விரிகுடா கடலுக்கு வரவேண்டியுள்ளது. பாக் நீர்ச் சந்திப்பின் குறுக்காக கப்பற் கால்வாய் அமைத்தால் பெருமளவு பணமும், நேரமும் சேமிக்கப்பட ஏதுவாகும். கப்பல் கம்பெனிகளின் எரிபொருள் செலவும் சேமிக்கப்பட்டு வியாபார விருத்திக்கு அவை பயன்பட வழிவகுக்கும். இத்திட்டத்தின் மூலம் தூத்துக்குடித் துறைமுகம் மற்றும் கரையோர நகரங்களிலும் போக்குவரத்து மேம்பாடு அடைந்து அபிவிருத்தி செய்ய ஏதுவாகும்.

இத்திட்டமானது சூயஸ் கால்வாய்த் திட்டத்தைப் போன்றது. அதாவது, ஐரோப்பா நாட்டிலிருந்து ஆசிய நாடு துறைமுகங்கள் அடையவேண்டிய கப்பல்கள், சூயஸ் கால்வாயை அமைப்பதற்குமுன் ஆப்பிரிக்கா கண்டத்தை முழுவதும் சுற்றி

வலம்வர வேண்டியதாய் இருந்தது. சூயஸ் கால்வாய்த் திட்டத்தின் மூலம் மேற்படி சுற்றுப்பாதை தவிர்க்கப்பட்டு காலம் நேரம் மற்றும் பணம் மிச்சப்படுத்தப்பட்டது. இதே மாதிரி மேற்படி கால்வாய்த் திட்டமும் விளைவுகளை ஏற்படுத்தக்கூடியது. மாவட்ட ஆட்சியாளர்கள் இத்திட்டம் பற்றி அதிகாரபூர்வமாக குறிப்பிட்ட நிகழ்வுகளில் பொதுமக்களிடம் விசாரணை செய்து 10.10.2004 தேதியிட்ட பொது விசாரணை அறிக்கையின் அடிப்படையில் முடிவுபெற்ற நிலையிலுள்ள பொது விசாரணை அறிக்கையை அனுப்பி வைக்கக் கோரி மனுதாக்கல் செய்யப்பட்டது.

மேற்படி கோரிக்கை சரியானவை என்று எங்களுடைய அபிப்பிராயத்தில் தெரிகிறது. ஆகையால், பொது மக்கள் விசாரணை முடிவுபெற்ற நிலையில் 27.1.1994, 4-வது அட்டவணை அறிக்கையின் அடிப்படையில் மேற்படி அமைச்சகத்திற்கு அனுப்பி வைக்குமாறு மாவட்ட ஆட்சியருக்கு உத்தரவிடப்படுகிறது. இச்செய்கையின் மூலம் சேது சமுத்திரத் திட்டம் விரைவில் முடிவடைய ஏதுவாகும். நாட்டின் அறிவியல் மற்றும் தொழில்நுட்ப முன்னேற்றங்களைச் சுற்றுச்சூழல் பாதுகாப்பு என்ற கருத்தை வலியுறுத்துவதன் மூலம் தடை ஏற்படுத்தல் கூடாது என்று கூறக் கடமைப்பட்டிருக்கிறோம்.

இணைப்பு 29

உச்ச நீதிமன்றம் - எதிராணை

உறுதிமொழி ஏ.பி.வி.என். ஷர்மா.

உச்ச நீதிமன்றம், எதிராணை உறுதிமொழி, ஏ.பி.வி.என். ஷர்மா, செயலர், கப்பல் மற்றும் சாலைப் போக்குவரத்து நெடுஞ்சாலை அமைச்சகம்.

நாள்: 5.03.2008

சேது சமுத்திரத் திட்டத்திற்கான 6-வது கடல்வழிப் பாதையைத் தேர்வுசெய்த பின்னணியைப் பார்த்தால், அதன் தொடக்கம் 4.11.1996-லிருந்து ஆரம்பமாகிறது. இத்திட்டம் குறித்து அமைச்சரகங்களுக்கு இடையிலான முதற்கூட்டம் மத்திய கப்பல் போக்குவரத்துத் துறை அமைச்சரின் அலுவலகத்தில் அன்றுதான் நடந்தது. இதன் தொடர்ச்சியாக 24.11.1997-இல் முதன் முதலாக மத்திய சுற்றுச்சூழல் வன அமைச்சகமும் தேசிய சுற்றுச்சூழல் பொறியியல் ஆராய்ச்சி நிறுவனமும் குறுக்கிட்டதன் பேரில்தான், சேது சமுத்திரத் திட்டம் நிறைவேற்றுவதற்கு முன்பாக, அந்தப் பகுதியில் சுற்றுச்சூழல் நிலையையும், புவியியல் நிலையையும் ஆய்வுசெய்வதை ஒருங்கிணைக்க மேற்கூறிய குழுக்கள் அமைக்கப்பட்டன.

திட்ட வடிவமைப்புக் காலகட்டத்தில், எவ்விதச் சுற்றுச்சூழல் மற்றும் சமூகத் தாக்கங்களும் இருக்கக்கூடாது என்று முடிவு எடுக்கப்பட்டது. இந்த நீர்வழிப்பாதை, மன்னார் வளைகுடாவில் உள்ள, சுற்றுச்சூழல் நோக்கில் மிக எளிதில் பாதிப்புக்குள்ளாகும் நிலையில் உள்ள கடல்சார் உயிரினப் பூங்காவிலிருந்தும் விலகி வேறு இடத்தில் மாற்றுப்பாதையில் அமையவேண்டும் என்றும் கருதப்பட்டது.

மேலே கூறப்பட்ட நடவடிக்கைகளை ஒட்டி மத்திய தரைவழிப் போக்குவரத்துத் துறை அமைச்சகம் பொருளாதார

விவகாரத்துறையை அணுகி இத்திட்டத்திற்கான பொருளாதார, தொழில்நுட்ப சாத்தியக்கூறு அறிக்கையை தயார்செய்ய நிதி உதவி கோரியது. சேது சமுத்திரத் திட்டத்தை நிறைவேற்ற தூத்துக்குடித் துறைமுகப் பொறுப்புக் கழகம் இணைப்பு முகவராக 03.02.1997-இல் நியமிக்கப்பட்டது.

அடுத்து, 08.10.1997-இல் மத்திய தரைவழிப் போக்குவரத்து அமைச்சகத்தில் நடந்த கூட்டத்தில், இத்திட்டத்தினால் ஏற்படும் சுற்றுச்சூழல் பாதிப்புகள் குறித்து ஆய்வு மேற்கொள்ள தேசிய சுற்றுச்சூழல் பொறியியல் ஆராய்ச்சி நிறுவனம் கேட்டுக்கொள்ளப்பட்டது. இதே அமைச்சகத்தின் சார்பில் 08.10.1997-இல் நடைபெற்ற கூட்டத்தில் இத்திட்டத்திற்கான வழிக்காட்டும் குழு அமைக்கப்பட்டது.

சேது சமுத்திரத் திட்டத்திற்கான மத்திய அரசின் வழிகாட்டும் குழு பலமுறைக் கூடி விவாதித்தது. 22.06.1998 மற்றும் 29.10.1998-இல் நடைபெற்ற இக்குழுவின் கூட்டங்களில் நீரியின் துணை இயக்குநர், சேது சமுத்திரக் கால்வாய்த் திட்டத்திற்கான பல்வேறு பாதைகளை பரிந்துரை செய்தார். பரிசீலிக்கப்பட்ட ஐந்து மாற்றுப்பாதைகளில் 1, 2 மற்றும் 3 ஆகியவை ஆரம்பத்திலேயே நிராகரிக்கப்பட்டன. நீரி அமைப்பு 4, 5 பாதைகளைப் பரிந்துரை செய்ததை, கப்பல் போக்குவரத்துத் துறைமுக வளர்ச்சி ஆலோசகர் தலைமையிலான வழிகாட்டும் குழு விவாதித்தது. இதில் 4-ஆது பாதை சிறந்ததாக அமையுமென நீரி உள்ளிட்ட தேர்வு குழுவினரால் டிசம்பர் 1998-இல் பரிந்துரை செய்யப்பட்டது.

இந்த மாற்றுப்பாதை, மன்னார் வளைகுடா கடல்சார் உயிரின தேசியப் பூங்காவில் உள்ள சிங்களத் தீவிற்கு மிக நெருக்கமாகச் சென்று, தனுஷ்கோடி நிலப்பரப்பின் குறுக்கே செல்வதாக அமையும். அது மன்னார் வளைகுடாவின் உயிரியல் சூழல், ஒதுக்கக் காடுகளின் காப்புப் பகுதிகளின் எல்லையோரமாக சிங்களத் தீவிலிருந்து 12 கி.மீ.க்கு அப்பால் செல்லும். மேலும் இப்பாதை தனுஷ்கோடி தீவின் இந்திய நாட்டின் தென்கோடி பகுதிகளையும் குறுக்காக வெட்டிச் செல்லும். இங்கு நாள்தோறும்

ஆயிரக்கணக்கான யாத்திரிகர்கள் வருகை தருகின்றனர் என்பது அனைவரும் அறிந்த ஒன்று. மேலும் இந்தப்பாதை அமைப்பது என்பது ஏராளமான மீனவர்களை ஓரிரு வருடத்திற்கு மாற்றிக் குடியமர்த்தி, அவர்களுக்குப் புதுவாழ்வு தரும் பணியையும் உள்ளடங்கியதாக அமையும் என்ற கருத்தை மார்ச் 1999-இல் நீரி முன்வைத்தது.

மத்திய தரைவழிப் போக்குவரத்துத் துறை அமைச்சகம் இத்திட்டம் குறித்து ஏற்கனவே நடத்தியுள்ள விரிவான ஆய்வறிக்கை மற்றும் சுற்றுச்சூழல் விளைவு குறித்த ஆய்வறிக்கைகளின் அடிப்படையில் பணியைத் தொடங்குவது குறித்து, ஆணை பிறப்பிக்குமாறு அரசுச் செயலர்கள் குழுவிடம் கேட்டுக்கொண்டது. இந்த ஆய்வுகள் விரிவாக மேற்கொள்வதற்கான பரிந்துரைக்கு 09.03.2001 நாளன்று தரைவழிப் போக்குவரத்துத் துறை அமைச்சகர் அருண் ஜெட்லி ஒப்புதல் வழங்கினார்.

இதைத் தொடர்ந்து 20.12.2001 அன்று கப்பல் போக்குவரத்துத் துறை அமைச்சர் வி.பி. கோயல் இந்தத் திட்டம் குறித்து தொழில்நுட்ப, பொருளாதாரம் தனித்து இயங்கும் தன்மை பற்றி ஆய்வு செய்யவும், விரிவான சுற்றுச்சூழல் பாதிப்பை ஆய்வு செய்யவும் உரிய ஆய்வுகளை 12 மாதகால அளவில் நடத்தி முடிக்குமாறும் இதற்காக தேசிய சுற்றுச்சூழல் பொறியியல் ஆராய்ச்சி நிறுவனத்தைப் பணியில் அமர்த்துமாறும் தூத்துக்குடித் துறைமுகப் பொறுப்புக் கழகத்திற்கு அறிவுரை வழங்கினார்.

இதைத் தொடர்ந்து 2002 மே மாதத்தில் தூத்துக்குடித் துறைமுகப் பொறுப்புக் கழகத்திற்கும் தேசிய சுற்றுச்சூழல் பொறியியல் ஆராய்ச்சி நிறுவனத்திற்கும் ஒப்பந்தம் ஏற்பட்டது.

17.06.2002-இல் கப்பல் போக்குவரத்துறை அமைச்சர் வி.பி. கோயல் மற்றும் சில அமைச்சர்கள், நாடாளுமன்ற உறுப்பினர்கள், அதிகாரிகள் நீரியினுடைய ஆய்வுகளை பரிசீலனைசெய்ய தூத்துக்குடிக்கு வருகைப் புரிந்தனர். அப்போது நடைபெற்ற கூட்டத்தில் நீரி நடத்திய பல்வேறு ஆய்வுமுறைகளை

விளக்கமாகக் கூறி ஆதாம் பாலம் வழியாக தனுக்கோடிக்கும் இந்திய இலங்கை கடல் எல்லைக்கும் இடையே உள்ள கடல் வழிப்பாதை, குறும்படத்தின் மூலமாக தெளிவாக விளக்கப்பட்டது.

சேது சமுத்திரத் திட்டத்திற்கான முழு சுற்றுச்சூழல் பாதிப்பு மதிப்பீடு அறிக்கை மற்றும் தொழில்நுட்ப பொருளாதார சாத்தியக்கூறு பற்றிய அறிக்கையை, நீரி 2002-ஆம் ஆண்டு செப்டம்பர் மாதம், தூத்துக்குடித் துறைமுகப் பொறுப்புக் கழகத்திற்குச் சமர்ப்பித்தது. அவ்வறிக்கையில் பல்வேறு கடல் வழிப்பாதைகள் தொழில்நுட்ப, பொருளாதார, சுற்றுச்சூழல் மற்றும் சமூகத் தன்மைகளின் மூலம் பகுப்பாய்வு செய்யப்பட்டு, ஆதாம் பாலம் வழியான கடல் வழிப் பாதையை முடிவு செய்தது. இந்தக் கடல்வழிப் பாதை குறித்து, சுற்றுச்சூழல் தாக்க மதிப்பீட்டு அறிக்கையைச் செப்டம்பர் 2003-இல் சமர்ப்பித்தது. இந்த ஆய்வின்போது எட்டாயிரம் முதல் பத்தாயிரம் மீனவ சமுதாயம் மற்றும் பலதரப்பு மக்களிடையே கருத்து அறியப்பட்டது. அவர்கள் இத்திட்டத்திற்கு ஆதரவாகவே இருப்பது தெரியவந்துள்ளது. அதேபோல, சுற்றுச்சூழல் மேலாண்மைத் திட்டமும் தயாரிக்கப்பட்டது.

ஆதாம் திடல் பகுதியில் கடல் அடிமட்டத்திற்குக் கீழே மண்ணின் தன்மைப்பற்றி அறிவதற்காக, தேசிய கப்பல் வடிமைப்பு ஆராய்ச்சி நிலையத்தின் மூலம் குறிப்பிட்ட இடங்களில் 2, 3 மற்றும் 5 மீட்டர் ஆழத்தில் புவி - தொழில்நுட்ப ஆய்வுகள் செய்யப்பட்டன. அக்கால்வாய் வழியே செல்லும் போக்குவரத்து பற்றிய மதிப்பீடு, இந்தியக் கப்பல் கழகத்தால் செய்யப்பட்டது. இந்த ஆய்வுகள் எல்லாம் 2002 முதல் 2004 வரை நடைபெற்றது என்பதை இங்கே நினைவு கூர்வது பொருத்தமாக இருக்கும்.

23.10.2002-இல் மத்திய அரசின் கப்பல் போக்குவரத்துக்துறை இணையமைச்சர் சு. திருநாவுக்கரசர் நீரி நடத்திய ஆய்வின் முன்னேற்றம் குறித்து பரிசீலனை செய்தார். அவர் தனுஷ்கோடி தீவில் இருந்து தொலைவில் விலகிச்செல்கிற குறிப்பாக, ஆதாம் பாலம் வழியாகச் செல்கின்ற இணைப்புப் பாதைதான் சிறப்பான தேர்வாக இருக்கும் என்று முடிவுசெய்து அதுபற்றிய குறிப்பை,

25.10.2002 நாளன்று மத்திய அரசின் கப்பல் போக்குவரத்துத் துறை அமைச்சர் வி.பி. கோயலிற்கு அனுப்பி வைத்தார். மேலும், இதனை ஏற்பதற்காக அமைச்சரவை, பொருளாதார விவகாரங்களுக்கான அமைச்சரவைக் குழு, பாதுகாப்பு தொடர்பான அமைச்சரவைக் குழுவிற்கு இதனை அனுப்பி வைக்கலாமா என்றும் முடிவு செய்யுமாறு கேட்டுக்கொண்டார்.

29.10.2002-ஆம் நாளில் வி.பி. கோயல் இந்தப் பரிந்துரைக்குத் தமது ஒப்புதலை அளித்தார். அப்போது செலவினம் குறித்த சில மதிப்பீடுகள் பற்றி இன்னும் பரிசீலித்து வருவதால் ஒன்பது முதல் பத்து மீட்டருக்குமேல் ஆழமுடைய கால்வாயைத் தோண்டுதல் பற்றிப் பரிசீலிக்கவேண்டாம் என்று அதில் அவர் குறிப்பிட்டார். என்றாலும் இந்த ஆய்வுப்பணியின் முன்னேற்றம் குறித்து பரிசீலிக்கவும் மேலும் சேது சமுத்திரத் திட்டத்தை நிறைவேற்றுவோம் என பிரதமர் வாஜ்பாய் பகிரங்கமாக அறிவித்துள்ளதால் இத்திட்டத்தை விரைவாக மேற்கொள்ளவும் கப்பல் போக்குவரத்துத் துறைச் செயலர் தலைமையில் ஒருங்கிணைப்புக் குழு ஒன்றை அமைப்பதற்கும் அவர் ஒப்புதல் வழங்கினார்.

23.09.2003-இல் நாடாளுமன்ற உறுப்பினர் பேராசிரியர் சங்கரலிங்கத்திற்கு மத்திய கப்பல் போக்குவரத்துத் துறை அமைச்சர் சத்ருக்கன் சின்ஹா எழுதிய கடிதத்தில், பாம்பன் தீவிற்குக் கிழக்கே, ஆதாம் பாலம் வழியாகச் செல்கின்ற புதிய கடல்வழிப் பாதையில் திட்டம் மேற்கொள்ளப்படும். இத்திட்டத்திற்கான சுற்றுச்சூழல் பாதிப்பு மதிப்பீட்டு ஆய்வு விரைவு அறிக்கை ஒன்றை, தேசிய சுற்றுச்சூழல் பொறியியல் ஆராய்ச்சி நிறுவனம் அனுப்பி உள்ளது எனவும் தெரிவித்தார். மேலும் அவர் சேது சமுத்திரத் திட்டத்தின் பணி முன்னேற்றத்தையும், இது தொடர்பான தேசிய சுற்றுச்சூழல் பொறியியல் ஆராய்ச்சி நிறுவனத்தின் ஆய்வுகளை கண்காணிக்கவும், ஒருங்கிணைக்கவும் கப்பல் போக்குவரத்துத் துறை அரசுச் செயலரின் தலைமையில் தமது அமைச்சகம் குழு ஒன்றையும் அமைத்துள்ளது எனவும் அக்கடிதத்தில் கூறியிருந்தார். 2003 செப்டம்பரில் தேசிய சுற்றுச்சூழல் பொறியியல்

ஆராய்ச்சி நிறுவனம், சுற்றுச்சூழல் பாதிப்பு மதிப்பிட்டு ஆய்வு விரைவு அறிக்கையை அனுப்பி வைத்தது. அதனுடன் மாற்றுப் பாதைகள் பற்றிய விளக்கங்கள் கொண்ட அத்தியாம் ஒன்றும் இடம்பெற்றது. மேலும் அந்த அறிக்கையின் இறுதியில் 6-வது கடல் வழிப்பாதை ஏற்றுக்கொள்வதே சிறந்தது என்றும் பரிந்துரை செய்துள்ளது.

கப்பல் போக்குவரத்து அமைச்சகச் செயலரின் தலைமையில் அமைந்தக் குழுக் கூட்டத்தில் 2003 ஜனவரியிலேயே தூத்துக்குடித் துறைமுகப் பொறுப்புக் கழகத்தின் துணைத் தலைவர் திட்டத்தின் பின்னணி குறித்து அளித்த அறிக்கையில், ஆதாம் பாலம் வழியாகக் கடல் வழிப்பாதையை அகழ்ந்து செல்கின்ற வகையில் பணிகள் அமையும் என்று தெளிவாகக் குறிப்பிடப்பட்டுள்ளது. சுற்றுச்சூழல் வனத்துறை அமைச்சகத்தில் கூடிய வல்லுநர் குழுவின் முன்பாக, தேசிய சுற்றுச்சூழல் பொறியியல் ஆராய்ச்சி நிறுவனம் பிப்ரவரி 2004-இல் ஓர் அறிக்கையை அளித்தது. இந்த இரண்டு சந்தர்ப்பங்களிலும் குறிப்பிட்டுள்ள மாற்றுப்பாதையாகவே அமைந்தது என்பது இங்கு குறிப்பிடத்தக்கது. 6-வது கடல்வழிப் பாதை மத்தியிலே ஐக்கிய முற்போக்குக் கூட்டணி ஆட்சி அமைவதற்கு முன்பு மே 2004 பா.ஜ.க. ஆட்சி செய்யும் போதுதான் தேர்வு செய்யப்பட்டது என்பதற்கு இதுவே சிறந்த ஆதாரமாகும்.

தேசிய சுற்றுச்சூழல் பொறியியல் ஆராய்ச்சி நிறுவனம் இந்தக் கால்வாய்ப் பாதை தேசிய கடல்வாழ் உயிரினங்கள் பூங்கா அமைந்து உள்ள இடத்திலிருந்து குறைந்தது 20 கி.மீ. தொலைவில் தள்ளி அமையவேண்டும் என்று பரிந்துரை செய்த காரணத்தால், 4-வது கடல்வழிப்பாதை பொருளாதார வகையில் தனித்து இயங்கக் கூடியதல்ல என முடிவு செய்யப்பட்டது. 5-வது கடல்வழிப்பாதை தனுஷ்கோடி முனைக்கு மிகவும் அருகில் செல்வதால் அது கப்பலைச் செலுத்துவதில் கடுமையான இடர்பாடுகள் ஏற்படுத்தும் எனத் தெரிய வந்தது.

கடல்வழிப்பாதை 1, 2, 3, 4, 5 ஆகியவை தேசிய சுற்றுச்சூழல் பொறியியல் ஆராய்ச்சி நிறுவனத்தாலும் மற்ற

அமைப்புகளாலும் நிராகரிக்கப்பட்ட நிலையில் பல்வேறு சாதகமான அம்சங்கள் ஆய்வுசெய்து 6-வது வழித்தடத்திற்கு 31.03.2005 நாளன்று சுற்றுச்சூழல் இசைவு வழங்கப்பட்டது. 6-வது கடல் வழிப்பாதை, சுற்றுச்சூழலின் அடிப்படையிலும் கடற்பயண நோக்கிலும் பொறியியல் ஆய்வுப்படியும் எல்லைப் பகுதிகளைக் கருதிப் பார்க்கின்ற வகையிலும் மிகச் சிறப்பானது என்று தேர்வுசெய்யப்பட்டது. இதே 6-வது கடல்வழிப்பாதையைத்தான் மத்திய அரசின் வெளியுறவுத்துறை பல்வேறு பாதுகாப்பு அம்சங்களைக் கருத்தில்கொண்டு ஒப்புதல் வழங்கியுள்ளது. மேலும் அந்தப் பகுதியில் மீன் வளங்களைக் காப்பதற்கும், மீனவர் நலனைக் காப்பதற்கும் உரிய முக்கியத்துவம் அளிக்கும் என்கிற வகையில் 6-வது கடல்வழிப் பாதை சிறப்பான தேர்வாகும். ஆ.கோபண்ணா, சேதுச.ப.51-59. செ.619

1967-ஆம் ஆண்டில் பேறறிஞர் அண்ணா அவர்கள் தலைமையில் தி.மு.க. அரசு அமைந்த நிலையில், எழுச்சி நாள் கடைப்பிடிக்கப்பட்டு சேது சமுத்திரத் திட்டம் கோரப்பட்டது. சேது சமுத்திரத் திட்டம் நிறைவேற்றப்பட வேண்டுமென மத்திய அரசை வலியுறுத்தி தமிழகம் முழுவதும் 23.7.1967 அன்று பேரறிஞர் அண்ணா அவர்கள் கூட்டணிக் கட்சிகளுடன் சேர்ந்து எழுச்சி நாள் கூட்டங்கள் நடத்த முடிவுசெய்தார். அதனையொட்டி, தமிழக சட்டப்பேரவையில் அனைவருடைய ஆதரவையும் கோரினார். அப்பொழுது அண்ணா அவர்கள்,

“சேதுக் கால்வாய் திட்டம் – தூத்துக்குடி துறைமுகத் திட்டம் இரண்டும் ஒருங்கிணைந்தால் அதைத் தமிழகத்தின் ‘சூயஸ் கால்வாய்’ என்று கருதலாம்.

இப்போது சிலோனைச் சுற்றி கொழும்பு துறைமுகத்திற்குப் போய் கிட்டத்தட்ட 600 மைல்கள் சுற்றிக்கொண்டு வருகின்ற வெளிநாட்டுக் கப்பல்கள், இத்திட்டம் நிறைவேற்றப்படுவதன் மூலம் அந்நிலைமையை தவிர்த்துவிட இயலும்.

வெளிநாட்டுக் கப்பல்கள், பிரம்மாண்டமான கப்பல்கள் இப்போது தூத்துக்குடி துறைமுகத்தில் நிற்கமுடியாது. ஆழ்கடல் துறைமுகமாக இருக்குமானால் பெரிய கப்பல்கள் வர பலநாட்டுக் கப்பல்கள் வரத்தக்கம் பெரிய அனைத்து நாட்டுத் துறைமுகமாக மாறும்.

அப்படி மாறும்போது பல்வேறு வகையான தொழில்கள் கிடைக்கும். அப்படி கிடைக்குமானால் பொருளாதார வளர்ச்சி நிரம்ப ஏற்படும்."

இணைப்பு 30

சேதுக் கால்வாய் திட்டமும் இராமேஸ்வர தீவு மக்களும்

கடந்த 30 ஆண்டுகளில் மட்டும் இலங்கை ராணுவத்தின் தாக்குதலுக்கு 400 மீனவர்கள் இறந்து போயுள்ளதாகவும், பலநூறு மீனவர்கள் படுகாயம் அடைந்துள்ளதாகவும் புள்ளிவிவரங்கள் கூறுகிறது. இதனைத் தடுத்து நிறுத்த இந்திய அரசு, இலங்கை அரசிடம் பேசி தற்காலிகமாக நிறுத்தலாம். தற்போதுகூட சார்க் மாநாட்டை ஒட்டி, இந்தியப் பிரதமர் இலங்கைக்குச் சென்றிருந்த நிலையில் இராமேசுவரம் கடல் பகுதியில் இந்திய கடற்படைக்கப்பல் பாதுகாப்புக்கு நிறுத்தப்பட்டது. கூடவே மீனவர்களை, விசைப்படகுகளை இந்த ஒருவார காலத்தில் இலங்கை கடற்படை தாக்காமல் குண்டுகளை வெடித்து விரட்டிவிட்டதாகவும் மீனவர்கள் கூறுகிறார்கள்.

இலங்கை ராணுவத்தாக்குதல் என்பது இலங்கை இந்திய கடற்பகுதிக்குள் மீன்பிடிக்கும் இராமேசுவரம், பாம்பன் மற்றும் வேதாரண்யம் வரையிலான மீனவர்களுக்கு மட்டுமே உள்ள பிரச்சனையாகும்.

மேலும் இது மீனவர்களது ஒரு பிரச்சனை மட்டுமேயாகும். இவையல்லாத அடிப்படையான பிரச்சனை கடலில் மீன்வளம் குறைந்து போய்விட்டது என்பதேயாகும். இந்த அடிப்படைப் பிரச்சனையின் காரணிகளாகவே மீனவர்கள் எல்லை தாண்டிப் போக வேண்டியுள்ளது.

எனவே இந்த அடிப்படைப் பிரச்சனைக்கான காரணம் என்ன? எதனால் இவ்வாறு மீன்வளம் அற்றுப்போனது? இதை எவ்வாறு சரிசெய்யலாம்? இயற்கையோடு காலங்காலமாக உறவாடி கடலைத் தாயாகவும், தங்களை அதன் புதல்வர்களாகவும்

உறவுபூண்டு வாழ்ந்துவந்த மீனவக்குடிகளா தங்களது தாயின் கருவறையை கொள்ளை அடித்தார்கள் அல்லது தீய்த்தார்கள்? என்ற கேள்வி நம்மைச் சுடுகிறது.

இராமேசுவரம் தீவைப் பொருத்தவரை இன்று வருடத்தின் 365 நாட்களில் மூன்றில் ஒரு பகுதி நாட்கள்தான் மீன்பிடிக்கவே செல்கின்றனர். மீத நாட்களில் எல்லாம் விசைப்படகு கட்டில்தான் கிடக்கிறது. அரசு மீன்வளத்துறையின் மூலம் பல்வேறு கட்டுப்பாடுகளை இன்று கொண்டு வந்திருக்கிறது. மீன் குஞ்சு பொறிக்கும் காலங்களில் விசைப்படகுகளை மீன்பிடிக்கச் செல்ல அனுமதிப்பதில்லை, நாட்டுப்படகுகளை மட்டுமே அனுமதிக்கின்றனர். ஆனால், இந்த நாட்டுப் படகுகளில் தடைசெய்யப்பட்ட சுருக்கு, இரட்டை கொல்லி மடி (வலை)களைப் பயன்படுத்தி மீன்பிடிப்பதாக நாளிதழ்களில் செய்தி வருகிறது.

இந்த நாட்டுப்படகுகளை வைத்திருப்போர் பர்வதராஜகுலத்தினர்/கரையாளர், முத்தரையர்/வலையர், பட்டங்கட்டிகள்/கடையர் என்போரயாவர், துவக்கத்தில் 'விசைப்படகுக்காரர்கள் எங்களது நாட்டுப்படகு மீன்பிடிக்கும் ஆழம் குறைந்த பகுதிக்குள் மிக மோசமான கொல்லிமடி, இரட்டை மடி போன்றவற்றைப் பயன்படுத்தி மீனைப் பிடிக்கிறார்கள்' என்று நாட்டுப்படகு மீனவர்கள் புகார் செய்ததோடு, விசைப்படகு மீனவரைத் தாக்கவும் செய்தனர். இன்று இவர்களே மோசமான மடிகளைப் பயன்படுத்த துவங்கிவிட்டனர். **'பாம்பு திங்கும் ஊரில் நடுத்துண்டம் நமக்கு'** என்ற பழமொழி போலாகிவிட்டது நிலமை.

இவ்வாறு மீனவர்கள் சிந்தனை சீரழியக் காரணம் என்ன? என்ற கேள்விக்கான விடையை, கடந்த 30 ஆண்டுகளில் தீவின் மீன்பிடியில் கடலில், கடற்கரையில் ஏற்பட்டு வந்துள்ள மாறுதல்களை பகுத்தாய்வதன் மூலமாக சென்றடைய முடியும் என்று தோன்றுகிறது.

தீவு மீனவர்களது மரபு வழியிலான மீன்பிடி முறை படிப்படியாக வளர்ந்து மாறி வந்திருக்கிறது. 1970களில்தான் பாய்மர